यशस्वी आणि अयशस्वी व्यक्तींमध्ये फरक करताना साहस व ज्ञानाची उणीव कारण नसतात. परंतु संकल्प शक्तीचा अभाव हाच त्यांना वेगळे करतो. आपण आपल्या ध्येयाबद्दल संकल्पबध्द असले पाहिजे, मग त्यात लाखो अडथळे का येईनात. आपणास इच्छित ध्येय प्राप्तीसाठी धाडस व प्रेरणा एकत्र करावी लागेल. आपली योग्यता व क्षमता यावर विश्वास ठेवणे आवश्यक आहे आणि हे प्राप्त करण्यासाठी सतत सातत्याने प्रयत्न केले पाहिजेत. यशामागे अनेक अथक निद्राविना रात्रींचा इतिहास लपलेला असतो. परिश्रमाला कोणताही पर्याय नाही.

सोनेरी भविष्याकडे

(यशाच्या मार्गावर आगेकूच करण्याचे अचूक मंत्र)

- जोगिंदरसिंग भूतपूर्व, निर्देशक, सी.बी. आय.

डायमंड बुक्स

ISBN : 978-81-288-2528-6

प्रकाशक	:	**डायमंड पॉकेट बुक्स (प्रा.) लि.**
		X-30, ओखला इंडस्ट्रियल एरिया, फेज-II
		नई दिल्ली-110020
फोन	:	011-41611861, 40712100
फैक्स	:	011-41611866
ई-मेल	:	sales@dpb.in
वेबसाइट	:	www.dpb.in
संस्करण	:	2013
मुद्रक	:	आदर्श प्रिंटर्स, शाहदरा, दिल्ली - 32

FOR A BETTER TOMORROW (MARATHI)
by : Joginder Singh, IPS (Retd)

भूमिका

प्रत्येक व्यक्तीला फक्त यश हवे असते. आपण स्वत:ला एक प्रश्न अवश्य विचारला पाहिजे की आपण यशाची व्याख्या कशी कराल. आपली यशाची परिभाषा काय आहे? भरपूर प्रमाणात संपत्ती, शक्ती, अधिकार, साध्य, समाधान, एक स्वस्थ जीवन, ओळख, रोमांचक वा मग एक सृजनशील लेखक? शक्य आहे की आपण यापैकी सर्वच किंवा काहींची इच्छा करता, प्रत्यक्षात विभिन्न व्यक्तींसाठी यशाची परिभाषा वेगवेगळी असते.

आपण आपल्या जीवनातसुद्धा निश्चित नीती व आदर्श समाविष्ट करून शंभर टक्के यश मिळवू शकता.

हे पुस्तक एका मार्गदर्शकाच्या रूपात आपल्याला यशाचा मार्ग दाखविताना स्वप्न साकार करण्यात सहायक होईल. आधुनिक युगाची सर्वात मोठी देणगी ही आहे की आपल्याला नवीन टोकापासून शोध घेण्याची गरज नाही. आपण माझ्या आणि आपल्या जन्माच्या फार पूर्वी स्वीकारलेली नीती व आदर्शांचे अनुसरण करून आपले स्वप्न, ध्येय प्राप्त करू शकता. आपण या पुस्तकात जागोजागी दिलेल्या सूचनांचे अनुसरण करून लाभ मिळवू शकता.

यशस्वी आणि अपयशी व्यक्तीमध्ये फरक साहस व ज्ञानाची उणीव या कारणांनी नसतो परंतु संकल्प शक्तीचा अभाव यांना वेगळे करतो. आपणास आपल्या ध्येयाबद्दल संकल्पबद्ध झाले पाहिजे, मग त्यात लाखो अडथळे का येईनात. आपणास इच्छित ध्येय प्राप्तीसाठी धाडस व प्रेरणा एकत्र करावी लागेल. आपली योग्यता आणि क्षमतांवर विश्वास ठेवणे शिकावे लागेल आणि हे मिळविण्यासाठी सातत्याने प्रयत्न करावे लागतील. यशामागे अनेक अथक निद्रेविना रात्रींचा इतिहास लपलेला असतो. कष्टाला कोणताही पर्याय नाही. मी येथेच थांबतो म्हणजे आपले कुतूहल कायम राहील. स्वत: हे पुस्तक वाचा आणि यशप्राप्तीचे सूत्र जाणून घ्या. शुभकामनांसहित.

- जोगिंदरसिंग, आय.पी.एस. (सेवानिवृत्त)
मेल
123-124 मेल
मेल 22, मेल 4,
मेल110075
ई-मेल : jogindersingh@mantraonline.com

प्रकाशकीय

'सोनेरी भविष्याकडे' हे पुस्तक त्या नव्या पिढीला समर्पित आहे जी आपल्या हातात पूर्ण संसार धरू पाहतात. प्रवास लांब पल्ल्याचा आहे आणि अडचणी भरपूर आहेत, यात अडचणी जेव्हा त्याला निराशेच्या अथांग सागरात बुडवितात तेव्हा कोणा ना कोणा मार्गदर्शक, खरा मित्र अथवा अनुभवीचा आधार घ्यावा लागतो. आमच्या या पुस्तकात लेखकाने एक अनुभवी आणि सहृदय मित्राप्रमाणे यशाच्या आकांक्षी जिज्ञासूंकरिता त्यांच्या समस्यांचे उत्तर दिले आहे.

वेळेचे नियोजन, अव्यवस्थेतून सुटकेचे उपाय, सकारात्मक मानसिकता विकास, आपल्या प्राथमिकता व मूल्यांचे समर्थन, भविष्यातील योजना, यशप्राप्तीचे रहस्य, आत्मविश्वासात वृद्धी, शिस्तीचे महत्त्व, स्वप्नांचा योग्य उपयोग इत्यादी अनेक मुद्द्यांवर लेखकाने सारपूर्ण विचार प्रकट केले आहेत जे फक्त शब्द नसून त्यांच्या जीवनातील आव्हानांवर सिद्ध झालेले आहेत.

या, त्यांच्या अनुभवांपासून आपणसुद्धा फायदा घेऊ आणि नवीन उंचीकडे आगेकूच करू.

अनुक्रमणिका

माझ्या बाजूने काही

अवघड निवडींनी जीवन भरले आहे. दोन्ही वस्तू जर आपल्यासाठी आनंददायक असतील तर त्यापैकी एक निवडणे कठीण असते. एकदा निर्णय घेतल्यानंतर मागे न हटता परिणामांचा टिकून सामना केला पाहिजे. जर आपण परिस्थिती लक्षात घेऊन मोठा निर्णय घेतला असेल तर आपल्या निवडीच्या बाजूने उभे राहण्याची हिंमत ठेवा. प्रत्येक पर्याय आपल्याला आपल्या काल्पनिक प्रतिमेजवळ आणतो. आपल्या योग्यतेचा संशय घेऊन या प्रक्रियेत अडथळा आणू नका.

हे जाणण्याचा प्रयत्न करा की आपल्याला जीवनात काय हवे आहे, आणि त्याकरिता आपण काय करू शकता? यशप्राप्तीसाठी आपण कोणत्या नीतीचे पालन कराल? यशामागे कोणते रहस्य लपले आहे? स्वतःला दररोज ताजेतवाने ठेवा? जेव्हा कधी ध्येयाकडे पोहोचण्याचा एखादा मुक्काम पूर्ण होईल तेव्हा मागे वळून तेथे अवश्य पाहा जेथून आपण निघाला होता. आपल्या स्वप्नांना साकार करण्याचा विश्वास निर्माण करा. जेव्हा एखाद्या संकटाला तोंड द्यावे लागेल तेव्हा त्याला यशप्राप्तीच्या प्रक्रियेचा एक भाग माना. यशाविषयी सावध राहा, या प्रकारे आपण यशासाठी मार्ग निश्चित करू शकता. हे आपले प्रसन्नतेकडे पहिले पाऊल असेल, हे कठोरसुद्धा असू शकते. कोणताही एक मार्ग निवडताना आपणास दुसऱ्या शक्यता नाकाराव्यासुद्धा लागतील, पण एकदा पुढे पडून पाऊल मागे घेऊ नका. निःसंदेह हा मार्ग कठोर व काट्यांनी भरलेला आहे.

धाडसी, साहसी होऊन जीवनाचा सामना करा. कामाच्या अतिरिक्त दाबातून सुटका करून घ्यायची असेल तर काम करण्याचा निरंतर अभ्यास विकसित करा. कामाच्या अतिरिक्त ओझ्या/दडपणाचा दबाब आपल्या शारीरिक क्षमतेवरसुद्धा पडतो. गेलेल्या गोष्टीवर रडणे व स्वतःची कीव करणे यात वेळ नष्ट करू नका.

'जर असे झाले तर'च्या कल्पनेमध्ये अमूल्य वेळ घालवू नका. स्वत:चा विश्वास व क्षमतेवर अविश्वास व संशय वरचढ होऊ देऊ नका.

यश या विषयात दिलेल्या सल्ल्यावर आपले लक्ष केंद्रित करा. अधिकांश लोक स्वत:चे शत्रू असतात. कठोर स्वटीकाकार असल्यामुळे ते असल्यामुळे ते स्वत:ला आनंद व प्रोत्साहित करण्याऐवजी हा विश्वास ठेवून असतात की ते कधीही यशस्वी होणार नाहीत. स्वत:शी मित्राप्रमाणे व्यवहार करण्याचा प्रयत्न केला पाहिजे व याशिवाय काही चांगले केले तर स्तुतीसुद्धा केली पाहिजे.

काही लोकांचे स्वत:विषयी मत चांगले नसते. या स्थितीत सुधारणा आणण्यासाठी आपणास आपली प्रतिमा सुधारावी लागेल. तपास करा की आपण स्वत:विषयी काय विचार करता. आणि स्वत:ला कमी ठरविण्यासाठी प्रयत्न का करता? थोडे अजून खोलात जाऊन विचार करा की, जाणून घेण्याचा प्रयत्न करा की आपली प्रतिमा अशी का तयार झाली जी स्वत: आपल्यालाच आवडत नाही. स्वत:शी असलेल्या संबंधात सुधारणा करा आणि मधुर संबंधांसाठी पुढे व्हा. आपल्या भूतकाळात झालेल्या चुकांसाठी स्वत:ला क्षमा करून संबंधाची सुरुवात करता येते.

आपण सर्वांच्या व्यक्तिमत्त्वात काही तरी असे अवश्य आहे जे आपणास आवडते. निःसंदेह आपल्या व्यक्तिमत्त्वातसुद्धा असे काही ना काही आकर्षण असलेच पाहिजे. तेथूनच आपण आरंभ करा. लक्षात असू द्या की आपल्या सर्वांच्या जीवनाचा काही ना काही उद्देश किंवा सार्थकता आहे. ईश्वराने आपल्याला हे उद्देश पूर्ण करण्यासाठी क्षमता दिलेली आहे. जीवनातील कोणतीही घटना आणि कोणत्याही मोठ्या स्वप्नांना कमी समजू नका. मार्शा सिनेटर म्हणते –

"आपल्याच आत्म्याचा शोध व जिवंतपणा या बद्दलचा आग्रहच आपल्या जीवनात विशेष महत्त्वाचा असतो. आपण आणि मी पूर्णत: विशिष्ट बनंण्यासाठीच जन्मलेले आहोत. हाच प्रत्येक व्यक्तीच्या जीवनाचा सार्थक उद्देश असला पाहिजे."

नॉर्मन व्हिन्सेंट याच विषयात पुढे म्हणतात –

"जे लोक आपल्याच रोमांचक विचारावर अंमलबजावणी करतात वा नवीन जगाचे शोध घेतात. रोमांच वाढतो आणि नवीन संधी समोर येतात."

आपल्या ध्येयाविषयी सर्वदा आग्रही राहा. आपल्या स्वप्नांना हृदय व आत्म्यात

राहू द्या आणि आपल्या दिनचर्येच्या वास्तविकतांद्वारे त्याला मजबूत बनवा. ध्येयाविषयी उत्सुकता कायम ठेवण्याचे शक्य तेवढे प्रयत्न करा. ध्येयप्राप्तीसाठी आपल्याला स्वत: नियमितपणे पुरस्कृत करण्याचा अभ्याससुद्धा करावा लागेल म्हणजे आपण प्रेरित होऊ शकाल. लहानातील लहान उपलब्धी मिळविल्यानंतरसुद्धा स्वत:ला पुरस्कृत करणे व पाठ थोपटण्यास विसरू नका.

आपल्यातील वास्तविकता ओळखा व प्रशंसा करा. अंदाज करा की आपली शक्ती काय आहे आणि आपण कोणते काम चांगल्या पद्धतीने करू शकता. आपल्या दुर्बलतेच्या तुलनेत शक्ती व सकारात्मक विशेषतेवर लक्ष केंद्रित करा. हे सत्य स्वीकारा की जीवनात भरपूर शक्यता आहेत आणि त्यांना वास्तविकतेत बदलण्याचे अनेक मोके समोर येतील - 'जोपर्यंत आपण यशासाठी निर्धारित विशेषतेचे पालन करीत नाहीत तोपर्यंत आपण स्वत:ला ओळखू शकत नाही.'

जीवनात सकारात्मक कल आपल्या खूप कामी पडेल. आत्म्याला भेदणारी मती व तणावाला तोंड देताना तर याची उपयोगिता आणखीनच वाढते. संघर्ष आणि अडचणींचा सकारात्मक पक्ष आपल्याला दु:ख, त्रास व अथांग उदासी यापासून वाचवू शकतो. एवढे की वाईटपेक्षा वाईट अवस्थेतसुद्धा स्वत:ला सकारात्मकतेसाठी प्रोत्साहित करा. रॉल्फ वाल्डो इमर्सन म्हणतो की प्रत्येक व्यक्ती एक विशिष्ट प्रतिभेसोबत जन्मते. स्वत:च्या आत्म्याला नेहमी सार्थक व जिवंत जीवन जगण्यासाठी प्रेरित करा. आपल्या प्रतिभेच्या समुचित उपयोगाने आपण असे करू शकाल. चित्रकला, नृत्यकला, संगीत, लेखन व पाककला इत्यादींची आवड आपले जीवन आनंददायक, समाधानी बनविते. आपण सतत आपला आत्मविश्वास कायम ठेवला पाहिजे. जीवनाच्या या बाजूला उपेक्षित करून आपण प्रसन्नतेत बाधा आणतो.

याला आपण अभ्यासाचे रूप दिले तर जीवनात आनंद मिळविण्यासाठीचे मोके अजून वाढतात. जीवनातील लहान-लहान गोष्टींतसुद्धा हे लक्षात ठेवा. जर आपण सकारात्मक रोख कायम ठेवला तर मोठ्या व छोट्या निराशा आपल्या जीवनातून अदृश्य होतील. ताओ दार्शनिक/तत्त्ववेत्ता युआंगच्या शब्दांत - "काळाच्या प्रवाहात वाहा आणि मेंदूला, मनाला मुक्त ठेवा. जे काही कराल, त्यातच एकचित्त राहा. हेच सार्वभौम सत्य आहे."

●●●

हृदयाच्या खोलीतून

विकास व वृद्धीसाठी केल्या गेलेल्या सर्व प्रयत्नांत हेच महत्त्वपूर्ण आहे की नीरस व अवघड काम मनुष्याला न देता ते यंत्राकडे सोपविले जाते. यश मिळविण्यासाठी त्या पद्धतीवर लक्ष तर दिलेच पाहिजे ज्या आतापर्यंत स्वीकारल्या गेल्या नाहीत. या व्यतिरिक्त त्या प्रक्रियांवरसुद्धा लक्ष दिले पाहिजे ज्यांना उपयोगात आणण्याची काहीही आवश्यकता नाही. 'का' बरोबर संबंधित सर्व प्रश्नांची मनोवांछित उत्तर मिळणेसुद्धा आवश्यक आहे. हे प्रश्न आपल्या जीवनात नेहमीच पडतात. काम करण्याचे चांगले उपाय, पर्याय शोधण्याबरोबरच अनावश्यक व खर्चिक अभ्यासावरसुद्धा बंदी घातली पाहिजे. स्पष्ट दृष्टिकोन व महत्त्वाकांक्षेद्वारेच महान प्रणाली विकसित होते. आपण दिवसभर इ-मेल, फोन-कॉल व फिल्म इत्यादींमध्ये आपली भरपूर ऊर्जा वापरून अनेक संधी हरवतो ज्या की आपल्यासाठी फार विशेष व महत्त्वपूर्ण असू शकतात. आपल्याला हे जाणावे लागेल की उपलब्धीकडे जाणाऱ्या मार्गावर आपण कोठे आहात? प्रगती आणि विकासाकरिता नवीन मुक्काम मिळविण्यासाठी व्यक्तिगत आणि संस्थेचा दृष्टिकोन स्पष्ट असणे आवश्यक आहे. आपल्याला आपले जीवन, आपले दिवस, आपली कारकीर्द सुरू करतेवेळी भावी भूमिका पूर्णपणे लक्षात ठेवली पाहिजे. हे स्वतःच भरपूर मजबूत व उज्ज्वल असले पाहिजे. आपल्याला दिवसाच्या उजेडात आपल्या कामांच्या मूल्यांकनाचा अभ्यास केला पाहिजे. आपले काम व उत्पादकता यांना कधी भ्रमित करू नका.

कोणताही व्यवसाय प्रभावी रीतीने चालविण्यासाठी एका निश्चित केलेल्या प्रणालीची गरज असते. मोठ्या संस्थांमध्ये नेहमी अपरिवर्तनशीलता राजेशाही गोंधळाचा, अस्ता-व्यस्ततेचे कारण बनते. फक्त काही बुद्धिमान व योग्य व्यक्तीच अशा संस्थांचे संचालन करू शकतात. अशा संस्थांद्वारे दिल्या गेलेल्या सेवासुद्धा

काही विशेष नसतात. कोणत्याही संघटनेला शिखरावर पोहोचण्यासाठी एका अशा व्यक्तीची आवश्यकता असते जी लोकांचे कार्य व तत्परता व गुणवत्तेकडे आकर्षित करणाऱ्या प्रणाली विकसित करू शकेल. कोणत्याही संघटनेची प्रभावी उत्पादकता तेथे काम करणाऱ्या लोकांवर अवलंबून असते. संघटनेला निरंतर प्रेरित केले गेले पाहिजे म्हणजे नियमित दिनचर्येत शिथिलता वा ढिलेपणा येत नाही. योग्य प्रश्नच कोणत्याही समस्येचे अर्धे उत्तर असते. हे लोकांना या योग्य बनवितात की ते तपासून पाहू शकतात की ते आपले काम कसे व कोणत्या पद्धतीने करीत आहेत. हे एक सत्य आहे की अनेक चर्चा योग्य प्रश्नातूनच जन्मतात आणि याच्यामुळेच सुधारणेचे अनेक सल्लेसुद्धा आमंत्रित केले जाऊ शकतात. व्यापाराचे नेटवर्कच यशाकडे घेऊन जाते. हे योग्य भागीदारावर अवलंबून असते जो आपल्या व्यवसायात आणि केंद्रातून बाहेर गेलेल्या वस्तूंचे केंद्रीकरण करण्यात मदत करतो. मोठ्या विचाराने व मदतीच्या बळावर आपण एखाद्या संघटनेचा दृष्टिकोन विस्तृत आणि मजबूत करू शकतो. असा एखादा व्यवसाय जो घरातच सर्व काही करू पाहतो, अडचणीत येऊ शकतो. कोणतीही व्यक्ती एकटी सर्व काही करू शकत नाही. आणि ना तर थोर, मोठे काम दाखवू शकते. योग्य जोडीदाराची मदत न घेणे हीसुद्धा एक मोठी चूक होऊ शकते. कार्यक्षमता आणि कार्यगतीचे दररोज अंतर्गत मूल्यांकन झाले पाहिजे. संघासोबत प्रभावी संभाषणाद्वारे ही समस्या सहजपणे सोडविली जाऊ शकते. तेव्हा आपण जाणून घेऊ शकता की प्रणालीत बदल पाहिजे वा प्रयत्नांच्या तुलनेत मिळविलेले यश असंतुलित आहे. काम करीत असताना लोकांचे बोलणे ऐकणे आणि संघटनेचे कार्यक्रम व जबाबदाऱ्यांच्या उजेडात त्या पुनर्मूल्यांकित करून जास्तीत जास्त लाभाची अपेक्षा केली जाऊ शकते.

ऑक्सफर्ड युनिव्हर्सिटी प्रेस शब्दकोशानुसार –

प्रभावशाली : इच्छित परिणाम मिळविणारा

दक्ष : व्यर्थतेपलीकडे दक्षतेने काम करणारा

प्रभावशीलता व दक्षता ध्येय प्राप्तीचे उत्तम साधन व उपकरण आहे. तेच दुसरीकडे असे म्हणणेसुद्धा योग्य होणार नाही की एखाद्याच्या कामात व दक्षतेत सुधारणाच फक्त आपले स्वयं ध्येय होऊ शकतात, आणि उत्पादकता फुलून येते. सक्षमता व दक्षता शिकल्या जाऊ शकतात आणि सतत उपयोगाने आपला अभ्यास

बनू शकतात. हे कोणत्याही ध्येय प्राप्तीसाठी मौल्यवान संपत्तीपेक्षा कमी नाहीत. प्रभावी उत्पादकता एक प्रक्रिया आहे जिच्याद्वारे आपण ठरलेल्या नीतीमाध्यमातून नियोजित ध्येय अथवा उद्देश प्राप्त करू शकता. प्रत्येक पावलाचे मूल्यांकन करा आणि पूर्ण मोहिमेशी याची तुलना करू नका. संपूर्ण उपलब्धीमध्ये प्रत्येक पावलाच्या योगदानाच्या आधारावर नीती निर्धारित केली पाहिजे. जर एखादी प्रणाली अथवा पद्धत आपल्या एकूण उपलब्धीचे योगदानांमध्ये अडथळा आणीत आहे तर तो समाप्त करा. आपण अन्य सारख्या स्तरावर यशस्वी परियोजनापासूनसुद्धा काही शिकू शकतो. ध्येयाप्रती यश मिळविण्यासाठी नवे विचार, पद्धती व नीतीच्या पालनाचा विचारसुद्धा काही वाईट नाही.

ध्येयप्राप्तीच्या व्यस्ततेदरम्यान आपल्या प्रयत्नांच्या मूल्यांकनाची प्रक्रियासुद्धा कमी समजल्या नाही पाहिजेत. आपल्या मेंदूमध्ये ध्येयाची स्पष्ट प्रतिमा ठेवा आणि निश्चित करा की आपले प्रत्येक पाऊल आपल्याला ध्येयाजवळ घेऊन जात आहे. या कामासाठी आपण कॅलेंडरची मदत सद्धा घेऊ शकता. विश्लेषण व अनुसरण आपणास प्रोत्साहित तर करीलच, सोबतच योग्य दिशेनेसुद्धा घेऊन जाईल. आपण आपल्या पूर्व निर्धारित ध्येयाविषयी सदैव केंद्रित राहावे लागेल. जास्तीत जास्त परिणाम मिळविण्यासाठी आपण एकापेक्षा जास्त नीतींचे पालन करू शकता. एका वेळेला एकच पाऊल उचला, आपणास यशस्वी होण्यात कुणीही अडवू शकत नाही.

कोणत्याही कामासाठी कोणतेही आखीव-बांधीव 'सोनेरी नियम' नसतात. स्पष्ट चित्र व प्रत्येक संधी मिळविण्याची उत्कंठाच आपल्याला पुढे जाण्यात मदत करतात.

ही अशा एका मीटिंगची कथा आहे जेथे एका संघटनेचे व्यवस्थापक प्रसाधन कक्षात गुप्त कॅमेरे बसविण्याविषयी विचार करीत होते कारण नेहमी तेथून महागडे शँपू व अन्य प्रसाधन चोरी होत होते. त्यापैकी एका व्यवस्थापकाने कोणताही निर्णय घेण्यापूर्वी एका चतुर्थ श्रेणीच्या कर्मचाऱ्याकडून सल्ला घेतल्याबद्दल सांगितले. वरील व्यक्तीने सल्ला दिला की शँपूच्या बाटल्यांचे झाकण काढून ठेवा. विना खर्चाची समस्या मिटली. म्हणून कधी-कधी सामान्यापासून विचार चांगले होतात. दुसऱ्यांच्या विचार क्षमतेलासुद्धा कमी लेखू नका. नेहमी प्रत्येक काम चांगल्या पद्धतीने करण्याच्या प्रयत्नात राहा.

●●●

सर्वांपेक्षा वेगळे व्हा

इच्छा नसतानाही कित्येक वेळा आपण कामाच्या दडपणाखाली स्वत:ला दाबून टाकतो. जास्त काम झाल्यानंतर असा निर्णय घेणेसुद्धा कठीण होते की त्याला कोठून आरंभ केला जावा? येथे या विषयात काही सल्ला देण्यात येत आहे. दिलेल्या कामाला लहान-लहान भागांत विभागा. जर आपल्याला भरपूर प्रमाणात कागद सांभाळायचे आहेत तर एका वेळेस एकच ढिगारा निपटून टाका. त्यांना पाहा व रद्दी कागदांच्या कचराकुंडीत टाकून द्या. ही चाळणी करताना लक्षात ठेवा की आपल्याला परत ती प्रक्रिया पुन्हा परत करावी लागू नये. हे कागद निवडताना असे समजून चला की आपण एखाद्या अन्य व्यक्तीचे काम करीत आहात. हे ताबडतोब पूर्ण करण्याचे प्रयत्न करा. यानंतर दुसऱ्या ढिगाकडे जा आणि तोपर्यंत हे प्रयत्न चालू ठेवा जोपर्यंत आपल्याजवळ चांगले स्वच्छ वातावरण तयार होत नाही.

आपले कपाट आवरण्यासाठी वेळेला लहान-लहान तुकड्यांत वाटून घ्या. सर्व काम एकाच वेळी करू नका. आपल्या संघटित कार्यक्षेत्राचा आराखडा मेंदूत कोरून घ्या. योजना बनवून काम केल्यामुळे आपण केंद्रबिंदूवर लक्ष देऊ शकाल. आपण निश्चित कालावधीमध्ये काम करण्यासाठी स्वत:शी वचनबद्ध होऊ शकता. काम वेळेवर पूर्ण झाले तर स्वत:ला पुरस्कृत करणेसुद्धा विसरू नका. स्पष्ट दृष्टिकोनाअभावी आपले कोणतेही वेळेत पूर्ण होऊ शकत नाही. दररोज एक मास्टर लिस्ट बनवा. ही आपल्या मेंदूला शांत आणि तणावमुक्त ठेवील. याचा सरळ अर्थ आहे की आपल्या मेंदूचे दडपण कागदावर टाकले अन्यथा ही पूर्ण दिवस आपल्या मेंदूत गरगरत राहील.

या विषयात विशेषज्ञसुद्धा आपल्या सेवा देऊ शकतात. काम नियमबद्धपणे

व्हावे या गोष्टीकडे लक्ष अवश्य ठेवा. नियमित वेळेवर काम सुरू आणि बंद करा. या गोष्टींचा अभ्याससुद्धा झाला पाहिजे. संघटन क्षमतेने आपल्या योग्यतेमध्ये वाढ होईल. जर आपण स्वत:ला पूर्णपणे असंघटित पाहता तर त्याचा अर्थ आहे की आपण कोलाहलाने घेरलेले आहात. या वातावरणातून बाहेर पडण्यासाठी आपल्याला क्षमता आणि अभ्यासात सुधारणा आणल्या पाहिजेत. भ्रमिष्ट होऊ नका. जे काही पाहाल, निरीक्षक होऊन पाहा, या तऱ्हेने आपण लवकरच आपले ध्येय प्राप्त कराल.

●●●

सकारात्मकतेचे प्रतिबिंब

जेव्हा कधी आपण एखाद्या समस्येने त्रस्त असाल तेव्हा आठवा की आपण पूर्वी कधी अशा अडचणीला तोंड कशा रीतीने दिले होते. तेव्हा आपली हीच इच्छा होती का की आपण वेगळ्या पद्धतीने ती समस्या सोडवू शकता का? आपण भविष्याकरिता या समस्येच्या उत्तरदायी घटना व व्यक्तीविषयी काही निर्णय घेतला होता का? अशा काही पद्धतींची यादी बनवणे लाभदायक ठरेल, ज्यामध्ये काही लोक दुसऱ्यांशी चलाखी करतात आणि अशा व्यवहाराचे शक्य उत्तर व समाधानसुद्धा शोधावे लागेल. अशी नोंद भविष्यात आपल्या खूप प्रमाणात कामी येऊ शकते. कटू भावनांतून सुटकेसाठी आपण वरील व्यक्तीला पत्र लिहू शकता, ज्यामध्ये आपल्या भावना दुखावल्या आहेत पण ते पत्र पाठवू नका म्हणजे भविष्यात मुक्त भावनांनी भेट करण्याची शक्यता कायम असते.

आशा कायम राहिल्या तर हृदयाच्या जखमा लवकर भरून येतात. आशा स्वत:च एक उपचार आहे. ही कोणतीही जखम इतरांच्या तुलनेत लवकर चांगली करू शकते. कठिणातील कठीण परिस्थितीमध्येसुद्धा आशेचा पदर सोडू नये. या गोष्टीकडे लक्ष राहिले पाहिजे की आपणास आपल्या जीवनात काय करायचे आहे आणि आपण स्वत:ला कोणत्या तऱ्हेने उपयोगात आणू शकता. आपल्याविषयी नेहमी उच्च दृष्टिकोन ठेवा आणि आत्म्याला मुक्त अनुभव घेऊ द्या, कोणत्याही परिस्थितीत आपल्या नजरेत प्रतिष्ठा कायम ठेवा. सॅम्युअल जॉन्सन म्हणतात - ''कोणतेही काम सहजतेने करण्यासाठी सोबतच तत्परतेचे पालन केले पाहिजे.'' लक्षात ठेवा की यश एका रात्रीत किंवा रातोरात मिळणारी वस्तू नाही. जर आपल्याला पूर्ण समग्रतेने ध्येय मिळवायचे असेल तर आपल्याला आवश्यक वेळ व प्रयत्न

द्यावेच लागतील. यश अशी एखादी वस्तू नाही जी मागणी करताच प्रस्तुत केली जाऊ शकेल. आपल्याला आपल्या स्वप्नाविषयी पूर्ण तऱ्हेने इमानदारी ठेवताना कठोर कष्ट करावे लागतील.

आपण काय बनू इच्छिता व काय करू इच्छिता या विषयी आपले विचार स्पष्ट ठेवा. एक वेळ याची जाणीव झाल्यानंतर आपण आपले स्वप्न चांगल्या पद्धतीने साकार करू शकाल. फॅन्सिस वेलँड म्हणतात - "आपण जे काही आहोत आपल्यामुळेच आहोत दुसऱ्यामुळे नाहीत, याच कारणामुळे आपल्याला युगानुयुगे लक्षात ठेवले जाते."

चांगले जीवन जगण्यावर लक्ष केंद्रित करा. आपली मूल्ये, स्तर व नैतिक नियमांचा आदर करा, म्हणजे आपल्याला सशक्त चरित्र विशेषांनी भरपूर पूर्ण व्यक्तीच्या रूपात ओळखले जावे. मूल्ये प्रतिबिंबित करणारे जीवन जगण्याचा प्रयत्न करा. जर आवश्यक वाटले तर जीवनात परिवर्तन आणा म्हणजे आपण आदर्शांनां पूर्ण मान देऊ शकाल. स्वत:विषयी खरेपणा बाळगा, आपल्या चारही बाजूंनी आनंद व्यापून राहील. मूल्यांना आदर देण्यामुळे आपली तब्येत, आरोग्य व कारकीर्द फुलून जाईल.

जीवन नियमितपणे जगा. बराजूनच्या शिक्षण नियमानुसार -'लक्ष केंद्रित करण्याची साधारण पण कठीण कला, मेंदू व स्वत:चे संघटन, ध्यानाकर्षण इत्यादी कला उगाचच येत नाहीत. कोणत्याही विषयातील कठीणपणा याचे पाठ शिकविते. यांना आपण कोणत्याही पाठ्यक्रमात नाही तर अनेक व्यक्तींच्या संपर्कात येऊनच शिकू शकता. ज्या तऱ्हेने एक खेळाडू चांगले शरीर, सहयोग व संकल्पशक्तीच्या अभावात दुसऱ्याबरोबर खेळण्याऐवजी खेळाच्या मैदानात एकटाच खेळतो.

जर आपण आपल्या आत्मविश्वासाच्या पातळीमध्ये खुलून येऊ इच्छित असाल तर एखाद्या दुसऱ्या व्यक्तीला नीच सिद्ध करणाऱ्या किंवा त्याचा अपमान करणाऱ्या गोष्टी करू नका. जर आपण असे करीत असाल तर आपल्याला आपल्या धारणा व व्यवहारात परिवर्तन करावे लागेल. याच तऱ्हेने आपण जीवनात आत्मीयता व मित्रता मिळवू शकता. अशा व्यक्ती ज्यांनी आपल्याला कष्ट दिले त्यांच्याविषयी कठोर, कटू प्रतिक्रिया व्यक्त करू नका. उलट अशा व्यवहाराबद्दल जास्त सकारात्मक

रोख स्वीकारा. त्या लोकांच्या अपरोक्ष, पाठीमागेसुद्धा चांगल्या व आनंददायक गोष्टीच करा. हा अभ्यास आपण विकसित करू शकता.

दुसऱ्याविषयी आपले सकारात्मक विचार नेहमी आपल्याला आपली असुरक्षितता व भीतीला प्रतिबिंबित करतात. दुसऱ्यासोबत आपल्या संबंधांचे वैशिष्ट्य दर्शविते की आपण स्वत:विषयी काय विचार करता. असे मित्र नेहमीच खतरनाक असतात जे समोर हसवितात परंतु पाठ वळताच आपल्याला रडायला भाग पाडतात. 'एखाद्याच्या तोंडावर त्याची टीका करणे व पाठीमागे त्याला नीच दाखविणे दोन्हीमध्ये खूप फरक आहे.

अनुपस्थित लोकांविषयी अशा गोष्टी करणे अमानवीय आहे. आपल्या संबंधांची मधुर मागणी हीच आहे की पाठीमागे एखाद्याविषयी वाईट बोलू नका. जरी हे स्वाभाविक आहे की आपसांतील गैरसमज वा एखाद्या अहम् कारणामुळे आपण एखाद्याला पसंत करीत नसाल परंतु त्याचा अर्थ हा नाही की आपण त्याला नीच दाखविण्याचा एकही मोका हातून जाऊ देऊ नये. जर आपण एखाद्याविषयी चांगले बोलू शकत नसाल तर आपले तोंड बंद ठेवा.

आपणा सर्वांना ही चांगलीच जाणीव आहे की आपण लोकांना त्यांची दुर्बलतेची ओळख देऊन त्यांना दुखवितो. आपल्याजवळ अधिकार आहेत म्हणून सर्व काही आपल्या नियंत्रणात आहेत वा त्या वरील व्यक्तीचा कमकुवतपणा ओळखतो आणि त्याला दुखवितो, तर हे आपल्या स्वभावाचे वैशिष्ट्य म्हणता येणार नाही. आपल्या तोंडून असे शब्द ऐकणारे आपल्याला खालच्या पातळीचा, खुजा व नीच मानू शकतात. लक्षात ठेवा की आपण जेव्हा कधी दुसऱ्याला जखमी करतो तेव्हा आपण स्वत:लासुद्धा दु:खी करता. जर आपला व्यवहारसुद्धा असा आहे तर काहीही बोलण्यापूर्वी दोन वेळा विचार करा.

जर एखादा दुसऱ्यांच्या बाबतीत काही चुकीचे बोलतो तेव्हा आपण निंदेच्या बदली बाजूबद्दल सहानुभूती दाखवा व त्याची बाजू घ्या. जास्त महत्त्वाचे हे होईल की आपण टीकाकाराला स्पष्टपणे सांगावे की पाठीमागे एखाद्याविषयी वाईट ऐकणे मला आवडत नाही. मित्रता व सामंजस्य वाढविण्याचा प्रयत्न करा. परिवर्तन तेव्हाच येते जेव्हा आपण परिवर्तनासाठी पुढाकार घेतो. स्वत:च्या व दुसऱ्यांच्या बाबतीत

नकारात्मकता सहजच प्रवेश करू शकते. चांगला माणूस होण्याकरिता आपणाला स्वत:च्या दुष्ट प्रवृत्तीवर मात करावी लागेल.

आपणास दुसऱ्यांना अपशब्द बोलण्याच्या वाईट सवयीपासून दूर राहिले पाहिजे. जेव्हा आपण रागावता तेव्हा स्वत:ला प्रश्न विचारा की आपण असे का करीत आहोत? लक्षात असू द्या की दुसऱ्यांना वाईट बोलणे व त्यांना नीच सिद्ध करण्यामुळे त्यांच्यात परिवर्तन होणार नाही. ज्याची निंदा होत आहे तो आहे तसाच राहील फक्त आपण मात्र दुसऱ्यांच्या नजरेत खुजे व हीन व्हाल. एखाद्याला रडण्यास प्रवृत्त केल्यामुळे आपली प्रतिमा सुधारणार नाही, यामुळे आपली ईर्षा, घृणा, क्रोध व भीतीचा आभास होतो.

अशा तऱ्हेचे वागणे टाळण्यासाठी लागणारी शक्ती आपल्या सर्वांजवळ आहे. आपला राग कोणातही बदल घडवू शकत नाही. आपणास आपल्या जीवनाची नकारात्मक प्रभावापासून रक्षा करावी लागेल. या जीवनात जो काही आनंद आहे तो आपल्यापासून दूर जाऊ शकतो. जीवन व आनंदावर अवघड संबंधांचे दडपण टाकू नका. कठीण लोकांपासून सुटका करून घेण्याचे आपल्याकडे दोन पर्याय आहेत - एक तर आपण त्यांची उपेक्षा करू शकता किंवा मग त्यांना एखाद्या योग्य समाधानासाठी सजग करू शकता. हे एका गोष्टीवर अवलंबून असते की त्या व्यक्तीचे आपल्या जीवनात काय महत्त्व आहे, हीच समज आपणास मुक्त ठेवू शकते. अशा तऱ्हेने आपण त्रासदायक वागण्यातून बाहेर निघून जीवन भरपूर सुंदर रीतीने जगू शकता. आपण आपल्या सुरक्षित भावनेतच दीर्घकालीन, सकारात्मकता व मधुर संबंधांचे रहस्य दडलेले आहे. निश्चित करा की आपल्या समग्रतेतून सकारात्मकता फक्त प्रतिबिंबित व्हावी.

●●●

स्वप्नांचे साकार रूप

स्पष्ट व निर्धारित ध्येय बाळगून चालणारा मनुष्य इतर व्यक्तींच्या तुलनेत सहजपणे स्वत:चे ध्येय गाठू शकतो. हे सर्व प्रकारच्या परिस्थितीत चिरंतन सत्य आहे. कोणत्याही स्थितीत स्पष्टपणा व आनंदाचे 70 % योगदान विजयासाठी प्रेरित करू शकते. स्पष्टतेच्या अभावी चिंता वाढते आणि यश मात्र दूर जाते. हेच कारण आहे की काही लोक म्हणतात - ''यशच फक्त ध्येय आहे बाकी सर्व स्वगत भाषण आहे.'' आपल्या जीवनातील स्पष्ट करा की आपण जीवनात काय मिळवू इच्छिता. स्पष्ट भावनेने लिहा व वर्णनसुद्धा करा.

आपले ध्येय प्राप्त करण्याचा कालावधी निश्चित करा. ध्येयाकार व अडचणीनुसार याला लहान-लहान ध्येयांत वाटा आणि क्रमाने लिहा. स्वत:च्या मदतकारक वस्तूंचीसुद्धा यादी बनवा. जर काही नवीन पाहण्यात आले तर तेसुद्धा यादीत समाविष्ट करा आणि ते क्रम व प्राधान्यानुसार लिहा.

स्वत:च्या योजनेच्या महत्त्वांच्या भागावर त्वरित काम करण्याचा सराव करा. हे खूप महत्त्वाचे आहे. दररोज एक काम असे अवश्य करा जे आपल्या ध्येयाजवळ घेऊन जाईल. वॉशिंग्टन आयर्विन म्हणतात - 'महान मेंदूजवळ उद्देश आणि अन्य व्यक्तीजवळ फक्त इच्छा असतात.'

ध्येय लिखित ठेवा :-

आपले ध्येय लिहून ठेवण्याचा सराव करा. जेवढा जास्त विचार आपण ध्येयाविषयी कराल तेवढे स्पष्ट होत जाल. दुसरी विशेष गोष्ट ही आहे की आपली

आकांक्षा काय आहे आणि ती पूर्ण करण्यासाठी आपण संधीचा किती पुरेपूर फायदा घेऊ शकता. एका विपरीत दृष्टिकोनाचा अर्थ होईल की आपण आपल्या ध्येयाकडे पाठ फिरवीत आहात. एका शोधामुळे कळाले आहे की फक्त तीन टक्के लोकच दरदिवसांच्या योजना आणि लक्ष्य लिहितात. हे तेच तीन टक्के लोक आहेत जे जीवनात जास्त काहीतरी मिळवितात. आपणसुद्धा समाजातील त्या 3 टक्के लोकांत सामील व्हावे हे चांगले. काही काळातच आपली त्या तीन टक्के लोकाप्रमाणे जास्त मिळविण्याची अपेक्षा ठेवाल.

ध्येयांचे बदल याच गोष्टीवर अवलंबून आहेत की आपण किती प्राप्त केले आहे. आपल्या ध्येयांचे दररोज अध्ययन व मूल्यांकन करा, म्हणजे आपण स्वत:ला अति महत्त्वाच्या उद्देशांवर केंद्रित, एकाग्र करू शकाल. वेळेनुसार आपण आपल्या यादीत लक्ष्य कमी वा जास्त करू शकता. एका लक्ष्यप्राप्तीनंतर अशा लक्ष्यांना यादीतून कमी करणे अनिवार्य असते ज्यांचे औचित्य संपले आहे. मुख्य बाब ही आहे की आपले लक्ष्य कोणतेही असो, कागदावर पूर्ण योजना तयार करा आणि त्यावर नियमितपणे काम करा. अशा तऱ्हेने आपण उच्चस्तरीय कार्य व जास्तीत जास्त उपलब्धी मिळवू शकता.

आपल्याला आनंद नियमितपणे मिळविण्याचा सराव करावा लागेल, म्हणजे आपले जीवन समाधानी राहील. त्या पाच वस्तूंची यादी करा ज्यांच्यासाठी आपण जीवनात कृतज्ञ आहात. आपल्या सर्वात नकारात्मक विचाराला काढून टाका जो आपल्यावर सतत दबाब टाकतो. याला सकारात्मक वाक्यात बदलण्याचा प्रयत्न करा. स्वत:ला कायम प्रश्न करीत राहा की जीवनातील कोणत्या क्षेत्रातून प्रसन्नता नाहीशी होत आहे आणि याचे कारण जाणण्याचा प्रयत्न देखील करा.

स्वत:च्या आनंदाला कशापेक्षाही कमी लेखू नका. स्वत:ला आणि आपल्या गरजांना महत्त्व देण्यास शिका. हा आपले संबंध व उत्तरदायित्वांच्या अवहेलनांचा प्रश्न नाही. याचा सरळ अर्थ आहे की आपण अशा वस्तूंशी जुळवून घेऊ नका

ज्यांच्याकरिता आपल्याला नंतर पश्चात्ताप करावा लागेल. आपणास आपल्या आनंदाची किंमत देऊन चांगले बनण्याची काही गरज नाही, परंतु त्यासोबतच स्वत:चे स्वप्न व महत्त्वकांक्षांना कधीही विसरू नये. आपण ओळखले, जाणले पाहिजे की आपल्याला आनंदी होण्याचा नैसर्गिक अधिकार प्राप्त आहे. इच्छा नसताना एखादे काम करण्यासाठी तयार होऊ नका. प्रतिमेमुळे भ्रमात राहू नका. आपण दुसऱ्यांचे मोल आपल्या मेंदूत तयार केलेल्या छबीनुसार लावतो. तळापर्यंत जाण्याचा प्रयत्न करा. तेव्हाच दुसरीकडे नेहमी एक निपुण पती, पत्नी, मुलगा, मुलगी, आई-वडील, कर्मचारी वा अधिकारी बनण्याचा प्रयत्न करू नका. हा स्वत:च अवसानघातकी होऊ शकतो, विशेष करून त्यावेळी जेव्हा आपण दुसऱ्यांच्या सेवेत स्वत:ला विसरता.

नंतर हे जाणून आपल्याला आत्मग्लानी येईल की आपण दुसऱ्यांच्या दृष्टीत चांगले होण्याच्या इच्छेने स्वत:च्याच आनंदाचे शत्रू झाला आहात. शोध घ्या की आपण कोणत्याही तऱ्हेने स्वत:ला समर्थन द्याल. याचा अर्थ असा होईल की आपली लोकाकडून काय इच्छा आहे हे स्पष्टपणे सांगितले पाहिजे. हे निश्चित करा की आपले शब्द, व्यवहार, शारीरिक हाव-भाव आणि प्रतिमा आपल्या विश्वासाला प्रतिबिंबित करील. आणि आपण इतरांना जाणीव देऊ शकाल की आपण एक विशेष व्यक्ती असल्यामुळे उपेक्षा योग्य नाहीत.

येथे आम्ही हे सांगू इच्छित नाही की आपण आपला चांगला स्वभाव त्यागावा. आपण फक्त एवढे लक्षात ठेवायचे आहे की जर काम करण्याची इच्छा नाही तर स्पष्टपणे 'नाही' म्हणा. लक्षात ठेवा, आपल्यामध्येच स्वत:ची स्वप्ने पूर्ण करण्याची क्षमता आहे. स्वत:च्या स्वप्नावर दुसऱ्यांचा आनंद वरचढ होऊ देऊ नका. जर आपण कोणत्या ना कोणंत्या कारणाने स्वत:च्या इच्छा व स्वप्नांना उपेक्षित करीत राहाल तर आनंद हरवून बसाल. व्यवहारी व्हा आणि ध्येय प्राप्तीचा पूर्ण प्रयत्न करा.

आपल्या अमूल्य वेळेचे रक्षण करा म्हणजे आपण व्यक्तिगत आणि व्यावसायिक कामांना प्राधान्यांनुसार करू शकाल. विशेष माहिती नेहमी स्वत:जवळ राहू द्या. इच्छा यादी व आकड्यांची एक यादी असावी म्हणजे आपण ताबडतोब त्वरित निर्णय घेऊ शकाल.

विचारांची यादी अंतहीन आहे. माझ्याजवळ एक वैद्यकीय फाईल आहे– ज्यामध्ये माझ्या आजारांची विस्तृत माहिती, घ्यावयाची औषधे आणि डॉक्टरांची यादी आहे ज्यामध्ये मी उधार घेतलेल्या व दिलेल्या वस्तूंची माहिती लिहिली होती. अशा याद्यांच्या प्रभावामुळे मला वाटते की मी आपल्या जीवनाच्या नियंत्रणात आणि शिखरावर आहे. एवढे की माझ्या येथे भिंतीवर लावलेल्या कॅलेंडरवर अनेक घटनांच्या तारखा नोंदलेल्या आहेत. आपण या प्रकारची कोणतीही पद्धत स्वीकारू शकता. कित्येक वेळी आपण परिवार, कारकीर्द व शिक्षण वगैरेंशी केलेल्या वचनाखाली दबून जातात कारण जीवनात सगळं काही अंतहीन आहे. आपणास यादी बनविण्यासाठी नवीन व मनोरंजक पद्धतींची माहिती ठेवावी लागेल. आपणा सर्वांना दैनंदिन नियमन, घटना लक्षात ठेवणे, त्वरित निर्णय घेण्याची आवश्यकता असते. आपल्याला स्वत:मध्ये सुधारणा आणि परिवर्तनसुद्धा आणावे लागेल जे की यशाचे मूलमंत्र आहेत. या प्रकारे मिळविलेले ध्येय आपल्या आनंदाचा पेला काठोकाठ भरून टाकील.

●●●

आधारभूत अधिकाराकरिता

आपल्याला जीवनभर कोणत्या ना कोणत्या रूपात कागद सांभाळावे लागतात. हे जीवनातील असे सत्य आहे, भाग आहे जो उपेक्षित करता येत नाही. सत्य हे आहे की जोपर्यंत आपल्याला टेबलावर पडलेल्या फाइल्स व कागदांच्या ढिगांचे योग्य सार काढता येणार नाही तोपर्यंत आपले कार्यक्षेत्र अस्त-व्यस्ततेचा बळी राहील. एका अभ्यासातून एक निष्कर्ष काढण्यात आला आहे की अधिकारी वर्ग आपल्या वेळेचा 5 ते 15 टक्के वेळ माहिती वाचनात आणि 50 टक्के वेळ त्याला शोधण्यात जातात. आपण एक अंदाज लावा की आपल्या टेबलावर पडलेले ढीग सांभाळण्यासाठी किती वेळ द्याल. याचासुद्धा अंदाज करा की दर आठवडा आपला किती वेळ त्या पसाऱ्यातून सामान शोधण्यात जातो. हेसुद्धा आठवण्याचा प्रयत्न करा की मागील एका वर्षात आपले किती आवश्यक दस्तावेज त्या पसाऱ्यात हरवले आहेत. आपणास आपल्या पठण-पाठण क्षमतेला निश्चितपणे जास्त वेळ द्यावा लागेल.

साफ-स्वच्छ ठिकाणी काम करण्याचा आनंदच वेगळा असतो. तेथे आपण जेव्हा ज्याची इच्छा करता सहज मिळवू शकता. नेहमी आपण दुसऱ्यांच्या कामात ढवळाढवळीत या सत्याकडे डोळेझाक करतो. जेथे बसून या वेळी मी हा लेख लिहीत आहे तेथे एक छोटा टेपरेकॉर्डर, ब्रीफकेस, कॅलक्युलेटर, फोटोग्राफ, माझ्या आईचे रक्तदाब मोजण्याचे यंत्र, काही न वाचलेली पुस्तकं व माझी डिजिटल डायरी व लॅपटॉप कॉम्प्युटर आहे.

हे एक सत्य आहे की आपण घर अथवा कार्यक्षेत्रामध्ये, जेवणाचे टेबल वा

मग कोणत्याही जागेवर सामानाचे ढीग लांवतो. परिणाम, आपण त्या संपूर्ण जागेचा खऱ्या अर्थाने उपयोग करू शकत नाहीत. कित्येक वेळा तर आपणास हेसुद्धा माहीत नसते की त्या ढिगाऱ्यात किती आवश्यक वस्तू गाडल्या गेल्या आहेत. हीच स्थिती आणखी बिघडते आणि जेव्हा आपण कामाच्या टेबलला जेवण्याचे टेबल बनविता. कूपर लेब्रांड व यू.एस.ए. वीकएंडच्या अभ्यासानुसार – ''काम करणारे सरासरी कर्मचारी कामाच्या 36 तासांपैकी 3 तास फक्त कागद शोधण्यामध्ये घालवितात. ज्यापैकी 7.5 टक्के दस्तावेज हरवतात आणि बाकी 3 टक्के चुकीच्या फाइल्समध्ये लावले जातात.''

आपले आपण पसरलेल्या या पसाऱ्याला आवरण्यासाठी दररोज काही तास काम करणे जरूरी होते. प्रत्यक्षात आपल्याला टेबलाच्या स्वच्छतेसाठीच्या कामाला प्राधान्य द्यावे लागेल. याला एक विशेष काम समजा तेव्हाच आपली योग्यता व क्षमता फुलू शकते. ज्या तऱ्हेने आपले डॉक्टरला भेटणे जरूरी आहे त्याच प्रकारे या भेटीकडेसुद्धा डोळेझाक करू नका.

आपल्याला आपला सगळा मौल्यवान वेळ या कामाला लावण्याची आवश्यकता नाही. यासाठी आपण एक ठराविक वेळ निश्चित करा. काम सुरू करण्यापूर्वी निश्चित करा की आपल्याला त्या कागद, फाईल व बिलांचा तपास करून कोठे ठेवायचे आहेत. आपल्या जवळ कागद व पेन ठेवा म्हणजे मेंदूत येणारे विचार नोंदविले जातील. आपल्या जवळच एक कचरा कुंडी ठेवा ज्यामध्ये रद्दी कागद टाकता येतील. सगळ्या सामानाचे सावधपणे निरीक्षण करा. कागदांच्या छाटणीनंतर टेबलाचे पॉलिश चांगले चमकवा. टेबलाच्या खान्यावर कप्प्यांवरसुद्धा लक्ष द्या. कात्री, पुठ्ठा, डिंक वगैरे सामान टेबलावर ठेवणे जरूरी नाही जे कधी-कधी उपयोगात आणले जाते. कित्येक वेळेस आपण टेबलावर कौटुंबिक फोटोग्राफ'वा मुलांची खेळणी ठेवतो. पण असे करू नका म्हणजे टेबल त्याच्या पूर्ण उद्देशाने उपयोगात आणले जाऊ शकते.

टेबलावर पेन, पेंसिल, फोन-पॅड, डायरी, फाईल, कॉम्प्युटर, कॅलेंडर व टेबल लँप वगैरे ठेवा. पक्के ठरवा की ज्या पत्रिका, लेख व मेमो इत्यादी वाचून झाले आहेत ते फेकायचे आहेत, ठेवायचे आहेत वा एखाद्या वाचनालयात दान

द्यायचे आहेत. जास्त प्रमाणात टेबलामध्ये ड्रॉवर असतात. खणांच्या स्वच्छतेनंतर तो भरण्यापूर्वी विचार करा की त्या जागेचा योग्य उपयोग कसा केला पाहिजे. खणांना रद्दीखाना बनवू नका. आपणापैकी काही जण उजव्या हाताचा उपयोग करतात तर काही डाव्या हाताचा या अभ्यासानुसार खणात सामान ठेवा. यामुळे आपल्या क्षमतेत वाढ होईल. या कामात दुसऱ्यांची मदत घेण्यात काहीही वाईट नाही. खालील सल्ल्यांचे पालन करण्यामुळे आपल्या काम करण्याच्या शैलीमध्ये फरक पडेल.

स्वतःचे टपाल अतिवेगाने वाचनाची व्यवस्था करा

असे टपाल जे आपल्यासाठी व्यर्थ आहे ते रद्दीच्या कुंडीत टाका. ज्याला उत्तर द्यायचे आहे ते वेळेवर द्या. जर काही जरूरी कागदसुद्धा सोबत पाठवायचे असतील तर त्या कामालासुद्धा वेळ लावू नका. टेबलावर पोहोचणारे कागद व फाइल्सवर त्या दिवसाची तारीख टाका. हे काम करण्याचा वेळ निश्चित करा. अगोदर योग्य सामान एका फोल्डरमध्ये ठेवा. वर्तमानपत्रांचे कोपरे, कागदांचे तुकडे वा पॅडवर आपल्या नोंदी, वेबसाईट व ई-मेल आणि टेलिफोन नंबर लिहू नका. याकरिता टेलिफोन डायरीचा उपयोग करा. डाटावाईज डायरीने आपल्या सुविधेत भर पडेल. एखादी अर्धवट योजना मध्येच सोडून देत आहात तर ती एका वेगळ्या फाईलमध्ये ठेवा. स्वतःचे कार्यक्षेत्र साफ-स्वच्छ व व्यवस्थित ठेवण्याचे भरपूर प्रयत्न करा.

डेनिस लीन आपले पुस्तक 'Sacre Space: Clearing and Enhancing the Energy of Your Home' म्हणजे - ''जर आपले जीवन संभ्रमात आहे तर आपण आपल्या कप्प्यांची स्वच्छता करून जीवनातसुद्धा शांती आणू शकता. या कामामुळे प्राप्त नियंत्रण व क्रमबद्धता आपल्याला सशक्त बनवील ज्यामुळे आपण अवघड समस्यांचे उत्तरसुद्धा सहजतेने मिळवाल.''

आज या सत्याकडे विशेष रूपाने लक्ष द्या आणि निश्चितपणे चांगले अनुभवाल.

●●●

स्वाभिमान कायम ठेवा

वेळोवेळी हीन भावनाग्रस्त व्यक्ती निराशा व औदासीन्यात जखडली जाते. सकारात्मक विचारधारा व उचित निर्णय क्षमतेच्या अभावात उदासीनतेमुळे भेदणे कठीण होते. यात परिवर्तन करण्यासाठी ते अविस्मरणीय क्षण आठवा जेव्हा आपली एखादी महत्त्वकांक्षा पूर्ण झाली होती. अशा प्रकारे हा अनुभव जीवनातील इतर क्षेत्रांतसुद्धा स्वीकारा. या तऱ्हेने आपण जीवनात मनाप्रमाणे बदल घडवून आणू शकाल. तेव्हाच आपण जाणू शकाल की असे काय आहे जे जीवनात सुधारणा आणणारी सकारात्मक पावले उचलण्यास अडवीत आहे.

व्यक्ती नेहमी नम्र भावनेने हा विचार करते की त्यांची शक्ती जीवनामध्ये सकारात्मक परिवर्तन आणण्यासाठी अपुऱ्या आहेत. हीच विचारसरणी लोकांपासून त्यांचा आनंद हिरावून घेते. आपणास आपल्या क्षमतेद्वारा स्वत:च्या आणि इतरांच्या जीवनात सुधारणा घडवून आणल्या पाहिजेत. आपण हे विसरता कामा नये की प्रत्येक जीवन दुसऱ्या जीवनाशी संबंधित आहे. वातावरण भले कसेही असो सकारात्मक विचार प्रत्येक पावलावर सोबत असतात.

यश प्राप्त करणे सोपे नाही, जीवनसुद्धा साधारण खेळ नाही. जर आपल्याला यात पुरस्कृत व्हायचे असेल तर भरपूर क्षमता व साहसाने पुढे पाऊल टाकावे लागेल. जीवनातील सत्य हेच आहे की आपले प्रत्येक काम आपल्या अंतर्दृष्टीने प्रभावित होईल/होते. योग्य दृष्टिकोन मिळताच जीवनात वस्तू क्रमबद्ध होऊ लागतात. लहानात लहान गोष्टसुद्धा मोठेमोठे अर्थ बाळगून असते. त्याचा योग्य उपयोग आपणावर अवलंबून असतो. परमेश्वराने यासाठी आपल्याला शक्ती दिली

आहे. तिचा पूर्ण उपयोग करा.

अँथनी रॉबिन्स म्हणतात -'लक्ष्य तर कोणत्या तरी शेवटापर्यंत पोहोचते ते आपल्या जीवनाचा संपूर्ण उद्देश होऊ शकत नाहीत,' ते फक्त असे उपकरण आहेत ज्यांच्याद्वारा आपण एकाग्र होऊन योग्य दिशेने जाऊ शकतो. लक्ष्यच फक्त आपल्याला खुलण्याची संधी देतात. जर लक्ष्य स्वत:च प्राप्त झाले तर ते दीर्घकालीन आनंद देत नाहीत. आपण अडथळे पार पाडून ध्येयापर्यंत पोहोचतो व भरपूर समाधान मिळवितो.

जीवनात आनंदाच्या प्रतीक्षेमध्ये वेळ व्यर्थ घालवू नका, वा मग खूप सारी संपत्ती मिळविणे, योग्य व्यक्तीशी विवाह करणे वा समाजात आदर मिळविण्याच्या अटींनी आनंदाला जखडू टाकू नका. आपल्या माध्यमातून घटना घडत असतात. जीवनातील मौल्यवान वेळ या तऱ्हेने नष्ट करू नका.

जीवनाचे वर्तमान हाच वेळ आहे. हा विचार करण्यात वेळ वाया घालवू नका की आपण आज नाही तर उद्या आनंदी होऊ. जर आपण येणाऱ्या उद्याला आनंदी होण्याची वाट पाहात आहात तर आपण आज काय करीत आहात? अशा विंचाराने आपण आपला आनंद धोक्यात तर ढकलीत नाहीत ना? स्वत:ला आज आनंदी होण्यासाठी प्रोत्साहित करा. येणारा 'उद्या' खूप दूर आहे. सकारात्मक रोख स्वीकारा.

हेलन केलरच्या अनुसार - 'कोणतीही निराश व्यक्ती ताऱ्यांचे रहस्य शोधू शकत नाही, एखाद्या नव्या स्थानाचा शोध घेऊ शकत नाही. आणि ना तर मानवासाठी नव्या क्षितिजाचे द्वार उघडू शकते.'

आपणा सर्वांना जीवनात संघर्ष व कष्टांना तोंड द्यावे लागते. जेव्हा काही तरी वाईट घडते तेव्हा सर्व काही आपल्यावरच अवलंबून असते की आपण कोणत्याही घटनेला आपल्या आत्म्यावर वरचढ होऊ द्याल वा त्यापासून कणखरपणा मिळविण्याचा प्रयत्न कराल. आपणापैकी प्रत्येकाजवळ आपला आनंद वाचवून ठेवण्याची शक्ती, क्षमता असते. कोणतीही घटना, व्यक्ती वा वस्तूला आपल्या

या क्षमता व आशावादी दृष्टिकोनावर वरचढ होऊ देऊ नका. आपल्या त्रासाबद्दल आपले जीवन आणि दुसऱ्यांना दोषी ठरवू नका.

जर आपल्यासोबत सतत नेहमी दुर्घटना घडल्या असतील तर आपणास आपल्यासोबत अधिक सत्य व मोकळेपणा दाखवावा लागेल. आपणापैकी प्रत्येक जण आपले जीवन व आनंदाकरिता जबाबदार आहे, कारण आपल्या सर्वांचे मापदंड वेगवेगळे आहेत. संघर्षाशी दोन-चार हात झाल्यावर हे जाणून घेण्याचा प्रयत्न करा की अडथळे प्रत्यक्षात आहेत वा काल्पनिक? बहुधा नेहमी आपल्याच मर्यादा स्वप्न साकार होऊ देत नाहीत. हेच अशक्य अडथळ्यांत बदलते. काही तरी मिळविण्याच्या इच्छेमध्ये आपण गुप्तपणे अपयशाची अपेक्षासुद्धा बाळगतो. परिणामस्वरूप फार लोक भ्रामक समाधान वा आनंदाच्या इच्छेत वर्तमान कामाबरोबर न्याय करू शकत नाहीत.

भारतीय पोलीस सेवेत माझा एक निकटचा मित्र, आपल्या अधिकारी सहकारी व अधिकाऱ्यांशी नेहमी नाराज राहायचा. राजकीय प्रभावाने त्याने स्वत:च्या बदल्यासुद्धा करवून घेतल्या, परंतु लवकरच त्याला असे वाटायचे की नवीन स्थान व पदसुद्धा त्याच्या निराशेला कारण बनले आहे. एक दिवस त्याने माझ्याशी चर्चा केली तेव्हा मी त्याला सांगितले की आहे त्या पदावरच समाधान मिळविण्याचा प्रयत्न करावा. जीवनाची सकारात्मक बाजू पाहा. त्याने हा सल्ला ऐकला व यशस्वी झाला.

जर आपण पश्चात्तापपूर्ण जीवन जगत आहात तर हे फक्त वेळ नष्ट करते. वर्तमान परिपूर्ण रीतीने जगण्यास शिका. जीवनातील परिस्थिती व इतरांपासून मिळालेली कटूता विसरून जाण्यातच भले आहे.

जीवनाला आपल्या पूर्ण योग्यतेसह स्वीकारा. हे आपल्यावर अवलंबून आहे की आपण आपल्या जीवनात प्रसन्नता कशी आणता? हेच सकारात्मक विचार व रोख स्वीकारा की आपण नेहमी सर्वच काही मिळवू शकता. एकदा आपण योग्य मार्गावर चालू लागाल तर जीवन स्वत:च विलक्षण होईल. असे समजून चला की

आपण त्या यशस्वी व्यक्तीपैकी आहात जे आपल्या ध्येयापर्यंत पोहोचले आहेत, यामुळे आपल्यात आत्मविश्वास निर्माण होईल व यशासाठी नव्या क्षितिजापर्यंत पोहोचाल. आपल्याला भीती व असुरक्षिततेच्या भावनेतून बाहेर येण्याचे साहस येईल. आपल्याला फक्त एवढेच समजून चालावयाचे आहे की आपल्यालाच यश मिळेल. रॉबर्ट हेन्री म्हणतात की – 'आनंदाकडे पाऊल टाकणे हेच मनुष्याचे सर्वात पहिले पाऊल असले पाहिजे.'

आनंद परस्परसंबंधित असतो. आपल्याला जाणवले असेल की जेव्हा आपण आनंदी असता तेव्हा आपण आपल्या आणि दुसऱ्याविषयीसुद्धा चांगले अनुभवता. निराश असल्यावर आपण आपल्या योग्यतेचासुद्धा पुरेपूर उपयोग करू शकत नाहीत.

निराशावस्थेत आपण स्वत:ला वाईटपेक्षा अतिभयानक कल्पनांनी भयभीत करतो. म्हणून स्वत:शी वाईट वागण्याऐवजी आनंदी राहण्याची शपथ घ्या. स्वत:च्या आणि दुसऱ्यांच्या आनंदाकरिता दररोज काही पावले उचला. व्यक्ती आपल्या बदलत्या विचाराने प्रभावित झाल्याशिवाय राहत नाहीत. स्वत:वर विश्वास ठेवणे यासाठी जीवनातील सर्व क्षेत्रांत प्रवेश करा. आपल्याजवळ हाच पर्याय आहे जो की विलक्षण परिणामकारकसुद्धा आहे.

●●●

प्रभावी लेखांसाठी सल्ला

लेख लिहून आपण स्वत:चे विचार आणि व्यवसाय चांगल्या तऱ्हेने प्रकट करू शकता. प्रत्यक्षात माझ्या मते हे एक चांगले व प्रभावी 'मार्केटिंग' साधन होऊ शकते. मासिक, पाक्षिक व वर्तमानपत्रांचे संपादक नेहमीच चांगल्या लेखांच्या शोधात असतात, त्यांची वाट पाहतात. या कामासाठी फक्त वेळेची गुंतवणूक करावी लागते. याशिवाय हे मोफत प्रसिद्धीचा स्त्रोत आहे. या विषयात दहा सल्ले देण्यात येत आहेत. याची अंमलबजावणी करा, आपले लेख प्रसिद्ध होतील व त्यांची स्तुती होईल.

सेवेसाठी लेखन :- लेख लिहिण्यापूर्वी स्वत:ला विचारा, यामुळे एखाद्या समस्येचे निराकरण होऊ शकते का? काही सामान्य मुद्यांव्यतिरिक्त एखादी व्यक्ती अजून कशाची तरी अपेक्षा ठेवते. आपला लेख त्या मुद्यांशी संबंधित आहे का?

लक्ष आकर्षित करण्याची क्षमता :- आपल्या वाचकाचे लक्ष आकर्षित करण्याचा प्रयत्न करा. आपले शीर्षक रोचक करण्याचा प्रयत्न करा. शीर्षक लिहितेवेळी स्वत:ला विचारा की हा वाचून लेख वाचण्याची जिज्ञासा निर्माण होते का? आपल्या लेखाचा पहिला परिच्छेद साधारण परिचयाव्यतिरिक्त लक्ष आकर्षित करण्याची क्षमता असणारा पाहिजे.

फक्त एकाच व्यक्तीला संबोधित करा :- विसरून जा की आपला लेख लाखो लोक वाचतील. फक्त एकाच व्यक्तीला संबोधित करा, ज्याप्रकारे मी आपल्याला संबोधित करीत आहे.

तर्क-विचारांचा ओघ कायम ठेवा :- एका विचारावरून दुसऱ्या विचारावर

उडी मारू नका. पहिला परिच्छेद दुसऱ्याशी तर्काने जोडलेला पाहिजे. परिच्छेदातील वर्णन केलेले विविध विचारसुद्धा परस्परांशी संबंधित असले पाहिजेत.

मुख्य विचार स्पष्ट करण्यासाठी उदाहरणांचा उपयोग करा :- स्वत:चे विचार स्पष्टपणे व्यक्त करण्यासाठी प्रसिद्ध विचारवंतांचे उदाहरण अवश्य द्या. ते आपला संदेश प्रभावी करण्यात सहायक होतील.

परिच्छेद संक्षिप्त असावा :- बहुधा नेहमी चार ते सहा ओळींचा परिच्छेद पुरेसा असतो. लहान परिच्छेदात सांगितलेल्या गोष्टी वाचकांपर्यंत ताबडतोब पोहोचतात.

व्यवहारीपणाला प्रोत्साहन :- लेख जर सामान्य समस्येशी संबंधित असेल तर वाचकांना व्यवहारी सल्ला अवश्य द्या. लक्षात असू द्या की Insingle + Action = Growth.

संदेश दररोजच्या कार्यात असू द्या :- येथे एक चांगले उदाहरण आहे - 'Life is like a box of chocolates'.वाचकाने आपल्या विचारांशी तादाम्य पावण्यासाठी मदत करावी, म्हणजे तो ते आपल्या जीवनात आणू शकेल.

लेखाचे संक्षिप्तीकरण :- लेखाचे मुख्य मुद्दे संक्षिप्त करा, की व्यक्ती कशा तऱ्हेने त्या सल्ल्यांचा उपयोगात आणून प्रभावी परिणाम प्राप्त करू शकते.

संपर्क सूत्रसुद्धा द्या :- आपल्या लेखासोबत लहानसा 'रिसोर्स बॉक्स' (सांर्भ यादी)सुद्धा द्या. हा आपल्या व्यवसायाशी संबंधित असावा आणि आपल्याला संपर्क साधण्याचा मार्ग दाखविणारा असावा. या प्रकारे कोणत्याही जिज्ञासूची समस्या सोडविण्याचे प्रयत्न करा.

या सल्ल्यांचे पालन करून आपण असे परिणामकारक व प्रभावी लेख लिहू शकता जे प्रकाशित होतील व वाचकांद्वारे वाचलेही जातील. यापूर्वी स्मरणात राहू द्या की एक लेखक फक्त लिहू शकतो, म्हणून स्वत:मधील लेखक असण्याच्या शक्यता पारखून घ्या.

●●●

लहान गोष्टीत निश्चित यश

वेळ मिळताच मी प्रसिद्ध खेळाडू, राष्ट्रीय पातळीवरील लोकप्रिय कलाकार, लेखक, राजनीतिज्ञ व व्यावसायिकांना त्यांच्या यशाचे रहस्य विचारतो. मी त्यांना हे अवश्य विचारतो की कशा तऱ्हेने ते साधारण व्यक्तीपेक्षा जास्त कार्यक्षमतेचे प्रदर्शन करू शकतात? या चर्चेतून मी पुढील निष्कर्षापर्यंत पोहोचलो आहे ज्यांच्या बळावर सहजतेने ध्येय प्राप्त केले जाऊ शकते.

सर्व यशस्वी नेता प्रथम दिवसापासून ते आगामी पाच वर्षापर्यंतची लक्ष्ये, हेतू लिहून ठेवतात. शिक्षणक्षेत्राशी संबंधित लोकसुद्धा आपले लक्ष्य ओळखतात. व्यवसायसंबंधित व्यक्तीसुद्धा जांणतात की आर्थिक स्तर त्यांना किती प्रभावशाली बनवितो. याच पद्धतीने प्रसिद्ध खेळाडूसुद्धा स्वत:च्या आगामी कामगिरीशी अपरिचित नसतात. त्यांना जाणीव असते की त्यांचे लिखित लक्ष्य एक ना एक दिवस नक्की पूर्ण होईल. यशस्वी व्यक्ती सदैव स्वत:चे आदर्श व व्यवहारी स्थितीचे संतुलन कायम ठेवतात. आपल्या महत्त्वकांक्षा पूर्ण करण्यासाठी तंत्र, माहितीचा चांगला उपयोग करून घेणे जाणतात. ते जुन्या परंपरा, अपयश व खुलासे, स्पष्टीकरणात आपला वेळ नष्ट करीत नाहीत. ते स्वत:ची दुर्बलता व वैशिष्ट्यांशी चांगल्या प्रकारे परिचित असतात, आणि भविष्याविषयी निश्चित असतात. ते स्वत:विषयी नेहमीच प्रामाणिक असतात. ते आपले बोलणे मुद्देसूद ठेवतात. त्यांचे संभाषण सोपे व स्पष्ट असते. व्यवहारी असल्यामुळे ते स्वत:च्या लक्ष्यापर्यंत पोहोचण्यासाठी व्यवहारी सल्ल्यांची अंमलबजावणी करतात.

मित्र व सहकाऱ्यांकडून मिळालेले साहाय्य व योगदान ते कृतज्ञतेने स्वीकारतात.

जर त्यांना कोणी यशप्राप्तीसाठी नवीन सूत्र दिले तर ते ग्रहण करतात. स्वभावाने अंतर्मुख व रहस्यप्रिय नसतात आणि स्वत:चे विचार त्यांच्यापर्यंत अवश्य पोहोचवितात जे जीवनात यशस्वी होऊ इच्छितात. एका चांगल्या जगाच्या निर्मितीसाठी त्यांचे पूर्ण योगदान असते. उद्देशप्राप्तीसाठी ते नेहमी स्वत:ची दक्षता फुलवितात. त्यांच्यापैकी प्रत्येक जण जन्मत: श्रीमंत नसतो आणि ना तर सर्वांजवळ उच्च शिक्षणातील पदव्या असतात. विजय, यशाला ते डोईजड होऊ देत नाहीत आणि जीवनव्यापी उच्च यश मिळविण्यासाठी प्रयत्नशील असतात.

जीवनाच्या शाळेत मिळालेल्या अनुभवांतूनच ते पी.एच.डी.ची पदवी मिळवितात. त्यांच्या यशाचा कौटुंबिक पार्श्वभूमीशी काहीही संबंध नसतो. त्यांची क्षमता, कष्ट व दक्षता कोणाकडूनही शिकली जाऊ शकते. स्वत:च्या मागणीबद्दल ते अतिशय स्पष्ट असतात. अद्वितीय परिणामासाठी नेटवर्क, कठोर परिश्रम, साहस, धाडस, संकल्पशक्ती व हिमतीचा आधार घेतात. जर आपली इच्छा असेल तर प्रत्येक जण असा बनू शकतो.

●●●

मोठेपणाचे रहस्य

एक प्रश्न असा आहे जो बहुधा नेहमीच विचारण्यात येतो की आपण कशा तऱ्हेने श्रेष्ठ, मोठे बनू शकता किंवा मोठी कामगिरी करू शकता? कोणत्याही व्यक्तीला मोठे बनविण्यासाठी आदर्श गुण असणे आवश्यक असते. पहिले सत्य लक्षात येते ते म्हणजे की श्रेष्ठ व्यक्ती आशावादी असतात. जर आपण हे मान्य कराल की आपल्यासाठी कोणतेही शिखर वा टोक नाही वा आपल्यात शिखरापर्यंत जाण्याची योग्यता नाही तर आपण कधीही प्रगती करू शकणार नाही. उच्च, सर्वोच्च शिखरावर पोहोचण्यासाठी या धारणेचे समर्थन करा की आपली जीवन परिस्थिती चांगली होत जात आहे. या प्रकारे आपण आपल्या मोठेपणाचे योग्य दर्शन घडवू शकाल.

मोठे होण्यासाठी आपल्यामध्ये सर्वांतून वेगळे होण्याची हिंमत पाहिजे. आपले आकलन व विश्लेषण फक्त वर्तमानाशी संबंधित न राहता भविष्यासाठीसुद्धा असले पाहिजे. स्वत:च्या ध्येयापर्यंत पोहोचण्याच्या शिडीचा अंदाज व आवाका पाहा. आजपासूनच कठोर कष्टांना प्रारंभ करा - म्हणजे आपण एक चांगले वर्तमान आणि चांगले भविष्य प्राप्त करू शकाल. मोठेपणाची इच्छा असेल तर क्षमतेपेक्षा जास्त कार्य करा व मोठेपणाशी प्रतिज्ञाबद्ध राहा. व्यक्तिगत विकासाचा अभ्यास करा. कार्यात निरंतर विकास आणि जीवनातील लहानातील लहान क्षेत्रात बौद्धिकता व आध्यात्मकता आपले ध्येय असावे. व्यक्तिगत विकास ही काही एक ठरीव, बांधीव प्रक्रिया नाही. आपल्याला विविध परिस्थितीमध्ये शिस्तबद्ध राहून आगेकूच करावी लागेल. मी प्रेरणादायी ऑडियो टेप तयार केल्या आहेत ज्या मी कार

चालविताना वा पायी हिंडताना ऐकणे पसंत करतो. एका दिवसात कमीत कमी दोन तासांसाठी वाचन करतो म्हणजे कोणत्याही समस्येचे विविध, वेगवेगळे दृष्टिकोन जाणून घेऊ शकेल. मननाद्वारे, वाचनाद्वारे, आपण जाणू शकता की जगात काय-काय चांगले सांगण्यात आले आहे वा ऐकण्यात आले आहे. दूर अंतरादरम्यान कार चालविताना जर प्रेरणादायक वाक्य ऐकले तर ते नक्कीच सकारात्मक परिणाम करतात. ती जुनी म्हण विसरू नका की 'Leaders are reaolors'. कोणत्याही प्रतिस्पर्धेअभावी आपण श्रेष्ठ बनू शकत नाही. शिखरापर्यंत पोहोचण्यासाठी मार्ग संकुचित आहे, अरुं आहे. स्वत:ला आळसमुक्त करण्यासाठी प्रतिस्पर्धेचा धाक, भीती ठेवा म्हणजे आपल्या प्रयत्नांत सातत्य व चपळाई येईल. या प्रकारे आपण जीवनात सर्वात चांगले बनून कायम राहू शकता. दूर अंतराच्या दौडीचा घोडा किंवा धावपटू चांगल्या रीतीने जाणतात की एकदम ठीक त्यांच्या मागे कोणी तरी आहे जो कधीही त्यांच्या पुढे निघून जाऊ शकतो. थोर, मोठ्या व्यक्तीलासुद्धा ध्येय विसरून चालणार नाही.

श्रेष्ठ व्यक्तीला नेतृत्व क्षमतेची ओळख पटवावी लागते आणि ते चांगल्या प्रकारे जाणतात की श्रेष्ठ व्यक्तीच फक्त नेता बनू शकतात. जर एखाद्या श्रेष्ठ व्यक्तीला नेता बनण्याची संधी मिळाली तर ते सर्वांपेक्षा वेगळे काही तरी करून दाखवितात. थोर होण्यासाठी आपल्यालासुद्धा दुसऱ्यांचे नेतृत्व करण्याची कला शिकावी लागेल. त्यांना त्यांची प्रतिभा दाखविण्यासाठी प्रेरित करावे लागेल. जर सर्वांपेक्षा चांगले व्हायचे तर कारणे सांगणे सोडून द्या. जरी आपण पडला तरी उभे राहा आणि त्वरित आगेकूच करा, पुढे पाऊल टाका. आपण केलेले काम हेच आपल्या बोलण्याचे प्रतिनिधित्व करतील. कारणे नको तर निकाल दाखवा.

श्रेष्ठ बनण्यासाठी आपल्याला व्यवस्थापन व प्राधान्याची कलासुद्धा शिकावी लागेल. हे करणे म्हणजे वजन कमी करण्यासारखे आहे ज्याकरिता योग्य व्यायाम व खाण्या-पिण्याची माहिती असणे आवश्यक आहे.

विशेष मुद्यांची प्रथम यादी करा. एका लावून घेतलेल्या स्वत:च्या शिस्तीने केलेल्या अभ्यासाद्वारे या मुद्यांकडे लक्ष द्यावे लागेल. यश कधीही एका माणसाच्या

प्रयत्नाने मिळत नाही, यामध्ये अनेक लोकांचे प्रत्यक्ष वा अप्रत्यक्ष योगदान असते, म्हणून चांगले संबंध कायम चांगलेच ठेवा. आपल्याला नेहमी दुसऱ्यांच्या मदतीची आवश्यकता असते. परस्पर साहाय्याने या व्यवहारातून आपसंतत प्रेम व अगत्य वाढते.

मोठे होऊन शिखरापर्यंत पोहोचण्यासाठी आपणास सदैव लक्षात ठेवले पाहिजे की जर शत्रूचे आकांक्षी असाल तर आपणास वाईटाचेसुद्धा स्मरण ठेवावे लागेल. याचेसुद्धा स्मरण ठेवा की जो चांगला आहे तो नेहमी श्रेष्ठ नसतो. प्रत्यक्षात आपल्याला चांगले एका शत्रू चांगल्या प्रकारे दूर ठेवण्याचे प्रयत्न करतो. आपल्याला स्वत:च निवड करावयाची आहे की आपण चांगल्यासोबत आहात की श्रेष्ठासोबत. जर आपण श्रेष्ठ बनू इच्छित असाल तर विनासंशय आपण श्रेष्ठतेचीच निवड कराल.

जर श्रेष्ठ बनायचे असेल तर श्रेष्ठतेचे स्वप्न अवश्य पाहा. या स्वप्नांना साकार करण्यासाठी ते प्रत्येक पाऊल टाका जे आवश्यक वाटेल. या मार्गावर संकटांचा सामनासुद्धा करावा लागेल. टेडी रूझवेल्ट म्हणतात – ''जीवनात विजय आणि पराजय दोन्हींची चव घ्या. त्या लोकांसारखे जगू नका ज्यांच्याकरिता जय-पराजय काही महत्त्वाचा नसतो. जर आपण श्रेष्ठ आहात तर निश्चितपणे स्वत:ची छाप पाडाल आणि दीर्घकाळ आपले स्मरण केले जाईल.''

●●●

वैयक्तिकतेला द्या प्रोत्साहन

जास्त प्रमाणावर लोक दुसऱ्यांच्या आणि त्यांच्या अनुभवांपासून काही शिकू इच्छित नाहीत. एखाद्या दक्ष व्यक्तीला तयार केलेल्या आराखड्यात बसविणे हाच एक वेळेचा एक व्यर्थ अपव्यय आहे. यापेक्षा चांगले होईल की त्यांना त्यांच्या असाधारण क्षमता व रोख, आवडींच्या औचित्याची ओळख करून द्यावी. लोकांना त्यांच्या कमकुवतपणातून बाहेर पडण्यास मदत करावी. हा मानवी स्वभाव आहे की दोष समोर येताच मनुष्य आक्रमक होतो. आपण त्यांना कोणत्याही बंधनांनी, मर्यादांनी जखडू शकत नाही.

पर्यायी स्वरूपात आपण त्यांची वैयक्तिकता व प्रतिभा विकसित करण्याचे शक्य तेवढे प्रयत्न करा. ते जे आहेत वा बनू इच्छितात त्याच विषयात त्यांची मदत करा. प्रत्येक व्यक्ती आपली असाधारण प्रतिभा व्यवहारी आराखडा व इच्छांमुळे सर्वांपेक्षा वेगळी असते. प्रत्येक जणाला वाटते की त्याचीच प्रतिभा सर्वश्रेष्ठ आहे. तरी आपणा सर्वांना परिवर्तन हवे आहे.

शक्य आहे की आपली प्रतिभा सर्वांपेक्षा वेगळी आहे, पण प्रत्येक व्यक्तीचे स्वतःचे ध्येय असते. आपल्याला फक्त एवढेच करायचे आहे की त्या व्यक्तीला ध्येयापर्यंत पोहोचण्यास मदत करणे जेव्हा की प्रत्यक्षात असे आहे की काही व्यवस्थापक हे फरक समजून घेत नाहीत. ते आखीव-बांधीव नियमांनुसार वागण्यावर विश्वास ठेवतात. लोकांसोबत काम करते वेळी त्यांच्यावर आपले विचार लादण्याचा प्रयत्न करतात. उदाहरणार्थ - “Most people would like to avoid work if they can or thinking and good ideas is the monopoly of the top management.” तरी योग्य व्यस्थापक बनविलेल्या परंपरागत आराखड्यात काम करणे पसंत करीत नाहीत. हे एक सत्य आहे की प्रत्येक व्यक्ती स्वतःच्या निवडलेल्या व्यवसायाला अनुकूल असते. जीवनाच्या प्रत्येक भागात श्रेष्ठ व्यक्तींची

प्रतिभा एकसारखीच असते. परंतु एवढा सारखेपणा असूनसुद्धा आपण सर्व प्रेरणेच्या विविध स्त्रोतांपासून प्रेरणा प्राप्त करतो.

परमेश्वराने आपणा सर्वांना आकर्षक वैयक्तिकता भेटीदाखल दिलेली आहे. एवढी की एकाच व्यवसायात असणाऱ्या व्यक्तीसुद्धा स्वत:ची व्यक्तिगत ओळख, असाधारणपणा, आपली काम करण्याची पद्धत यामुळे वेगळ्या असतात. काही लोक विक्रीकलेत निपुण असतात तर काही व्यवस्थापनात आणि काही लोक उत्पादनात पूर्ण लक्ष देतात. काही लोक कठोर नियमबद्ध संघटना चालविण्यावर विश्वास ठेवतात तर काही एकत्रितपणे काम करण्याच्या पद्धतीला प्रोत्साहन देतात. आमच्या शाळेतील एक शिक्षक महाशय दंड पद्धतीवर विश्वास ठेवतात तर इतर शिक्षक धडा दुसऱ्यांदासुद्धा चांगला समजावून सांगून पुन्हा पुन्हा वाचन करून येण्यास सांगत असत. दोन्ही शिक्षक आपापल्या क्षेत्रात योग्य होते.

व्यक्तिगतरीत्या माझे मत असे आहे की कोणत्याही संघटनेसाठी कार्य हेच सर्वात महत्त्वाचे असते तर माझे काही सहकारी विनाव्यत्यय नीतीचे पालन करतात. जेथे वेळेचे बंधन नसते तेथेच यशस्वी होतात. जरी ते कुणाला नुकसान पोहोचवीत नसले तरी त्यांची उपलब्धी मात्र नाममात्र असते. मी जीवनातील प्रत्येक संधी प्राप्त करणे आणि संघटनेच्या चांगल्या, तत्पर संचालनावर विश्वास ठेवतो. फालतू बोलणे, चर्चा यात वेळ घालविण्यापेक्षा करीत असलेल्या कामासाठी पूर्ण शक्ती वापरतो. लोकांच्या प्रतिभेची विस्तृत यादी बनवून जाणून घेण्याचा प्रयत्न करा की प्रत्येक जण काय विचार करतो, कशा प्रकारे संबंध बनवितो. योग्य पदासाठी योग्य उमेदवाराची निवड खूप महत्त्वाची असते. एक चांगला, योग्य व्यवस्थापक व्यक्तीची शक्ती व क्षमता लक्षात घेऊनच त्याच्याकडे पद सोपवितो म्हणजे अनुकूल परिणाम प्राप्त करून घेता येतील. ही लोकांना त्यांच्या महत्त्वकांक्षेपर्यंत पोहोचविण्याची एक परिणामकारक पद्धत आहे. या प्रकारे लोकांना आपण त्यांचा विकास व कामांची जबाबदारी घेण्यासाठी प्रोत्साहन देऊ शकता. प्रत्येक व्यक्तीची शक्ती, त्यावर आपले लक्ष केंद्रित करणे, यश मिळविण्यासाठी आवश्यक आहे. प्रत्येक व्यवस्थापकाने इकडे लक्ष दिले पाहिजे.

योग्य व दक्ष व्यवस्थापक लोकांचे शक्तिशाली फरक समजून त्यांचा उपयोग करतो. ते प्रत्येक व्यक्तीची असाधारण व विलक्षण क्षमता ओळखून दुसऱ्यांनासुद्धा ती प्राप्त करण्यासाठी प्रेरित करतात.

●●●

सर्वांपेक्षा महान

आज मनुष्य शारीरिक व वैज्ञानिक दृष्टीने सर्वोच्च शिखरापर्यंत पोहोचला आहे. आधुनिक गिर्यारोहक व वैज्ञानिक नवीन तंत्र व शोधांचा आधार घेतला आहे. जर आपल्यालासुद्धा जीवनरूपी पर्वतावर यश प्राप्त करायचे असेल तर तणावमुक्त होऊन पुढे जावे लागेल. हे आपल्यावरसुद्धा अवलंबून आहे की आपण निराशावादी प्रतिक्रियांचा दबाव कसा कमी करतो. प्रतितक्रयेत परिवर्तन करून आपण तणाव वाढविणाऱ्या भावनांवर ताबा मिळवू शकता. आपणास नेहमी जीवनात विजयाची भावना ठेवावी लागेल. जर आपण मनासारख्या रूपात वर्तमान जगू इच्छिता तर अवश्य जगा पण एका चांगल्या भविष्याच्या शोधातसुद्धा राहा. आपण त्या विजेत्यांच्या विशेष गुणांकडेसुद्धा लक्ष दिले पाहिजे. ज्यांनी जीवनात मोठमोठ्या उपलब्धी प्राप्त केल्या. योजनांची सार्थकता करण्यासाठी त्यांचे नियोजन अवश्य करावे. आठवड्यात एक दिवस आपला सुटीचासुद्धा असावा. निश्चित वेळेवर काम करण्याचा प्रयत्न करा.

मोकळ्या दिवसांत काम न करण्याचा निर्णय घ्या. काम केले तर पूर्णपणे करा, परंतु मोकळ्या क्षणांत कामाविषयी विचारसुद्धा करू नका. स्वत:च्या व्यवसायाच्या आवश्यकतेनुसार आठवड्यात पाच किंवा सहा दिवस काम करा. जर आपण एक वा दोन दिवस पूर्णपणे कामातून विश्रांती घेतली तर निश्चितपणे कार्य कौशल्यात सुधारणा होईल.

सामुदायिक सुटी घेण्याचा विचारसुद्धा वाईट नाही. सर्व काही पक्के ठरविल्यानंतर ते स्थगित करू नका. आणीबाणीची परिस्थिती नसेल तर केव्हा तरी

तिकिटांचे बुकिंग वगैरे रद्द करू नका. नियमित भोजन, विश्रांती व व्यायाम हे दिनचर्येचा भाग बनवा. आपले दीर्घायुष्य व व्यक्तिगत क्षमता यासाठी ते आवश्यक आहे.

• सुट्टी व मौज-मस्ती वेळी स्वतःला मानसिक रूपानेसुद्धा मुक्त ठेवा. परिवार व मित्रांमध्ये स्वतःला व्यस्त ठेवा. लांब, दूर फिरायला जा, व्यायाम करा, टीव्ही पाहा, सिनेमा पाहा वा मुलांसोबत खेळा. काम भले कोणतेही असो पण त्यामुळे आपला मानसिक तणाव कमी झाला पाहिजे.

शक्ती मिळविण्यासाठी दर तीन महिन्यांनी कमीत कमी चार दिवसांची सुटी घ्या. त्या दिवसांतसुद्धा व्यावसायिक कामे टाळा. जर आपण असे करीत नाही तर सतत येणाऱ्या मानसिक दबावाच्या स्थितीत आपल्या कामाची गुणवत्ता कमी होत राहील. त्याच तऱ्हेने वर्षभरात एक आठवडा सुटी अवश्य घ्या. आपल्यापैकी प्रत्येक जण एक तर काम करू शकतो किंवा विश्रांती घेऊ शकतो, म्हणून दोन्ही काम एकाच वेळी करण्याचा प्रयत्न करू नका. जर आपण विश्रांतीच्या क्षणात थोडेसुद्धा काम केले तरी आपण तणावमुक्त होणार नाही आणि परिणामस्वरूप मानसिक व भावनात्मक ऊर्जेच्या पातळीत बदल घडून येणार नाही. सुटीनंतर आपण नवीन उत्साहाने कामास सुरुवात कराल.

●●●

सुटीचा आनंद

जीवनात आपल्याला वेळोवेळी घरात व कार्यक्षेत्रात कठीण संबंध व परिस्थितीमधून जावे लागते. अशी परिस्थिती भावनात्मक रूपाने घातक होऊ शकते. अशा स्थितीत पूर्ण सुट्टी घेऊनच आपण यातून सुटका करून घेऊ शकता. या विषयी विचार करणे व परेशान होण्यापासून स्वत:ला अडवा. कोणतीही व्यक्ती वा स्थितीच्या भावनात्मक दबावामध्ये आपली मानसिक शक्ती चांगल्या पद्धतीने काम करू शकत नाही. आपल्याला यापासून सुटी घेतलीच पाहिजे.

जर काही कारणांमुळे आपण सुटी घेऊ शकत नाहीत तर एखादा शारीरिक व्यायाम करा. भावनात्मक व मानसिक रूपाने एखादी दूरची सहलसुद्धा लाभदायक ठरू शकते. शरीर अशा उपक्रमामध्ये व्यस्त राहिले तर भावना स्वत:च आरामाचा अनुभव घेईल.

जास्त प्रमाणात फळ, भाज्या व अन्नसुद्धा आपल्या पचनतंत्राला मजबुती देतात. पचनाची प्रक्रियासुद्धा शारीरिक ऊर्जा वापरते. हलके भोजन आपले शरीर व मनाला शांती देईल. स्मरणात असू द्या आपल्या खाण्या-पिण्याची पातळी, शारीरिक, मानसिक व भावनात्मक ऊर्जेवर दीर्घ परिणाम करते. भोजन जर पोषक असेल तर कार्यक्षमतेत निश्चितपणे वृद्धी होईल. अतिचरबी, मीठ व साखरयुक्त भोजन मानवी शरीरासाठी चांगले नाही. हलक्या जेवणानेसुद्धा आपण उच्च स्तराची ऊर्जा मिळवू शकतो.

●●●

स्वाभिमान वृद्धीचे सूत्र

एक विद्यार्थी किंवा कर्मचाऱ्याच्या रूपातसुद्धा आपण आपल्या योग्यतेची ओळख पूर्णपणे देऊ शकतो. आपले यश आणि अपयश आत्मविश्वासावर अवलंबून असते. आपण त्या लोकांचा आदर करतो जे स्वत:च्या स्वाभिमानाचे रक्षण करतात. अशा लोकांशी मिळवून घेणे कठीण असते जे इमानदार नाहीत किंवा आक्रमक होतात. आत्मगौरव जीवनाच्या कोणत्याही क्षेत्रात मौल्यवान संपत्तीप्रमाणे आहे. स्वत:ला पराजित करणारे हीन विचार आपली प्रतिमेवर परिणाम करतात. जर आपला आत्मविश्वास डळमळीत आहे तर हे आपल्या प्रभावी प्रतिमेचे नुकसान करतात.

अव्यवहारी व अयोग्य विचारधारा आपल्याला शांती व आनंदाचा अनुभवच होऊ देत नाही. ही नेहमी आपल्याला जाणीव करून देते की आपण कोणत्याही कामाचे नाही.

सकारात्मक वाक्यांद्वारा आपण कुंठित विचारसरणीत परिवर्तन आणू शकता. याद्वारे जुन्या विध्वंसात्मक विचारांची बेडी, साखळी तोडता येते. जेव्हा आपण स्वत:शी सकारात्मक व्यवहार करू लागतो तेव्हा नकारात्मक विचारसरणी स्वत:च संकुचित होते. त्यांच्यापासून सुटकेचा एकच मार्ग आहे की ते एका कागदावर लिहा व ते निर्माण होण्याचे कारण जाणून घेण्याचा प्रयत्न करा. मेंदू साधारण वाक्यांवर कोणताही तर्क केल्याशिवाय विश्वास करू लागतो. आपण जीवनाच्या अनेक भागांत प्राप्त नकारात्मकतेचा सामना सकारात्मक विचारांद्वारे करू शकतो. नकारात्मक भावनांमुळेच नकारात्मक विचार निर्माण होतात. नेहमी नकारात्मकतेच्या परिणामाने कामे अर्धवट राहतात. विश्लेषणाद्वारे नकारात्मक विचारात परिवर्तन

येऊ शकते. सततच्या या पराभव करणाऱ्या विचारांना बदलण्याचा प्रयत्न करा. हे आपल्याच हातात आहे. नकारात्मक व अपुऱ्या विचारांवरसुद्धा ताबा मिळविता येतो.

विचार सकारात्मक असावेत :- आपले निद्रिस्त मन विचारांद्वारे संचालित आहे. ते कोणत्याही प्रकाराच्या विचाराशिवाय सर्वच विचार ग्रहण करते. ते विचार सकारात्मक किंवा नकारात्मक असू शकतात. आपले भले यातच आहे की आपण आपल्या मेंदूला सकारात्मक विचारांच्या दिशेने वळवा - आणि त्याबदली श्रेष्ठत्वच मिळवा.

संघर्षपूर्ण वेळेची सकारात्मक विचारांचे वाहक आहेत :- जेव्हा कधी आपण भूतकाळाकडे वळून पाहता तेव्हा आपल्याला लक्षात येते की जीवनातील कटू व कठोर अनुभवांनी आपल्याला अमूल्य पाठ शिकविले आहेत.

स्वत:ला क्षमा करणे शिका :- अनेक कटू प्रसंग आपणास जीवनाचे पाठ शिकवितात. आपण स्वत:बद्दल कठोर होता कामा नये. स्वत:ला वर्तमान रूपात स्वीकारा व क्षमा करणे शिका. एकदा आपण स्वत:ला माफ करणे शिकले तर दुसऱ्यांना माफ करणे सोपे होते.

आपल्या कामांची जबाबदारी घ्या :- आपण आपल्या कामांची जिम्मेदारी घेतली पाहिजे. या प्रकारे आपण जास्तीत जास्त संधी मिळवून घेऊ शकतो. स्वत:ला समजून घेण्याचा प्रयत्न करा.

भीतीपासून दूर राहा :- आपली भयाची वाईटातील वाईट कल्पना करा व आपण पाहाल की असे तर काहीच घडले नाही. जगात प्रेम आणि भीती सर्वात जास्त प्रभावी आहे. प्रत्येक भावना या दोन्हीपासूनच निर्माण होते. आपण भयाच्या भावनेपासून सुटकेसाठी शोधण्याचा प्रयत्न करता की त्या भावनेचे कारण काय आहे? भीती आपल्या भावनांपेक्षा जास्त महत्त्वाची असते. आपण सहजपणे शोधू शकतो की आपली भीती साधार आहे वा ती निराधार आहे. जर आपण साहसी असाल तर कारण आणि विवेकाने याला नष्ट करू शकता.

●●●

काम करण्यासाठी चांगले वातावरण

आपण कित्येक वेळा अशा लोकांना भेटतो ज्यांना टेबलावर जमलेल्या कामाच्या ढिगामुळे कलहपूर्ण वातावरणाला तोंड द्यावे लागते. त्यांच्या चारही बाजूंनी इकडे-तिकडे शिल्लक कामांचा ढीग साठलेला असतो. या विषयी चौकशी, विचारपूस केल्यानंतर ते बचावाची कारणे शोधू लागतात.

प्रत्यक्षात अनेक वेळा याविषयी माझ्या मुलीमध्ये चर्चा झालेली आहे. मी त्यांना खोली स्वच्छ ठेवण्याचा नेहमी आग्रह करतो, तेव्हा त्यांचे म्हणणे असते की त्यांना पसाऱ्यामधून सामान शोधण्यास काहीही कठीण वाटत नाही आणि त्या तशा वातावरणात आनंदी आहेत. त्या कुठेही राहिल्या तरी त्यांची खोली स्वच्छ करण्यासाठी अर्धा दिवस सहज लागतो.

वास्तवात नेहमी आपणसुद्धा या गर्दी-गोंधळामध्ये जगतो. या वातावरणात सामान व कागद हरवणे काही विशेष नाही. या तऱ्हेने आपण महत्त्वपूर्ण विषयावरसुद्धा स्वतःला केंद्रित करू शकत नाहीत. एका अभ्यासाने कळून चुकले आहे की आपण आपल्या मौल्यवान वेळेचा दहा ते वीस टक्के भाग हरवलेले सामान व कागद शोधण्यातच घालविता. वारंवार आपण एकाच ढिगामध्ये हरवलेले कागद शोधता जे की एक नीरस आणि थकवा देणारे कंटाळवाणे काम आहे. जर हे अगोदरच योग्य जागी ठेवले तर वेळेची बचत होऊ शकते.

उदाहरणार्थ, मी भूक लागल्यानंतर काही बिस्किट खाऊ इच्छितो आणि बिस्किटपुडा औषधांच्या कप्प्यात ठेवलेला आहे. तेव्हा मला तो शोधण्यास अर्धा तास लागेल. योग्य व स्वच्छ जागी काम करूनच आपण यश व उपलब्धींचा नवीन

इतिहास रचू शकता. चांगले हे होईल की काही विषयांवर काम करा. त्यांना समाप्त होऊ द्या आणि तेव्हाच दुसरे काम हातात घ्या.

असे केल्याने आपण आपल्या केंद्रबिंदूपासून भरकटणार नाही. यात एका संघटित मेंदूचासुद्धा परिचय मिळतो. जर आपल्या टेबलावर फाइल्सचा डोंगर जमा झाला तर तो निपटणे सोपे नाही. याकरिता आपण एक-एक करून बाकी काम हातात घ्या. उदाहरणार्थ दिवसाच्या शेवटी मी पत्र व अहवाल खणात ठेवतो. टेबलावरील सामान आवरल्यानंतर मी ते प्राधान्याच्या आधारावर सांभाळतो. जर मी हे काम एका दिवसात पूर्ण करू शकलो नाही तर दुसऱ्या दिवशीच्या बाकी कामांच्या यादीत टाकतो. दुसऱ्या दिवशी सकाळी कॉम्प्युटर मला त्याची आठवण करून देतो. ही प्रक्रिया एक दिवस चालणारी नाही तर निरंतर चालणारी क्रिया आहे.

स्वतःच्या दिनचर्येत ही कामे व्यवस्थित करा. फक्त या पद्धतीनेच आपण स्वतःच्या केंद्रबिंदूवर एकाग्र होऊ शकाल.

●●●

संघर्षाचे रूपांतर विजयात करा

जीवनात नेहमी आपणा सर्वांना अशा स्थितीचा सामना करावा लागतो जेथे संघर्ष व अवघड परिस्थितीचे तोंड पाहावे लागते. यश व आनंद यातच निश्चित ठरलेले आहे की आपण त्या परिस्थितीवर काबू कसा मिळवू शकतो. खालील सल्ले लक्षात ठेवू शकता–

प्रत्यक्षात आपण काय प्राप्त करू इच्छिता? ध्येयप्राप्तीपूर्वी आपल्याला कोणत्या मुश्किल परिस्थितीतून जावे लागले? आपण त्या परिस्थितीवर ताबा कसा मिळवाल? कोणत्याही समस्येचे उत्तर मिळवायचे असेल तर एका वेळी एकच पाऊल उचला. परिस्थिती कितीही वाईट असली तरीसुद्धा सुटकेचा मार्ग असतोच.

हेलन केलरचे म्हणणे आहे की प्रत्येक संघर्ष एक विजय आहे. नेपोलियनचासुद्धा हाच अनुभव आहे की प्रत्येक संघर्षात एक छुपा फायदा असतो. एवढा की कठीण परिस्थितीतसुद्धा आपल्यासाठी आपण फायद्यात बदलू शकतो. कोणत्याही स्थितीमध्ये आपण अशक्याला शक्य करण्याची क्षमता बाळगून असता.

एका वेळी एकच पाऊल उचला : कोणत्याही युद्धात मंद गतीनेसुद्धा आपण आव्हानावर काबू मिळवू शकता. याच प्रक्रियेत दररोज ध्येय प्राप्तीकडे एक ठोक, मजबूत पाऊल अवश्य उचला, मग ते कितीही लहान असू द्या. अल्पकाळातच आपण स्वत:ला ध्येयाजवळ पाहाल. जर तरीसुद्धा अडथळे आले तर त्याचे उत्तर स्वत: शोधा. या स्थितीला जिम्मेदार कोण आहे? कोणते काम मी चांगल्या पद्धतीने पार पाडले व कोणते दुसऱ्यांनी व्यर्थ केले? या स्थितीत सुधारणेचे कोणते पर्याय असू शकतात? दुसरे लोक अशा स्थितीचा सामना कसा करतात?

स्थितीमध्ये थोडी सुधारणा करण्यासाठी कोणती पाऊले उचलावी लागतील? योग्य निवडीसाठी योग्य माहिती असणे फार आवश्यक आहे. या परिस्थितीत स्वत:च्या भावनांवर नियंत्रण मिळविणे स्वत:मध्येच एक आव्हान आहे. कारण अशा स्थितीत आपण बहुधा स्वत:ला असहाय समजतो. स्पष्ट विचारांसाठी भावनेवर नियंत्रण मिळवावेच लागेल. वातावरणात परिवर्तन, व्यायाम, हलके संगीत, सामाजिक भोजन वा मग स्नानाद्वारे आपण यावर ताबा मिळवू शकता. या सल्ल्याची अंमलबजावणी करणेच चांगले होईल. आणि आपण स्थितीवर परिणाम, प्रभाव टाकू शकाल. लक्षात ठेवा, अवघड परिस्थितीच आपणास जोम देते. तेव्हाच आपण स्वत:चे संघर्ष विजयात परिवर्तित करू शकता.

कृपया लक्षात असू द्या की या पृथ्वीमध्ये प्रत्येक जीव एका विलक्षण उद्देशाने पृथ्वीवर आलेला आहे.

●●●

प्रशासनाची सुयोग्य व्यवस्था

स्वतःच्या मेंदूत नेहमी हे सत्य स्पष्ट असू द्या की अनुभवी कर्मचाऱ्यांच्या निरीक्षणाची आवश्यकता असते. हाती घेतलेल्या कामाकडे लक्ष दिल्याशिवाय दुसऱ्या योजनेवर लक्ष केंद्रित करणे आपल्याकरिता हानिकारक होऊ शकते. आपणास एका निरीक्षणाची आवश्यकता भासेल जो कार्यक्षेत्रात संपत्तीची देखभाल करू शकेल अन्यथा आपण स्वतःची वर्तमान स्थितीवरचे नियंत्रण घालवून बसाल.

' सगळ्या लहान व मोठ्या योजना व आदर्श संस्थांना प्रसिद्ध रोनाल्ड रेगनचे वाक्य 'Trust, but verify ' यावर लक्ष दिले पाहिजे. त्यांनी हे वाक्य कोणा तरी अन्य संदर्भात वापरले होते परंतु हे व्यापार व वाणिज्य यांनासुद्धा पूर्णपणे लागू पडते.

प्रत्यक्षात आपण एखाद्यावर जेवढा विश्वास ठेवतो त्याच्या तपासणीकडे तेवढेच कमी लक्ष देतो. भागीदारीत हा विश्वास नुकसानदायकसुद्धा होऊ शकतो. विश्वास असल्यानंतरसुद्धा वेळोवेळी खात्यांची पाहणी-तपासणी होणे जरूरी आहे. येथे आपली सावधगिरी विशेषरूपाने उपयोगी पडते.

योजना लहान असो वा मोठी, निरीक्षणासाठी एका व्यक्तीची आवश्यकता असते. जर आपण हे काम स्वतः करू शकत नाही तर दुसऱ्या एखाद्याची नियुक्ती करा. जर भागीदारीचा व्यवसाय भौगोलिकदृष्ट्या दूर अंतरावर असेल तर हे अजूनच आवश्यक आहे. अशा व्यक्तीची नियुक्ती करा जी स्थानिक लोक व परिस्थितीची माहिती असणारी असावी. योग्य व्यक्तीची निवडसुद्धा एक गुंतागंतीची अवघड प्रक्रिया आहे. व्यापारात जलद व त्वरित निर्णय क्षमतेच्या लोकांची आवश्यकता

असते. मोठ्या प्रमाणावर व अधिकांश करून अशा पदासाठी योग्य व विश्वसनीय उमेदवाराची निवड करणे अवघड असते. जरी आपण व्यवसायातील चांगले माहितगार आहोत परंतु आपणास त्या व्यक्तीविषयी चांगली माहिती असली पाहिजे ज्याला आपण स्वत:च्या जागी नियुक्त करीत आहात. कारण आपणच जाणता की संबंधित विषयात काय संधी व अडचणी येऊ शकतात.

जर आपण स्वत:च्या जागी एखादा आक्रमक प्रतिनिधी नियुक्त कराल तर फार मोठ्या समस्या उभ्या राहू शकतात. अशी व्यक्ती आपल्या अन्य ग्राहकांसोबत संबध बिघाडू शकते. दुसऱ्या बाजूने उदासीन अधिकारी आपले कामाविषयी निर्विकार राहू शकतात. या जागी अशा एक व्यक्तीची आवश्यकता असते जी परिस्थितीनुसार निर्णय घेऊ शकेल व स्वत:च्या कामापुरताच पाहील.

दुसऱ्या बाजूला जर आपल्या प्रतिनिधीला संबंधित व्यवसायाची चांगली माहिती असेल तर आपण त्याला स्वतंत्रपणे निर्णय घेण्याची आज्ञा देऊ शकता, ज्याची काही दिवसांच्या फरकाने तपासणी करू शकता. हे सगळे काही योग्य निवडीवर अवलंबून असते. त्या क्षेत्रातील माहितगार व्यक्ती शोधून त्याच्या योग्यतेनुसार अधिकार सोपविणे प्रत्यक्षात हे खूप मोठे काम आहे. आपल्याला आपल्या स्वहिताचे रक्षण करायचे आहे म्हणून. तपासणीविषयी सावधगिरी आपणास बाळगावी लागेल.

तपासणीची पद्धत अशी असावी की आपणास निश्चित काळाची वाट पाहावी लागू नये, म्हणजे आपण जाणू शकाल की प्रतिनिधीचे परिस्थितीवर पूर्ण नियंत्रण आहे वा नाही. नियमितपणे केली जाणारी तपासणी जास्त लाभदायक असते. आपण सदैव असे वातावरणात ठेवावे की आवश्यकता जाणवल्या क्षणी सगळे काम स्वत:च्या हातात घ्यावे, यामुळे अडचणी कमी होतील, पण आपणास वरील व्यक्ती हटविण्यापूर्वी सर्व पर्यायांकडे लक्ष दिले पाहिजे.

●●●

आशादायक परिस्थिती व आपण

कधी कधी बाधक परिस्थिती आपल्या व आपल्या उपलब्धी दरम्यान अडथळा बनते. यावरच अवलंबून असते की आपल्याला ध्येयापर्यंत पोहोचण्यासाठी कमी वा जास्त वेळ लागेल, अथवा आपण पोहोचू पण शकणार नाही. हे अडथळे व कठीण परिस्थिती लक्षात घेऊन ओळखणे व एकाग्रतेने लक्ष केंद्रित करण्यामुळेच यातून पार पडता येईल.

योजना लिहून ठेवा :-

आपल्या मेंदूत असलेले काम, उद्देश व ध्येय लिहून ठेवणे अत्यावश्यक आहे. स्वत:ची नीती व काम करण्याची पद्धत कागदावर लिहा, ध्येयाचा भ्रामकपणा समाप्त होत जाईल. आपला मेंदू व लिहिलेले शब्दांच्या दरम्यान एक तादात्म्य स्थापित होईल.

जोपर्यंत आपण एखादी योजना कागदावर उतरवीत नाही ती आपणासाठी अस्पष्ट व धूसर असते, जेव्हा आपण मेंदूत पुनरूक्त करून लिहिता तेव्हा ती डोळ्यांसमोर साकार होते.

काल्पनिक प्रतिमा :-

कोणत्याही भावी उपलब्धीची काल्पनिक प्रतिमा जिम्मेदारी घेण्यायोग्य बनविते. आपण यश मिळविण्यासाठी या तंत्राचा आधार घेऊ शकता. विजेता बनण्यासाठीची ही एक प्रभावी पद्धत आहे. आपण लक्षात घेतले असेल की जेव्हा आपण स्वत:लाच बजावता की 5 वाजताची गाड़ी वा विमान पकडण्यासाठी सकाळी

लवकर उठायचे आहे तेव्हा आपण आपोआपच जागे होता. जीवनात यश मिळविणे व ध्येयापर्यंत पोहोचणेसाठीसुद्धा आपण हे माध्यम उपयोगात आणा. लाऊ होल्टज म्हणतात की ''आपली प्रतिभा निश्चित करते की आपण काय करू शकता? प्रेरणा निश्चित करते की आपण काय करण्यासाठी इच्छुक आहात? आणि कल निश्चित करतो की आपण ते किती चांगल्या प्रकारे केले.''

आपणास चँपियन बनायचे आहे पण हे एवढे सोपे नाही. आपणास श्रेष्ठ बनण्यासाठी अनेक आनंददायक पण वेळ व्यर्थ करण्याऱ्या उपक्रमापासून स्वत:ला दूर ठेवावे लागेल. यासाठी अंतर्गत शक्ती एकवटावी लागेल. विन्स्टन चर्चिल एकदा म्हणाले होते - ''साहसच फक्त असे ध्येय आहे ज्यावर अन्य सत्य, तथ्य अवलंबून असतात.'' हे नेहमी नेत्याची भावना, विचार व व्यवहारांनी परिलक्षित असते. साहसच फक्त एखाद्या नेत्याचा विशिष्ट गुण असतो. हा यश आणि आनंदाचा आधार असण्यासोबतच अन्य लोकांनासुद्धा चांगल्या कामगिरीसाठी प्रेरित करतो.

दररोजच्या छोट्या-मोठ्या संघर्षावर विजय मिळविण्याचा अर्थ आहे की आपल्या कार्यक्षमतेत सुधारणा होत आहे आणि आसपासच्या लोकांवर आपला प्रभावसुद्धा वाढत आहे. विना तडजोड स्वत:च्या नीतीचे पालन करा, यश आपल्या पायावर लोळण घेईल. अट फक्त एवढीच आहे की आपणास अल्प व दीर्घकालीन उद्देशप्राप्तीसाठी श्रेष्ठतेविषयी निष्ठा व्यक्त करावी लागेल. असे केल्यामुळे आपल्या आसपास अनेक व्यक्ती समोर असलेली कठीण स्थितीच्या भीतीने भयभीत करू शकतात. फार कमी लोक असे असतील जे आपली महत्त्वकांक्षा प्रेरित करतील. आपल्याला अनेक सल्ले देण्यात येतील म्हणजे आपण स्वत:ची कल्पना छिन्न-भिन्न कराल. आपणास आपले मूल्य व प्राथमिकतेविरुद्ध वागण्यास सांगितले जाईल. त्याच वेळी आपल्या साहसाची खरी परीक्षा होईल, म्हणजे आपण आपले स्वप्न व इच्छा साकार करू शकाल. हेच साहस आपले स्वाभाविक वैशिष्ट्य असेल. स्वत:च्या आवश्यकतेसाठी उभे राहण्याचे साहस, स्वत:च्या विश्वासाचे रक्षण करण्याचे साहस व स्वत:च्याच मार्गावर ठाम राहण्याचे साहस आपल्या योग्यतेची

पारख करील. कोणत्याही नवीन व्यवहारात येणारे अज्ञात व अनिश्चित संकटांचासुद्धा साहसाने सामना करावा लागतो.

आरामदायक परिस्थितीची उपेक्षा :-

जास्त प्रमाणात लोक जीवनातील आरामदायक परिस्थितीने प्रभावित झालेले असतात. या आरामदायक स्थितीचा त्याग करणे याचा अर्थ होईल, अति थंडीच्या रात्री गरम व आरामदायक घरातून बाहेर पडणे. आपणापैकी पुष्कळ व्यक्ती हे सत्य दृष्टीआड करतात. आपण एखाद्या वादळाची कल्पना करून भयभीत होऊन सुरक्षित व आरामदायक जागेचा शोध घेतो परंतु खरा नेता आरामदायक व परिचित वातावरणात उपेक्षित करून आगेकूच करतो. तो ती अज्ञात व त्रासदायक परिस्थिती स्वीकारतो जेथे यश मिळण्याची शक्यतासुद्धा अंधुक असते. ते अशा जागी पोहोचतात जेथे त्यापूर्वी कोणीही गेलेला नसेल. त्यांचे हेच वैशिष्ट्य त्यांना सर्वसामान्य लोकांपेक्षा वेगळे करते. जर आपणसुद्धा साधारण व्यक्तीपेक्षा शंभर टक्क्यांपेक्षा वर येऊ इच्छित असाल तर आपणास या गोष्टीकडे लक्ष ठेवावे लागेल.

असेच उदाहरण दुसऱ्या लोकांनासुद्धा उपलब्धी प्राप्त करण्याकरिता प्रेरित करतात. आपल्याला फक्त स्वत:च पुढे जायचे नाही तर दुसऱ्यांनासुद्धा प्रोत्साहित करायचे आहे. जीवनातील प्रत्येक क्षेत्रात स्वत:साठी मोठ-मोठे ध्येय निर्धारित करा. साहसपूर्वक स्वत:ला आरामदायक परिस्थितीतून बाहेर काढा, वाटल्यास यशाची आशा नाममात्र का असेना. अशा जागी पदार्पण करा जेथे आपल्यापूर्वी कोणीही गेलेले नसेल. कठीण व बिकट परिस्थितीमध्येसुद्धा शीघ्रतेची कामगिरी करा. यामुळे आपल्या साहस व आत्मविश्वासात भर पडेल. जरी यश मिळाले नाही तरीसुद्धा आपण स्वत:ला पूर्वीच्या तुलनेत चांगले पाहाल.

●●●

सकारात्मक अभ्यासाची शक्ती

व्यक्तिगत यशासाठी सवयी विशेष भूमिका सादर करतात. आपणापैकी बहुतांश लोक नवीन सवयींना जीवनाचा एक भाग बनविण्याचा प्रयत्न करीत नाहीत. कारण आपण सवयींना नेहमी नकारात्मक भावनेने स्वीकारतो. आपल्याला वाटते की जास्त खाणे, उशिरापर्यंत झोपणे, नेहमी उशीर करणे, खोटे बोलणे व धूम्रपानाची चटकच सवयी म्हणविल्या जातात, परंतु प्रत्यक्षात नकारात्मक सवयी जीवनाला यशाकडे अग्रेसर करतात, सकारात्मक चटक एक अभ्यास आहे, ज्यात कार्य व रोख यात लाभदायक परिवर्तन होण्याची हिंमत दाखवितात का? याचे उत्तर असेल की सवयी स्वत:च स्वनियंत्रित असल्यामुळे काही काळानंतर त्या स्थायी होतात. हे शक्तिशाली एकत्रीकरण आहे. शोधाने आढळून येते की कोणतेही काम जर सातत्याने बावीस दिवस केले गेले तर तो कायमचा अभ्यास बनतो, म्हणून कोणताही सकारात्मक अभ्यास अथवा सवयीला आपल्या जीवनाचा एक भाग बनविण्यासाठी आपल्याला सतत बावीस दिवसांपर्यंत पुनरुक्त करावा लागेल, आणि ती आपल्या जीवनात मिसळून जाईल.

अशा सकारात्मक सवयी कोणत्या आहेत? त्या आपल्याला कोणता फायदा देऊ शकतात? नेहमी हे लक्षात असू द्या की यापासून आपणास सकारात्मक फायदे प्राप्त होतात. आपण संपूर्ण जीवनभर या लाभापासून सुख मिळवू शकतात. काही सकारात्मक सवयी आपल्याकरिता यशाचे द्वार उघडून देतात.

स्वत:चे जीवन व कार्यक्षेत्रात लाभ निर्धारित करण्याचा अभ्यास करा. खूप सफल लोकांच्या जीवनात ध्येय निर्धारणाचा सकारात्मक अभ्यास आढळून आला. एका अध्ययनाने स्पष्ट झाले की कॉलेजमध्ये शिकणाऱ्या ज्या विद्यार्थ्यांनी ध्येय निर्धारित केले होते त्यांनी इयत्तेत चांगले गुण मिळविले. त्यांना व्यवसायातसुद्धा अपेक्षित यश मिळाले तरीही अद्याप 97 टक्के लोक या अभ्यासापासून वंचित आहेत. जर आपण ही सवय स्वीकारली तर निश्चितपणे ते 3 टक्के यशस्वी

व्यक्तींच्या श्रेणीत येऊ शकतात.

स्वत:चे ध्येय लिहून त्यासाठी कटिबद्ध राहा. आपणापैकी बहुतांश व्यक्ती याविषयी लिहिण्याचे कष्टसुद्धा विकत घेऊ इच्छित नाहीत. जर आपले एखादे ध्येयच नाही तर आपण काय मिळवाल. ध्येय फक्त लिखित स्वरूपात ठेवू नका, तर ते प्राप्त करण्याच्या वेळेची मर्यादासुद्धा ठरवून घ्या. त्या मुख्य व गौण ध्येयात वाटा. मार्गात येणारे अपेक्षित अडथळे ओळखून ते पार करण्याची योजनासुद्धा अवश्य बनवा. काही ध्येये अशीही असतात जे प्राप्त करणे दुसऱ्यांच्या सहकार्याशिवाय अशक्य आहे. अशा व्यक्ती आणि संस्थांची यादीसुद्धा आपल्याजवळ ठेवा जी या विषयात आपले सहायक होऊ शकतील. जर एखादे काम तातडीने पूर्ण करायचे असेल तर ते करण्यास उशीर करू नका. जर ते काम आपल्या प्राधान्य यादीत येत नसेल किंवा त्यात वेळेचा अपव्यय होण्याचे भय असेल तर ते दुसऱ्यावर सोपवा. वेळ ही एक मौल्यवान संपदा आहे. हे सत्य लक्षात ठेवून काम नेहमी निश्चित वेळेवर पूर्ण करण्याचे प्रयत्न करा. जर काही कारणांनी कार्य थांबवावे लागले तर ते निश्चित वेळेवर पूर्ण करा. याप्रकारे आपण स्वत:ला कामाच्या नकारात्मक प्रभाव व तणावांपासून मुक्त ठेवू शकाल. आपल्याला जाणीव असेल की योग्य निर्णय क्षमतेद्वारा कामाचे अतिरिक्त दडपण सहजपणे दूर केले जाऊ शकते. असे समजून चला की सकारात्मक रोखच यशाचा मूलमंत्र आहे. जर आपण एक वेळ सकारात्मकतेचा सराव केला तर हा जीवनात अतिशय उपयोगी पडेल. स्वत:साठी काही सकारात्मक वाक्ये निवडा आणि नित्यनेमाने उच्चारून त्यांचा सराव करा. थोड्याच दिवसांत आपल्याला कलात सकारात्मक परिवर्तन आढळून येईल, आणि प्रेरणा व उत्साहाचा संचार होईल. काही सकारात्मक वाक्ये अभ्यासाकरिता देत आहोत –

"मी दररोज यशाच्या ध्येयाकडे आगेकूच करीत आहे."

"मी दररोज कणखर होत आहे."

"मी कोणताही अडथळा पार पाडू शकतो."

"दररोज मी जीवनातील ध्येयांच्या जवळ जात आहे."

"जर मला पूर्ण खात्री आहे तर मी ते मिळवू शकतो."

"माझा मानसिक कल दररोज सकारात्मक होत आहे."

सकारात्मक अभ्यास आपल्या जीवनात क्रांतिकारी परिवर्तन आणू शकतात. पुढे व्हा आणि ते मिळविण्याचा प्रयत्न करा. ●●●

सुनियोजित उपलब्धी

स्वतःचे स्वतःला वर्षाच्या मागील सहा महिन्यांत घेऊन जा. डोळे बंद करून त्या उपलब्धीविषयी विचार करा ज्या आपण या सहा महिन्यांत मिळविल्या आहेत. निराशा, औदासीन्य अशा भावनांचे निरीक्षण करा. त्या दिवसांत असेही काही झाले का ज्याविषयीची अपराधी भावना आपल्याला अजून सलत आहे. आपण स्वतःला असे म्हणता का?–

''सहा महिने होऊन गेले आणि मी असे काहीही करू शकलो नाही जे की करू इच्छित होतो.'' किंवा ''मी काम योजनाबद्ध पद्धतीने का केले नाही?''

जेव्हा परत वर्तमानकाळात परताल. आपल्याजवळ अजूनसुद्धा आपले ध्येय मिळविण्यासाठी पूर्ण सहा महिने आहेत. योग्य दिशेने पुढे जाण्यासाठी निरीक्षकाप्रमाणे स्वतःच्या व्यवहार व कार्यक्षमतेचे विश्लेषण करा.

योजनेअभावी फक्त वर्षानुवर्षे निघून जात आहेत आणि मनुष्य काहीही मिळवू शकत नाही.

जास्त प्रमाणात आपण योजना बनविण्यासाठी प्राधान्य देत नाही. समाधानकारक योजना बनविणे आपणावर अवलंबून असते. याला नेहमी प्राधान्य द्या. योजना तयार करूनच आपण जीवनातील सगळ्या उपक्रमांत भाग घेऊनसुद्धा कामासाठी पुरेसा वेळ काढू शकता. सर्वप्रथम स्वतःची स्वतः समजूत काढा की योजना बनविणे हे किती महत्त्वपूर्ण आहे. याचद्वारे जीवनात ध्येय मिळविले जाऊ शकते. योजना बनविताना फक्त एवढे लक्ष ठेवा की ती जास्त कडक व हवेतील किल्ल्याप्रमाणे नसावी. आपण समाजामध्ये राहतो. प्रत्येक योजना अशी असावी जी बदलत्या

परिस्थिती व काळाच्या मागणीनुसार बदलली जाऊ शकेल. जर आपल्या योजना या रूपात चांगल्या प्रकारे कार्यरत नसतील तर समजून घ्या की त्यांच्यात परिवर्तन करावे लागेल. तेव्हाच आपण योग्य संधी मिळवू शकाल.

आपणास स्वत:ची स्वप्ने, इच्छा व दृष्टिक्रम या विषयी स्पष्ट असले पाहिजे. यांना स्पष्टपणे परिभाषित करा. या अभ्यासात उत्साहाने संचार करा म्हणजे आपण स्वत:ला प्रोत्साहित करू शकाल. जर ध्येय मोठे असेल तर ते लहान भागांत वाटून घ्या. उदाहरणार्थ जर आपण नोकरीत उच्च पद मिळवू पाहत आहात तर किंवा व्यापाराचा प्रसार करू इच्छित असाल तर त्याकरिता आपल्याला अनेक लहान-मोठे मोके मिळतील ज्यापासून नवीन सुरुवात केली जाऊ शकते.

आपण ही नीती एका कागदावर उतरवून ठेवा. ज्याच्या बळावर आपण आपले ध्येय मिळवू पाहता नंतर या नीतीचे पालन करा. व्यावसायिक नीती, शोध, विक्री, मार्केटिंग व वित्त आणि प्रमुख व्यक्तींशी संबंधित असेल आणि पदोन्नतीशी संबंधित नीती काम योग्य वेळेत पूर्ण करण्यासाठी कठोर परिश्रम व तन्मयतेशी संबंधित असेल. विविध रचनात्मक क्रिया कामकाजाविषयी आग्रही राहा. जुन्या विचारांशी बांधील राहू नका, कधी कधी अडचणींच्या उपक्रमातूनसुद्धा उत्पादक निकाल प्राप्त होतात.

दिवसातून कमीत कमी एक वेळ स्वत:चे ध्येय आणि महत्त्वकांक्षेवर दृष्टी फिरवा आणि नंतर अशा पायऱ्यांवर, पावलांवर लक्ष द्या ज्यांच्या मदतीने आपली स्वप्ने साकार होऊ शकतात. याप्रकारे आपण प्रोत्साहित व्हाल आणि योजनेतील जिवंतपणा कायम राहील. योग्य वेळी योग्य काम करण्याची प्रेरणा मिळेल. नियमितपणे केलेले कामाचे निरीक्षण व आकलनाद्वारे आपण वेळेची भरपूर बचत करू शकता, आणि त्या कामाकडे लक्ष देऊ शकता जे आजपर्यंत वेळेअभावी उपेक्षित होते. यश मिळविण्याचा हाच एक योग्य मार्ग आहे, याचाच स्वीकार करा.

●●●

समोरच भविष्य आहे

जास्त प्रमाणात लोक बहुधा याविषयी तक्रार करतात की दिवसभर कठोर कष्ट व संघटनेशिवाय शिखरापर्यंत पोहचू शकत नाहीत. त्यांना अशाच प्रश्नांची उत्तरे हवी आहेत आणि त्यांना जाणीव असते की त्यांनी व्यवस्थापनाच्या सर्व नियमांचे चांगल्या रीतीने पालन केले आहे. अशा व्यक्तींच्या प्रश्नांची उत्तरे देण्यात वावगे काहीच नाही. एक तर ते चुकीच्या बाबीवर अति कष्ट करीत आहेत किंवा योग्य काम चूक पद्धतीने करीत आहेत. आपल्या योजना ते शिस्तीअभावी अर्धवट सोडतात का?

कल्पना करा की त्यांना एका दिवसात आठ कामे पूर्ण करायची आहेत. जास्तीत जास्त लोक अगोदर सोपे काम करणे पसंत करतात, ज्यामध्ये त्यांना समाधान मिळते. दिवस संपल्यावर त्यांना कळते की त्यांनी सर्वात अवघड व महत्त्वपूर्ण कामाला हातसुद्धा लावला नाही. हे काम तेच असू शकते जे ते मागील दहा दिवसांपासून टाळीत आहेत. दिवस संपल्यावर महत्त्वाचे काम राहिल्याची खंत त्यांना घेरते.

मानवी स्वभाव त्रास व संघर्षापासून स्वत:ला दूर ठेवू इच्छितो. आपण नेहमी रोचक व मजेदार काम अगोदर करू इच्छितो. यात वाईट काहीही नाही परंतु त्रास तेव्हा निर्माण होतो जेव्हा आपण नीरस पण महत्त्वाजी कामे शेवटपर्यंत टाळतो आणि भुर्दंड सहन करावा लागतो.

बाकी राहिलेले काम आपणासाठी एक अडचण - सकट बनते, जर अशीच

त्याची उपेक्षा करीत राहिलो तर तो जगणे-मरण्याचा प्रश्न बनतो. कधीही स्वत:च्या कामांच्या यादीमध्ये आठपैकी सहा कामे पूर्ण करून आनंदी होऊ नका. यापेक्षा असे पाहा की आपण किती काम केले? केलेल्या त्या कामांना काही महत्त्व होते का? केलेल्या विशेष कामामुळे उत्पादकतेचा शोध लागतो. कामांच्या मोजणीमुळे आपली उत्पादकता कमीसुद्धा होऊ शकते. जर आपण दहापैकी चार कामे केली आहेत ज्यापैकी एक खूप महत्त्वाचे होते तर सहकाऱ्यांमध्ये निश्चितपणे आपला दबदबा राहील. आपल्याला एखाद्या कडक टीकाकाराप्रमाणे फक्त त्याच कामावर केंद्रित राहावे लागेल जे आपली कामगिरी, मूल्य व संघटनेसाठी विशेष महत्त्व ठेवून आहेत.

काही सल्ल्यांचे पालन करून आपण उशीर टाळू शकतो. कित्येक वेळा एखादी योजना स्वत:च खूप मोठी व अवघड दिसते. ही समग्र रूपाने पाहण्याऐवजी लहान-लहान भागांत वाटा जे आपण एक किंवा दोन आठवड्यांत पूर्ण करू शकाल. जरी एखादे काम करण्यासाठी 16 तासांचा वेळ हवा असेल तर ते आठच्या दोन किंवा चार तासांच्या चार भागांत वाटा. स्वत:ची योजना कागदावर लिहाल तर त्यांना मूर्त रूप देण्यास सोपे होईल. जर पूर्णत्वाकडे पाऊल पुढे टाकायचे असेल तर सक्रिय व्हावे लागेल.

लांबलचक, निरर्थक अहवाल लिहिण्यापेक्षा लहान-लहान शीर्षकांत वाटून घेणे किती तरी चांगले आहे. जर काम निरस असेल तरीसुद्धा स्वत:ला ते करण्यासाठी तयार करा. ज्या-ज्या स्थानी आपले काम असेल तेथे ते लिहून लावा. दिलेल्या कामाविषयी आपण स्वत:ची स्वत:च मुलाखत घेऊ शकता.

योग्य वेळ सुरू होताच कामाची सुरुवात करा. जर काम लवकर बंद करायचे असेल तर बंद करा परंतु अतिरिक्त वेळेमध्ये ते पूर्ण अवश्य करा. जर त्या बदली एखादे दुसरे काम आपल्याला दुप्पट गतीने आपल्याकडे आकर्षित करीत असेल तर ते करण्यातसुद्धा वाईट काही नाही. स्वत:चे नकारात्मक विचार कागदावर लिहा आणि नंतर त्याचे विश्लेषण करा. नीरस कामे सर्वात अगोदर करण्याची सवय करा. या तऱ्हेने ते सगळा दिवस आपणावर वरचढ राहणार नाही. जर एखादे काम

लांबत गेले तर त्याच्या विलंबाचे कारण स्वत:ला विचारा. शक्य आहे आपण अन्य प्राधान्यांकडे विशेष लक्ष दिले असेल. एका विश्लेषणामुळे आपण विलंबाचे कारण जाणून घ्याल.

एका कागदावर एका बाजूवर विलंबाची कारणे आणि दुसऱ्या बाजूने काम पूर्ण करण्याचे कारण लिहा. तेव्हा आपल्या लक्षात येईल की त्या कामाचे महत्त्व संपले तर नाही ना? जर असे असेल तर ते यादीतून वगळा. आपल्या या यादीची वेळोवेळी तपासणी करा म्हणजे लक्षात येईल की कोणत्या कामांच्या प्राथमिकतेत बदल झाला आहे.

जर आपण दररोज बाकी कामांच्या यादीकडे लक्ष दिले नाही तर ते विसरले जातील. जर आपण स्वत: ते काम नाही केले तर कॉम्प्युटर वा सचिवाची मदत घेऊ शकता. लेखन व विश्लेषणाच्या उपाय वाईट तर नाही. हे आजमावे, परिणामकारक सिद्ध होईल.

●●●

पारदर्शी मेंदू

ईमर्सन म्हणतात– "इच्छा कोणत्याही विचार हेतूची शक्यता आहे." जर आपण प्रत्यक्षात काही मिळवू इच्छित असाल तर हे निश्चित करा की त्याच्या अस्तित्वाची संभावना आहे वा नाही. जर काही संभावनेच्या क्षेत्रात, आवाक्यात येते तर आपणास ते मिळविण्यासाठी पूर्ण एकाग्रतेने परिश्रम करावे लागतील.

जीवन नेहमी नवे व अमूल्य पाठ देत असते व आपण समजू पण शकत नाही की भविष्यात ते आपणास ध्येयप्राप्तीसाठी किती सहायक ठरतील. जर सर्व पाठ एकत्र केले तर आपण एक समग्र रूप मिळवू शकता. जर आपण कठोर परिश्रम करण्यास घाबरत नाही तर आपणासाठी उपलब्धी कमी नाहीत. काही लोक कठीण काळात असंतोष व्यक्त करतात, पण अशा कठीण परिस्थितीचा सामना एक ना एक दिवस तर सर्वांनाच करावा लागेल. ईश्वराने आपल्याला एक विलक्षण भेट दिलेली आहे की आपण ताबडतोब आपल्यासोबत घडलेल्या दुर्घटना व संकटांना विसरतो, म्हणून जीवनात घडणाऱ्या अशा घटनांची तक्रार करण्यामुळे काही फायदा होणार नाही. मी दोन मित्रांना एकाच जागी काम करताना पाहिले. त्यापैकी एक नेहमी उणीवांचे रडगाणे गायचा आणि दुसरा कोणत्याही परिस्थितीत कठोर कष्टांना चुकवीत नव्हता, घाबरत नव्हता. त्याने कधीही आपल्या वरिष्ठांची तक्रार केली नाही परंतु पहिल्या व्यक्तीकरिता तर सर्वात मोठे दु:ख हेच होते. यशस्वी व यशाचे आकांक्षी व्यक्ती कधीसुद्धा रडगाणे गात नाहीत. ते कधीही प्रतिकूल परिस्थितीमधून पार पडण्याची क्षमता ठेवतात. ते सदैव सृजनशीलतेच्या बाजूचे असतात.

यशस्वी व्यक्ती समस्यांचे निराकरण करताना स्वातंत्र्य व साधनांची उपलब्धता याकडे पूर्ण लक्ष देतात. जे काम ते स्वत: करू शकतात त्याकरिता ते दुसऱ्यांचा आधार घेत नाहीत. त्यांना पूर्ण विश्वास असतो की भले कितीही वर्षे गेली तरी हरकत नाही पण त्यांची कल्पना मूर्त स्वरूपात येईल. ते मोठे-मोठी स्वप्ने पाहतात. त्यांची संपूर्ण ऊर्जा स्वप्न साकार करण्यात लागलेली असते. ते आपली क्षमतांचे अधिकतम उपयोग करण्यास मागेपुढे पाहत नाहीत. त्यांचा विश्वास असतो की

अनुभव सर्वात मोठा शिक्षक आहे, पण यासाठी मोठी किंमतसुद्धा चुकवावी लागते.

यशस्वी लोक आपल्या मेंदूमध्ये एक आराखडा तयार करून ठेवतात. त्यांच्यासाठी फक्त शाळा–कॉलेजमधील शिक्षण पुरेसे नसते. ते पैशापेक्षा अधिक प्रेरणेला महत्त्व देतात. त्यांना माहीत असते की जगात काही वस्तू अशाही असतात की ज्यांना पैशाने खरेदी करता येत नाही.

स्पष्टपणा यशाचा मुकुट :– जर आपण काही प्राप्त करू इच्छित असाल तर आपल्याला त्याविषयी स्पष्ट असावे लागेल. लॅटिन भाषेमध्ये 'क्लॅरिटी' (Clarity) शब्दाचा अर्थ आहे Claritat - Claritas, स्पष्ट असण्याचे वैशिष्ट्य. स्पष्टपणा कोणत्याही बाजारात भेटत नाही. एक स्पष्ट व्यक्तीच विचारी होऊ शकते. दिलेल्या कामांच्या आधारावर प्रत्येक शक्य प्रयत्न शोधता येतो.

बौद्धिक रूपाने स्पष्टता आपल्याजवळ नसते. कोणी इच्छा केली तरीसुद्धा कोणाला देता येत नाही. स्वत: आणि दुसऱ्यांना स्पष्टपणे पाहण्यासाठी आपणास शांत व स्निग्ध असले पाहिजे. मेंदू शरीराला पाण्याप्रमाणे आहे. जर पाण्यात खळखळ असेल तर पृष्ठ भागावरील प्रतिबिंबसुद्धा धूसर होईल अथवा मिटेल. जर पाण्यात काहीही हालचाल होत नसेल तर प्रतिबिंब स्पष्टपणे पाहता येते. म्हणून मेंदूची पारदर्शकता प्राप्त केल्यानंतरच स्पष्टपणा मिळविता येतो.

मेंदूच्या शांतीसाठी आपण कोणतेही तंत्र / प्रार्थना यांना माध्यम बनवू शकता. एक वेळ संतुलन जाताच आपण स्वत:च्या केंद्रापासून भरकटाल आणि भूतकाळातील घटनांवर आपण वरचढ व्हाल व आपण त्यांच्या ताब्यात जाल. जर असे झाले तर ताबडतोब वर्तमानाशी संबंध जोडण्याचा प्रयत्न करा. या प्रयत्नांना थोडा वेळ लागू शकतो, म्हणून धैर्य बाळगा. स्पष्टपणा ओळखल्याशिवाय हे प्राप्त करण्यासाठी सतत प्रयत्नशील राहा. जीवनाच्या प्रत्येक क्षणी अंतर्दृष्टी व विकासाची शक्यता असते. जाणून घ्या की आपण कोठे आहात आणि कशा तऱ्हेने ते मिळवू शकता?

ओल्ड टेस्टामेंटमध्ये लिहिले आहे – "Be still, and know that I am God." शब्द स्पष्ट आहेत. याचे पालन करण्याचे कोणतेही नियम नाहीत. जो एखादा जादूचा खेळ नाही, पण एक प्रक्रिया आहे, जीमध्ये आपण मेंदूच्या क्षमतेत अपेक्षेप्रमाणे वृद्धी करू शकता. जर आपण खऱ्या अर्थाने वर्तमानात जगणे शिकून घेतले तर भय व चिंतेसाठी कोणतीही जागासुद्धा राहणार नाही कारण ते विचार भूत आणि भविष्याशी संबंध ठेवतात.

●●●

आपण जे करता ते का करता?

जीवनात काही तरी मिळविण्यासाठी आपण आई-वडील व अन्य व्यक्तींना आनंद देऊन आत्मविश्वास व प्रेरणा प्राप्त करू शकता. जेव्हा आपण एखादे काम इच्छा नसताना केले तर आपल्याला स्वातंत्र्याचा अनुभव होतो. याकरिता आपल्याला स्वत:च्या कार्यातून ऊर्जा मिळवावी लागेल, म्हणजे आपण यापासून समाधान मिळवू शकू. जास्तीत जास्त लोक एकच काम करीत आहेत. याशिवाय ते काही वेगळे करू इच्छितात. ते एका अशा जाळ्यात फसले आहेत ज्यातून निघून येण्याची पद्धतसुद्धा त्यांना माहीत नाही. याचे समाधान हेच आहे की स्वत:ची शक्ती, दुर्बलता, इच्छा, आशा व स्वप्न जाणून घेतल्यानंतर निश्चित करा की आपण काय करू इच्छित आहात? परिश्रम तोपर्यंत करीत राहा जोपर्यंत विजय आपला होणार नाही. लक्षात ठेवा की आपण जेथे आहात, स्वत:च्याच निवडीच्या आधारावर तेथे पोहोचला आहात. जर आपण निवड चांगली केली असती तर असेही शक्य आहे की आपण यापेक्षा चांगल्या स्थानावर असता.

निराश होऊन कोणतीही योजना अर्धवट सोडू नका. आपल्याला स्वत:च्या चालू स्थितीचे उत्तरदायित्व स्वीकारावे लागेल. आपण स्वत:च्या कामात पूर्णपणे तत्परता दाखवावी लागेल. जर आपली इच्छा असेल तर निश्चितपणे हे करू शकता.

कित्येक वेळा आपण दुसऱ्यांच्या इच्छेचे गुलाम बनतो, आणि 'ना' म्हणण्याची इच्छा असूनसुद्धा 'हो' म्हणतो. हे शक्य आहे की आपले हृदय व आत्मा 'हो' म्हणण्याची इच्छा नसेल, पण एकदा तोंडून 'हो' निघून गेल्यानंतर आपण स्वत:ला दुसऱ्यासमोर वाकायला नको वाटते. कारण वाटल्यास काहीही असो आपण असे

काम करण्यासाठी तयार होता जे आपण करू इच्छित नाही. जास्त प्रमाणात लोकांच्या जीवनात असे अनेक मोके येतात जेव्हा ते काम न करू शकल्याने अथवा त्यात आवड नसल्याच्या अवस्थेतसुद्धा दुसऱ्यांना खात्री देतात. मामला पदोन्नतीचा असो वा दुसऱ्यांच्या दृष्टीतून वर येण्याचा, परिस्थिती तीच राहते.

असे कार्यक्षेत्रातसुद्धा होते, जेव्हा कोणी तरी आपल्याला अतिरिक्त काम सांभाळणे अथवा सुट्टीमध्ये मदत मागण्याचा प्रस्ताव मांडतो. तेव्हा आपणास व्यावसायिक व कौटुंबिक परिस्थितीमधून निवड करावी लागते. हे सत्य आहे की प्रत्येक नकारामागे काही परिणाम असतात जे स्पष्टपणे प्रकट होतात. पण अशा स्थितीत दिलेला होकारानेसुद्धा आपल्या बदललेल्या स्वरांचा बोध होतो. इच्छा नसूनसुद्धा जर आपण खात्री देता तेव्हा आपल्या आवाजात थोडा रुक्षपणा व चिडकेपणा येतो. यामुळे आपल्याला अनुभव येतो की दुसऱ्यांनी आपला वेळ व जीवनावर ताबा मिळविला आहे आणि आपण असे एक जीवन जगत आहात जे आपल्या मूल्य, प्राथमिकता व स्तरानुरूप नाही. आम्ही आपणास हा सल्ला देत नाही की आपण प्रत्येक गोष्टीला नकार द्या, स्वार्थी बना आणि फक्त स्वत:चे हित साधून घ्या. आम्ही असा सल्ला देतो की जेवढा, जोपर्यंत आपला संबंध आहे आपणसुद्धा एक महत्त्वाच्या व्यक्ती आहात म्हणून एखाद्या कामाची इच्छा नसेल तर तिला होकार देऊ नका. जर आपण असे करता तर याचा अर्थ असा होईल की आपण आपला ऊर्जाप्रवाहात बाधा आणीत आहात आणि ध्येयाकडे पाठ फिरवीत आहात. शक्य आहे की या रोखामुळे लोक पाठीमागे आपली निंदा करतील पण आपले जीवन व यशाची जिम्मेदारीसुद्धा आपली आहे. कधी-कधी आपण अशा उपक्रमांशी संबंधित असतो जे आपण करू इच्छित नाही, जसे की भोजनादरम्यान काम करणे, दीर्घ दिवसभराच्या थकव्यानंतर सामाजिक जिम्मेदारी स्वीकारणे इत्यादी. आपल्या मर्यादा निश्चित करण्याकरिता हे लाभदायक आहे. जर कोणी आपल्याला विचारले तर आपण सहजतेने त्याचे उत्तर देऊ शकाल.

चांगले हे होईल की आपण लोकांना अगोदरच स्वत:च्या मर्यादांशी अवगत करून द्या म्हणजे आपल्या नकारानंतर त्यांना आश्चर्य वाटू नये. जर आपण निश्चित केले असेल की आणीबाणीशिवाय आपण सुट्टीमध्ये काम करणार नाही, जर

कोणी आपल्याला शनिवार वा रविवारी कामासाठी विचारले तर आपण स्पष्ट शब्दांत सांगा की तो वेळ तर कुटुंबासाठी आरक्षित आहे. माझ्याकरिता सकाळच्या व्यायामाचा वेळ फार महत्त्वाचा आहे. मी अशी कोणतीही भेटगाठ, मुलाखत निश्चित करीत नाही ज्यामुळे माझ्या व्यायामात बाधा येईल. जर प्रश्न सकाळची गाडी वा विमान गाठण्याचा नसेल तर मी व्यायाम केल्याशिवाय कोणतेही काम करीत नाही. जर कोणी मला सकाळी भेटू इच्छित असेल तर मी त्याला सकाळच्या व्यायामात सहभागी होण्याचे आमंत्रण देतो – मी लोकांना माझी विवशता स्पष्ट शब्दांत सांगतो. याप्रकारे मला त्यांच्याशी संबंध टिकविण्यास सोपे जाते. जर मला काही आवडत नाही तर मी ते नम्रतापूर्वक नाकारतो. मी निश्चित केलेल्या मर्यादा मला सांगतात की मला काय करायंचे आहे अथवा काय नाही.

जर मी असे नाही वागू तर संभवतः स्वतः व परिवारासाठी वेळ काढणे कठीण होईल. काही लोक मला बेजबाबदारसुद्धा मानतात, मी त्यांना शुभकामनेसोबत धन्यवाद देतो पण स्वतःच्या नियमाविषयी दृढ राहतो. परिणामस्वरूप, मी त्या सर्व कामांसाठी वेळ क़ाढू शकतो जे मी मनापासून करू इच्छितो, आणि याच निर्णयाचे फलस्वरूप मी माझ्या जीवनाशी संबंधित विषयाबद्दल निष्ठा व्यक्त करू शकतो.

कोणीसुद्धा असा विचार करू नये की त्याचा कोणताही पर्याय नाही आणि त्याच्या नक़ारामुळे जग उद्ध्वस्त होईल. जर आपण दुसऱ्याच्या आनंदाकरिता काहीही करण्यासाठी तयार आहात तर आपल्याला स्वतःचा परिवार, वेळ व ऊर्जेद्वारे याचे मूल्य चुकवावे लागेल.

असे मानणे म्हणजे शुद्ध मूर्खपणा आहे की आपणच जगाचे केंद्रबिंदू आहोत. शेवटी एक दिवस आपण सर्व जण या पृथ्वीत विलीन होऊ. सर्वात महत्त्वाचे हे आहे की आपले वर्तमान जिवंत ठेवा. 'ना' शब्दाचा समुचित उपयोगच आपल्याला संपूर्ण स्वातंत्र्य देऊ शकतो आणि आपल्या जीवनातील गुणवत्तेमध्ये सुधारणा आणू शकतो.

●●●

प्राधान्याची कला

तणावपूर्ण वातावरण निर्माण केल्याविना एखादे काम पूर्ण करणेसुद्धा एक कला आहे. जेव्हा आपण अनेक कामांनी घेरलेले आहात आणि वेळेची उणीव आहे तेव्हा तणाव निर्माण होतो. हा कधी-कधी वेदनादायकसुद्धा असू शकतो. समाधान एवढेच आहे की सर्व काम एकाच वेळी करण्याऐवजी प्राथमिकता निश्चित करून त्यात काही वेळ घालविता येतो. तेव्हा त्या मुद्यावर ऊर्जा केंद्रित करा जे आपल्यासाठी जास्त लाभदायक आहेत. या प्रकारे काम केल्यामुळे आपणास जीवनात आनंद व समाधान प्राप्त होईल आणि तणावसुद्धा राहणार नाही. व्यक्तिगत व सामुदायिकपणे तृप्तीसाठी दक्षतेने प्राथमिकता निश्चित करावी लागेल. असंघटितपणामुळे प्राधान्य विखरून जाते. यावर काबू मिळवून आपण आपल्या जीवनात, कारकीर्दीत आणि काम करण्याच्या स्थितीत सुधारणा घडवून आणू शकता.

शक्य आहे की कामाच्या अतिव्यस्ततेमुळे योजना तयार करण्यास आपल्याकडे वेळ नाही. नेहमी व्यस्त व कामात गर्क राहिल्याचा अर्थ हा नाही की उत्पादन जास्त होत आहे. काही लोक नेहमी अयोग्य कामात गुंतलेले असतात. त्यामुळे ते ध्येयापर्यंत पोहचू शकत नाहीत. कोणतेही काम करण्यापूर्वी त्याचे महत्त्व समजून घ्या तेव्हा प्राथमिकता निश्चित करणे सोपे जाते. काही क्षण विचार अवश्य करा की प्राधान्य आपली योग्यता कशी खुलवू शकतात. या कामात जास्तीत जास्त पाच ते दहा मिनिटे लागतील. विचारांच्या एकत्रपणामुळे आपण विचार आणि जीवन योग्य दिशेने नेऊ शकता. स्थितीवर पूर्ण नियंत्रण असावे. आपल्या मनासारखा आनंद मिळेल.

प्राधान्य निश्चित करण्यासाठी सल्ला - सर्वप्रथम दिलेल्या वेळेनुसार कामांची यादी बनवा. एखाद्या वही अथवा डायरीमध्ये या गोष्टी लिहून ठेवता येतात. कोणत्याही कामाची तारीख अवश्य लिहा म्हणजे आपल्या लक्षात राहील की काम केव्हा सुरू केले होते. एखादे काम महत्त्वाचे नसेल तरीही आपली करण्याची इच्छा आहे तर ते यादीच्या शेवटी लिहा. सर्वात अगोदर स्वत:ला प्राधान्य द्या ज्यामध्ये आरोग्यदायी आहार, व्यायाम व अशा गोष्टी समाविष्ट आहेत. ज्यांच्याकडे डोळेझाक करता येत नाही.

आपले शरीरसुद्धा एखाद्या वाहन वा उपकरणाप्रमाणे निरंतर लक्ष देखभालीचे इच्छुक असते. हे आपल्या कारसारखेच आहे जी चांगली सेवा व देखभालीशिवाय चालत नाही.

कोणतेही काम ज्याची वाटणी केली जाऊ शकते त्याची वाटणी करा. दुसऱ्यांना त्यांच्या कामांची जिम्मेदारी घेऊ द्या.

दुसऱ्यांना त्यांची योग्यता खुलविण्यासाठी प्रेरित करा. असे तेव्हाच शक्य आहे जेव्हा आपण त्यांना स्तुती व महत्त्व द्याल. त्यांना त्यांचे काम स्वत: करू द्या. दुसऱ्यांचे काम निपटण्याची जिम्मेदारी स्वत:वर घेऊ नका अन्यथा अधिकांश लोक स्वत:चे काम आपल्यावर लादतील. यामुळे आपल्या संबंधात अनावश्यक तणावसुद्धा येऊ शकतो. जर काम दुसऱ्याशी संबंधित आहे तर ते त्यालाच पूर्ण करू द्या. जर कोठे जबाबदारी घ्यावीच लागली तर कामाची वाटणी करून फक्त स्वत:च्या कामाची जिम्मेदारी घ्या. या तऱ्हेने संबंधात सुधारणा होईल आणि संस्थेमध्ये सामूहिक उपक्रम प्रेरित होतील.

दिलेले काम निर्धारित वेळेत पूर्ण करण्याचे प्रयत्न करा आणि प्राधान्यानुसार करा. वेळेच्या योग्य सदुपयोगाने निवड करणे सोपे होईल आणि आपण विशेष मुद्यांना महत्त्व द्याल. एकाच बाबीवर ऊर्जा एकवटल्यानंतर कोठे तरी दुसरीकडे लक्ष द्या. केंद्रबिंदूवर लक्ष व एकाग्रतेद्वारे आपण दिलेल्या कामावर शक्ती लावू शकता आणि जास्त उत्पादनाची अपेक्षा करू शकता.

प्रत्येक कामासाठी वेळ नक्की ठरविणे अति आवश्यक आहे. त्या काल

मर्यादेपर्यंत पोहोचण्याचा हर प्रकारे प्रयत्न करा. कित्येक वेळा आपली कालमर्यादा इतर लोकांच्या कामावरसुद्धा अवलंबून असते आणि जर आवश्यकता असेल तर सहकार्य करा. शक्य आहे की इतर आपल्याकडून त्वरित काम करून घेऊ इच्छित असतील. वातावरण व परिस्थितीमध्ये परिवर्तन होऊ शकते. वेळोवेळी आपल्या कामांची यादी तपासून पाहा की एखादे असे काम तर नाही ज्याला अव्वल नंबर देता येईल.

अडथळे आपल्या सरळ जीवनाचा एक भाग आहेत. या सर्व अडथळ्यांतून सुटका करून घेण्याचे मार्ग शोधीत राहा. सहकाऱ्यांशी ताळ-मेळ, इ-मेल, फोन कॉल अडथळ्यांपासून सुटका करू शकतात. जर प्राधान्याची अवहेलना केली तर आपण मागे पडाल. जर एखादे विशेष काम मध्येच उपटले तर हे अवश्य पाहा की ते दुसऱ्याकडे सोपविता येते का. जर दुसऱ्याकडे सोपवायचे असेल तर तो हे काम किती काळात पूर्ण करेल.

स्वत:ला थोडा अतिरिक्त वेळ द्या. जर एखादे काम आपल्या म्हणण्याप्रमाणे पाच दिवसांत होऊ शकते तर वरिष्ठाकडून आठ दिवसांची मुदत मागून घ्या. जर आपण सहाव्या दिवशी काम पूर्ण केले तर निःसंदेह आपली स्तुती होईल. वेळ आपला आहे आणि आपण याचे मालक आहात. प्राधान्याद्वारे आपण याचा सदुपयोग करू शकतो. अभ्यासाने आपण दक्षता मिळवू शकता. शक्ती व निवड दोन्ही पण आपल्या हातात आहेत.

●●●

चांगल्या कामगिरीचे गुण

अधिकांश लोक या विचाराने नाराज असतात कारण ते विचार करतात की त्यांच्याजवळ करण्यासाठी पुरेसे काम नाही. दुसऱ्या बाजूला असेही लोक आहेत जे दिवसरात्र घर व कार्यक्षेत्रांच्या जिम्मेदारीमध्ये व्यस्त असतात. दोन्ही स्थिती तणावाला कारण होतात आणि जीवनाची गुणवत्ता प्रभावित करतात. कोणत्याही तणावयुक्त परिस्थितीशी निपटण्याचा एकच मार्ग आहे पूर्ण दिवसाचा बेत, योजना, "आराखडा आखून घ्या. हे काम रात्री झोपते वेळी अथवा सकाळी उठल्यानंतरसुद्धा करता येते. आराखडा करताना महत्त्वपूर्ण उपक्रमांवर लक्ष केंद्रित करा. वाटल्यास ते त्या दिवसाची संबंधित असो वा दीर्घकालीन ध्येयांशी संबंधित असो. प्रत्येक उपक्रम त्याच्या उद्देशांसहित तयार ठेवा, सर्वच कामांसाठी कालावधी निश्चित करा.

कार्यक्षमताच आपल्या जीवनाची सफलता निश्चित करते. स्वतःच्या हातांनी तयार केलेल्या त्या योजनेची, रूपरेषेची अंमलबजावणी करा, यश आपल्या पायावर लोळण घेईल. फक्त एवढे लक्षात असू द्या की त्या योजनेमध्ये अनपेक्षित दुर्घटना व हस्तक्षेपासाठी जागा असू द्या.

फक्त त्याच कामावर लक्ष एकाग्र करा जे आपल्यासाठी जास्त निर्मितीक्षम आहे, आणि दुसऱ्यांमध्ये त्यांची वाटणी करता येईल. असे करताना आपल्या प्राधान्यांना विसरू नका आणि वेळ व्यर्थ घालवू नका. दररोज आपल्या वेळेचा काही भाग ज्ञानार्जनासाठी घालवा. या विषयात आपल्याला अनेक तासांचा वेळ घालविण्याची गरज नाही. मी पूर्ण दिवसातील पन्नास मिनिटे घेतो आणि दहा वृत्तपत्रे वाचून भारत आणि जगात होणाऱ्या सर्व घटनांची पुरेशी माहिती मिळवितो. रात्री पंधरा ते तीस मिनिटांचा वेळ मी त्या पुस्तकांना देतो ज्यात महापुरुषांची चरित्रे व आत्मकथन वगैरे वर्णित आहेत. प्रत्यक्षात मी स्वतः सेल्फ इंप्रुव्हमेंट आणि

प्रोत्साहनाशी संबंधित टेप तयार केल्या आहेत. शतपावली वा कार चालविताना मी त्या ऐकतो. शारीरिक आरोग्य नसेल तर काहीही मिळविणे कठीण आहे, म्हणून जीवनात संतुलन बनवा. आपणास आपल्या आरोग्याकडे लक्ष दिले पाहिजे आणि व्यायामात पायी फिरण्याशिवाय असेही व्यायाम समाविष्ट करा ज्यामुळे शरीरात शारीरिक ताण निर्माण होईल. व्यायामाकरिता स्वत:ला प्रोत्साहन द्या. ही अशी एक गुंतवणूक आहे ज्यामध्ये काहीही पैसा लावल्याशिवाय जास्तीत जास्त फायदा मिळतो.

ही प्रक्रिया दिवसरात्र पुनरुक्त करा व आपण मानसिक बंधनातून मुक्ती मिळवाल. निराश मनःस्थितीला थारा देऊ नका. ती सोडविण्याचा प्रयत्न करा. लवकरच आपल्याला जीवनात प्रचंड परिवर्तन झालेले आढळून येईल. दिवसाच्या शेवटी वा कामादरम्यान थकवा येणे स्वाभाविक आहे. मी स्वत:ला वीस ते तीस मिनिटांची विश्रांती देतो, ज्यामुळे मला शरीरात ताजेपणाची जाणीव होते. त्या वीस मिनिटांच्या दरम्यान मी कोणाचाही फोन घेत नाही आणि कसलीही फाईल पाहत नाही. स्पष्ट व रचनात्मक विचारसरणीसुद्धा आवश्यक आहे. जीवनात प्रगती व भरपूर क्षमता प्राप्त करण्यासाठी हे अवश्य करा.

दररोज ध्येयाविषयीच्या प्रगतीला समजून घ्या. त्या कामाकडेसुद्धा लक्ष द्या ज्यांच्याकडे आपण दुर्लक्ष केले आहे. दररोज कमीतकमी दोन मिनिटांचा वेळ काढा, ज्या दरम्यान आपण आस-पास विखुरलेल्या गोष्टी गोळा करू शकाल. विनाकारण पडलेले सामान जागच्या जागी ठेवा. जे सामान उपयोगात येत नाही ते गोळा करून ठेवा. कागदांची छाटणी करा आणि इ-मेल बॉक्ससुद्धा साफ करा. जर आपण दररोज असे कराल तर विश्वास ठेवा की वर्षअखेर आपण पसारा आवरण्याचे 365 पावले उचलली आहेत. मग आपण आत्ताच सुरुवात का करीत नाही?

नको असलेल्या कपड्यांची छाटणी :- माझा मित्र जे कपडे दान करायचे आहेत त्यांच्या छाननीची त्याने एक मजेदार पद्धत शोधून काढली आहे. त्याचे सर्व कपडे कपाटात हँगरवर एकाच दिशेने टांगलेले आहेत. जे कपडे त्याला तंग, ढिले वा योग्य मापाचे वाटत नाहीत त्याचे हँगर तो दुसऱ्या दिशेने वळवितो. अशा पद्धतीने काही दिवसांनंतर तो कपाटातून असे कपडे सहजतेने काढतो जे तो वापरू इच्छित नाही.

●●●

उत्पादक भागीदारी

आपले जीवन आणि व्यवसायात भागीदारी एक सत्य आहे. आपण स्वत:च्या जीवनसाथीच्या मदतीने जीवन नौका पार करतो, प्रत्यक्षात आपल्या वास्तविक जीवनाची भागीदारी व दूर जाणाऱ्या जहाजामध्ये भरपूर साम्य आहे. ज्याप्रकारे जहाज चांगल्या पद्धतीने चालविण्यासाठी देखभाल व सावधगिरी अपेक्षित आहे, त्याच प्रकारे दुसऱ्याबरोबर भागीदारीसुद्धा लक्ष व सावधगिरीची अपेक्षा बाळगते. एक बुद्धिमान व जाणकार नाविक जहाजाची व्यवस्था टिकवून ते समुद्राच्या लाटावर चालण्यायोग्य ठेवतो. भागीदारी व सांघिक कामगिरीसाठीसुद्धा या नीतीचे पालन केले पाहिजे.

दुर्भाग्याने अधिकांश लोक दुसऱ्याबरोबर केल्या जाणाऱ्या भागीदारीचे नियम व व्यवस्थेशी अनभिज्ञ असतात. मग ते कारकीर्द अथवा व्यक्तिमत्वाचे निर्माण असो वा व्यवसाय विस्तार, ध्येय प्राप्तीच कोणत्याही भागीदारीचा मुख्य उद्देश असला पाहिजे. अधिकांश लोक याकडे किंचितसुद्धा लक्ष देत नाहीत. एक मजबूत, स्थिर व आनंददायक भागीदारी करण्यासाठी माहिती, बुद्धिमत्ता, योग्यता व आकड्यांची आवश्यकता असते. यशस्वी भागीदार बनण्यासाठी कोणत्याही तऱ्हेचे औपचारिक प्रशिक्षण मिळत नाही. प्रगतीइच्छुक भागीदारासाठी हे जरूरी आहे की त्यांनी भागीदारीसाठी निश्चित मूल्यांचा अभ्यास करावा. भागीदारासाठी खालील सूचना देण्यात येत आहेत.

भागीदारीचे इच्छित ध्येय व उद्देश आणि परिणाम लिहून ठेवा. एखादे पूर्व-निर्धारित ध्येय अथवा परिणामांच्या अभावामध्ये भागीदारी अशीच असेल, समजा

एखादे विमान उड्डाणाच्या योजनाक्षेत्राशिवाय उडत आहे. उद्देश स्पष्ट शब्दांत लिहिला गेला पाहिजे, म्हणजे कोठे काही भ्रम राहणार नाही. प्रत्येक भागीदाराला या तऱ्हेने काम विभागून दिले पाहिजे की त्यांनी स्वत:ला कमी समजू नये आणि स्वतंत्रपणे काम करू शकतील. गैरसमज वा भागीदारी तुटण्याच्या वेळी बनविलेल्या नीतीप्रमाणे भागीदारांची परस्पर सहमती असणे आवश्यक आहे. अशा सर्व योजना अगोदरच स्पष्टपणे सादर करा. कोणतीही योजना अर्धवट सोडू नका. भागीदारीच्या यशासाठी सर्व भागीदारांना जिंकावे लागेल. जर एखाद्या भागीदाराचे नुकसान झाले तर संपूर्ण भागीदारीला नुकसान होईल. सर्व भागीदारांना जिंकण्यासाठी प्रतिबद्धता असणे आवश्यक आहे. त्यांनी कोणत्याही प्रकारची तडजोड करता कामा नये. समोर येणाऱ्या प्रत्येक समस्येला एक संधी समजा, कारण प्रत्येक समस्येमध्येच तिचे उत्तरही लपलेले असते. प्रत्येक भागीदाराने इमानदारीने आपले विचार प्रकट करावेत म्हणजे उच्च स्तरीय कामगिरीची अपेक्षा करता येते. या कामगिरीनेच चांगले परिणाम मिळतील. प्रत्येक भागीदाराला आपली जिम्मेदारी समजून घेऊन दोषारोपांपासून दूर राहावे. एकमेकांना दोष देण्याच्या प्रक्रियेमध्ये भागीदारीचे वातावरण दूषित होऊ शकते. प्रत्येक भागीदाराने स्वत:च्या आवश्यकता व इच्छांची जिम्मेदारी स्वीकारली पाहिजे. तो स्पष्ट शब्दांत दुसऱ्या भागीदारांशी बोलणी करू शकतो. यामुळे आपसंततील सहकार्य वाढते. आपल्या भागीदारांपासून ही अपेक्षा ठेवावी की त्यांनी आपला आनंद व मागणी समजतात, हे अवास्तव आहे. भागीदारांमध्ये सत्तेची वाटणी करा. फक्त एकाच व्यक्तीला सर्वेसर्वा बनू देऊ नका. असे समजू नका की प्रत्येक जागी, प्रसंगी आपणच योग्य आहोत. दुसऱ्या भागीदाराचे विचार व योजना आपल्यासारख्याच परिणामकारक होऊ शकतात. भीतीच्या जागी प्रेमावर आधारित पर्याय उपयोगात आणा. जेव्हा कधी आपणास संशय येईल तेव्हा स्वत:ला विचारा की अशा स्थितीमध्ये आपण आपल्या भागीदारापासून कशा व्यवहाराची अपेक्षा ठेवता.

सफलता मिळविण्यासाठी स्वत:चे नैपुण्य वाढवा. यामुळे आपली भागीदारी फुलून येईल. या तऱ्हेने आपण व अन्य भागीदार फक्त व्यवसायच नाही तर

जीवनातील अन्य क्षेत्रातील अशक्य स्वप्नेसुद्धा पूर्ण करू शकतील.

उत्पादन वाढीसाठी घरी काम करणेसुद्धा परिणामकारक आहे :- अधिकांश लोकांचा अनुभव असा आहे की त्यांनी संस्थेच्या कार्यालयात काम करण्याऐवजी घरीच करावे. त्यामुळे त्यांच्या निर्माण क्षमतेत विलक्षण वाढ होऊ शकते. लोक फार मोठ्या संस्थेत काम करीत आहेत. मी पाहिले आहे की भारताच्या राजधानीत हजारो लहान व्यावसायिक आपापल्या घरूनच व्यापार करतात. यू.एस.ए.मध्ये काही कंपन्यांनी एक कालावधी निश्चित केलेला आहे. ज्यादरम्यान कर्मचारी केव्हाही कामाला येऊ शकतात. पण त्यांना ठराविक काही तास काम करावेच लागते. जर असे कर्मचारी घरी राहून काम करतील तर स्वत:ची उत्पादनक्षमता वाढवू शकतात. पण घरी काम करणाऱ्यांसाठी काही नियमांचे पालन करणे आवश्यक आहे.

'नकार' देण्यास शिका :- सरकारी नोकरीतून सेवानिवृत्त झाल्यानंतर मी घरीच तयार केलेल्या कार्यालयात काम करतो. अनेक अपरिचित व मित्र असे समजतात की ते स्वत:साठी योग्य वेळी येऊन माझ्या वेळेचा दुरूपयोग करू शकतात. मी माझ्या मदतनिसाला आदेश देऊन ठेवला आहे की अशा व्यक्ती वेळ ठरविल्याशिवाय माझ्याकडे येऊ नयेत. जर मी सर्वच विक्रेते व पाहणी करणाऱ्यांना वेळ देऊ लागलो तर माझ्या कामासाठी माझ्याकडे वेळच राहणार नाही. मी मित्र व नातेवाईकांना सांगून ठेवले आहे की त्यांनी वेळ ठरविल्याशिवाय येऊ नये अन्यथा शक्य आहे की मी त्यांना भेटू शकणार नाही. अधिकांश लोक माझे म्हणणे ऐकतात. मी त्यांना माझा काम करण्याचा वेळ सांगितलेला आहे. मी घरी आहे याचा अर्थ हा नाही की ते केव्हा पण येऊ शकतात. सुरुवातीला हे थोडे अवघड वाटले पण आता लोकांनी ही व्यवस्था स्वीकारली आहे. आपल्याला आपले प्रत्येक काम जसे की चहा, जेवण, टी.व्ही. वगैरेसाठीसुद्धा ठराविक वेळ पाहिजे. मी नेहमी दररोजची यादी पाहून काम करतो आणि प्राधान्याच्या कामाकडे डोळेझाक करीत नाही. या तऱ्हेने मी आपले लिखित काम पूर्ण करू शकतो. जरी आपण घरी काम करीत असाल तरीही टेबलावर कागदांचा ढीग साचू शकतो. स्वत:चे काम करण्याचे

टेबल स्वच्छ ठेवा म्हणजे आपली दक्षता व क्षमतेवर परिणाम होणार नाही. माझ्या कार्यालयात माझा लॅपटॉप, कॉम्प्युटर, प्रिंटर, टेलिफोन, फॅक्स मशीन, इ-मेल कनेक्शन, टी.व्ही., म्युझिक सिस्टिम आणि वाचन सामुग्रीशिवाय छोटेसे वाचनालय, पुस्तक संग्रहसुद्धा आहे. आवश्यक वस्तूंनी युक्त कार्यालय आपल्या अत्यंत उपयोगी येऊ शकते.

माझा मदतनीस दुसऱ्या खोलीत बसतो. त्याची मला भरपूर मदत होते. असे एका वातावरण असण्याची आवश्यकता असते जेथे आपण सततचा गोंधळ, गडबड, फोनची घंटी वा सहकाऱ्यांचे हस्तक्षेपापासून दूर राहून काम करू शकाल. जर असे नसेल तर घरी केलेल्या कार्यालयापासून निर्माणाची आशा सोडून द्या. या कार्यालयातसुद्धा नेहमी कागदांचा ढिगारा जमलेला असतो.

कागदांची छाननी करीत राहा. दररोज माझ्या खोलीत दोन रद्दी कागदांनी भरलेल्या टोपल्या निघतात. कचराकुंडीच्या उपयोगाने आपण अनावश्यक कागदांच्या मोहातून मुक्त होऊ शकाल.

घरी काम करते वेळीसुद्धा स्वत:च्या दिवसाचे नियोजन करा. निश्चितपणे असे लहान व्यावसायिक स्वत:च्या आवश्यकतेनुसार खालील सूचनेमध्ये फेरबदल करू शकतात. ज्यांचा व्यवसाय ग्राहक येण्यावर अवलंबून असतो. पण अस्त-व्यस्ततेचा बंदोबस्त करणे हा त्यांचासुद्धा उद्देश असला पाहिजे. आपला दिवस लहान-लहान उपक्रमांत विभागून घ्या पण स्वत:च्या उत्पादक काळाची अवहेलना करू नका.

घरी काम करण्यासाठी शिस्त असणे अत्यावश्यक आहे. जरी हे आपल्या उत्पादकतेमध्ये वाढ करून चांगल्या जीवनाकडे घेऊन जाते कारण आपण कार्यालयाच्या पारंपरिक वातावरणापासून दूर जाऊन, सर्व हस्तक्षेपापासून दूर राहून काम करण्याची संधी मिळवितात. लक्षात असू द्या की जर आपण घरी केलेल्या कार्यालयात पूर्ण एकाग्रतेने काम करू शकत नाही तर मग त्याचे काहीच औचित्य राहणार नाही.

●●●

अव्यवस्था : दोषी कोण?

आपणापैकी अधिकांश व्यक्ती नेहमी हाच विचार करतात की वैयक्तिक, वैधानिक आणि वित्तीय मामले सांभाळणे स्वत:मध्येच एक मोठे काम आहे. परिणामस्वरूप हे काम आमच्याकरिता अवघड होत चालले आहे. तेव्हा हे क्रमामध्ये आणण्यासाठी भरपूर ऊर्जा व वेळ द्यावा लागतो. आपण या कठीण व नीरस कामे निपटण्यासाठी लहान-लहान भागांत वाटून घ्या. ही प्रक्रिया सहज व सरळ बनवू शकते.

काही सूचना येथे प्रस्तुत आहेत -

मूल्यांकन करा :- आपले आर्थिक आणि अन्य विषय क्रमबद्ध करण्यासाठी सर्वांत अगोदर आपल्या संपत्ती, हिशोब, जमीन, विमा व सेवानिवृत्ती योजनांची एक यादी बनवा. अन्य गोष्टीसुद्धा लक्षात ठेवा जसे की आपण मृत्युपत्र करू इच्छित आहात. जर आपण एखादा ट्रस्ट चालवीत असाल तर त्याची कागदपत्रे पूर्ण आहेत का आणि इतर ट्रस्टी जिवंत आहेत वा नाहीत? जर आपण पॉवर ऑफ अॅटर्नीच्या आधारावर काही जायदाद घेतली आहे का? लिव्हिंग विल आपल्या बाजूचे आहे किंवा आपल्या आश्रितांच्या बाजूचे आहे? जर आपली संतान अज्ञान आहे तर आपण त्यांच्या पालनकर्त्याचे नाव निवडले आहे का? जर आपण विमा काढला असेल तर वा एखाद्या निवृत्ती योजनेत गुंतवणूक केलेली असेल तर सर्व औपचारिकता पूर्ण केल्या आहेत का? जर आपण भागीदारीमध्ये काही घेऊन ठेवले असेल तर आपण त्याच्या नुकसानाकरिता सामुदायिकरीत्या जबाबदार आहात का? जर या सर्व बाबींबद्दल आपले उत्तर 'ना' अथवा 'मला निश्चितपणे काही माहीत

नाही' असे आहे तर आपले व्यावसायिक अधिकार आणि संघटना क्रमबद्ध नाही. ही समस्या सोडविण्यासाठी -

आपल्या संपदेची यादी करा :- स्वत:च्या संपदेची पूर्ण यादी बनवा. ज्यामध्ये जमीन, घर, वाहन, चल संपत्ती, दागिने, बँकखाते, विमा पॉलिसी, सेवानिवृत्ती योजना व कर्जाचे वर्णन केलेले असावे. संपत्तीचे खरे मूल्य व धारकाचे नावसुद्धा स्पष्टपणे लिहिलेले असावे. अशी माहितीसुद्धा द्या की ती संपत्ती कोठे-कोठे ठेवली आहे. मृत्यूनंतर दिली जाणारी संपत्ती कोणाच्या नावाने असेल त्याचीसुद्धा एक यादी तयार करा. हे निश्चित करा की यादी एकदम ठीक आहे आणि वेळोवेळी यात इच्छेप्रमाणे परिवर्तन करीत राहा. केलेल्या यादीमुळे आपण स्वत:ची उपयोगात येणाऱ्या संपत्तीचासुद्धा अंदाज लावू शकता. जर एखाद्या कारणामुळे आपण शारीरिक अपंग होता तर परिवार या यादीच्या आधारावर मिळालेल्या माहितीचा फायदा घेऊ शकतो म्हणजे आपले उपचार चांगल्या पद्धतीने होऊ शकतील. आपल्या मृत्यूच्या स्थितीत सर्व संपत्ती त्या त्या वास्तवातील उत्तराधिकाऱ्यांना सोपविली जाऊ शकते. उदाहरणार्थ जर आपण विवाहापूर्वी घर घेतले होते ते विवाहानंतर आपल्या पत्नीचे नाव घराच्या डीडमध्ये सामील केले आहे का? जर आपल्या यादीमध्ये एखाद्या संपदेचा वारसदार चुकीच्या शीर्षकांतर्गत असेल तर ते दुरुस्त करण्यास वेळ लावू नका. उदाहरणार्थ, असे होऊ शकते की आपण दुसरा विवाह केला असेल अथवा पहिल्या वा दुसऱ्या वारसाचा मृत्यू झाला असेल वा आपण एखाद्या अशा वारसाचे नाव काढून टाकायचे विसरला आहात ज्याला आपण काही देऊ इच्छित नाही. योग्य वेळी योग्य पाऊल उचलण्यामुळे कोणत्याही प्रकारच्या चुकीची शक्यता ठरत नाही.

अज्ञान मुलांच्या पालनकर्त्याचे नाव :- जीवन-मृत्यू ईश्वराच्या हातात आहे. जर आपली मुले अज्ञान असतील तर अत्यावश्यक आहे की आपण त्यांच्या पालकाचे, हितचिंतकाचे नाव निश्चित करावे. जर आपल्या दोघांचाही मृत्यू झाला तर तशा स्थितीमध्ये पालनकर्ता मुलांची देखभाल करील. या मुद्याकडे डोळेझाक करू नका. एखाद्या नैसर्गिक संकटात अथवा अपघातात आपल्या दोघांचाही मृत्यू

होऊ शकतो. असेही होऊ शकते की लोभी मित्र, नातेवाईक किंवा शेजारी आपल्या संपत्तीवर ताबा करू शकतो आणि आपली मुले रस्त्यावर येतील. एखादी वाईट व्यक्तीसुद्धा मुलांचा पालक बनू शकते. पालक निवडते वेळी आपण मनासारखे, कुटुंब व मनुष्याची निवड करू शकतो. यामुळे संशयाचे धुके आपोआपच निवळेल.

पॉवर ऑफ अॅटर्नी आणि लिव्हिंग विल :- अॅटर्नीची आर्थिक स्थिती एखाद्या विश्वासू व्यक्तीकडे सोपविली पाहिजे म्हणजे आपल्या मानसिक व शारीरिक अपंगत्वाच्या स्थितीत व्यवस्थापन करू शकेल. अॅटर्नीची वैद्यकीय जिम्मेदारी एखाद्या आश्रिताकडे सोपविली जाऊ शकते. म्हणजे आपल्या मानसिक अपंगत्वाच्या स्थितीत तो आपल्यासाठी उपचारासंबंधी निर्णय घेऊ शकेल. लिव्हिंग विलची सोय अद्याप भारतात उपलब्ध नाही. यानुसार आपले कुटुंब, डॉक्टर व इतर व्यक्ती जाणू शकतात की आपण कृत्रिम साधनांच्या बळावर जीवन जगू इच्छिता वा नाही? आपल्या शारीरिक हालचाली बंद केल्या जाव्या का? असे मृत्युपत्र प्रत्येक व्यक्तीच्या व्यक्तिगत इच्छेवर अवलंबून असते.

स्वतःच्या संपत्तीच्या योग्य वाटपाची योजना :- संपत्तीच्या योग्य वाटणीचा विचार वाईट नाही. ज्या लोकांना आपण आपल्या मृत्यूनंतर आपल्या संपत्तीमधून काही देण्याची इच्छा करता, त्यांच्यासाठी कोणतीही अनिश्चिततेची किंवा संभ्रमास वाव ठेवू नका. मृत्यूनंतर संपत्ती खालील प्रकारे वाटली जाऊ शकते.

जीवन विमा, वार्षिक पगार, गुतवणूक आणि खात्या वारसाच्या नावे होऊ शकते. हे निश्चित करा की आपण प्रमुख व गौण दोन्ही वारसांचे नाव दिले आहे. अशी संपत्ती प्रत्यक्षपणे उत्तराधिकाऱ्याची होते. सामूहिक मालकीच्या संपत्तीमध्येसुद्धा प्रमाणाची अपेक्षा नसते. काही असे खटले समोर आलेले आहेत जेथे भागीदारांनी मुले व आई-वडिलांना घराबाहेर काढले आहे. निःसंशय एखाद्या तिसऱ्या व्यक्तीचा आपल्या संपत्तीमध्ये हस्तक्षेप धोकादायक होऊ शकतो. याविषयी जरूरी सूचना घेऊनच एखादे पाऊल उचलावे.

काही संपत्ती हिश्श्यांच्या आधारावर स्थानांतरित होऊ शकते. अधिकांश लोक मृत्युपत्रातील व्यक्त केलेल्या प्रमाणांची उपेक्षा करतात; परंतु प्रभावांची आवश्यकता कधीही पडू शकते. जर एखाद्या व्यक्तीचे मृत्युपत्र केल्याशिवाय मरण ओढवले तर त्याच्या संपत्तीला आव्हान देता येते.

काही जायदादी लिव्हिंग ट्रस्टद्वारे पास केल्या जातात. अशी जायदाद हिश्श्याशिवाय उत्तराधिकाऱ्याकडे जाऊ शकते. एखादा ट्रस्टसुद्धा संपत्तीची वाटणी सोपी करतो. उदाहरणार्थ, वारसांना वाटप केलेला पैसा अल्पकालीन अथवा दीर्घकालीन हप्त्यांच्या रूपात दिला जाऊ शकतो. हे अशा आई-वडिलांसाठी योग्य आहे. ज्यांची मुले अतिशय लहान आहेत वा पैसा व्यवस्थापनाविषयी अपरिपक्व आहेत. पहिला व दुसऱ्या विवाहापासून जन्मलेली मुलेसुद्धा ट्रस्टच्या संपत्तीचा उपयोग करू शकतात. मुलांचे आई-वडील शिक्षण व उपचार वगैरे सुविधांसाठी लिव्हिंग ट्रस्टचा उपयोग करू शकतात.

आपल्याला अॅटर्नीची आवश्यकता आहे का? जर असेल तर केव्हा? :- वरील वर्णन केलेल्यापैकी अनेक पावले कायदेशीर मदतीशिवाय उचलता येतात. अन्यथा जेव्हा आपण लीगल अॅटर्नी बनविण्याची इच्छा कराल तेव्हा आपणाकडून संपत्ती व वारसदारांची यादी व विस्तृत माहिती मागविली जाईल. जरी एका अशी अॅटर्नी अवश्य असावी जी विल, ट्रस्ट, पॉवर ऑफ अॅटर्नी व डीड बनविण्याच्या कामी येईल अन्यथा वैधानिक कागद ठेवणे व्यर्थच होईल.

दस्तावेज सुरक्षित ठेवा :- वित्तीय व कायदेशीर मामले निपटण्यासाठी/ नंतर कागदपत्रे एखाद्या बँकेच्या लॉकरमध्ये वा गुप्त जागी सुरक्षित ठेवा. एखाद्या विश्वासू कुटुंबातील सदस्याला याविषयी माहिती द्या. निश्चित करा की आपले अपंगत्व अथवा मृत्यूच्या स्थितीत कोणीही कुटुंबातील सदस्य सहजपणे हे दस्तावेज प्राप्त करू शकेल.

फेर मूल्यांकनाची योजना तयार करा :- सांपत्तिक स्थितीत बदल होऊ शकतात म्हणून संपत्तीची यादी वेळोवेळी तपासून पाहा. जर कौटुंबिक स्थितीत काही बदल झाले तर आपण आपल्या मृत्युपत्रात व पॉवर ऑफ अॅटर्नीमध्ये बदल वा सुधारणा घडवून आणावी लागेल. हे सोपे वाटते पण तरीसुद्धा याकडे दुर्लक्ष केले जाते. स्वतःच्या कायदेशीर विषयांचे क्रमबद्ध व व्यवस्थितपणा आपल्या मनाला शांती देऊ शकतो. या कामांना विलंब करण्याची सवय सोडून द्या. जेव्हा आपण एकटा हे काम सुरू कराल तर सर्व काही आपोआप व्यवस्थित होईल.

●●●

क्रमबद्धतेचे महत्त्व

आपणापैकी अधिकांश चांगल्या परिवाराशी संबंधित व्यक्ती खरेदी करण्याचे नादिष्ट असतात. मग ते आवश्यक असो वा नसो. प्रत्यक्षात खरेदी म्हणजे पाप नाही परंतु कित्येक वेळा आपण जुने व अप्रचलित सामानाऐवजी नवीन खरेदी करतो आणि ते जुने सामान सांभाळूनसुद्धा ठेवीत नाहीत. अस्ता-व्यस्त घर करण्यासाठी आपणच जिम्मेदार आहोत. जुने व वापरात नसलेले सामान व्यवस्थित ठेवणे आपले प्राधान्य बनू शकत नाहीत. आपल्या भेटी-गाठी, मुलाखती व दिनचर्येतून आपण या कामासाठी वेळ काढू शकत नाही. अनावश्यक व व्यर्थ सामान दूर करूनच पसारा आवरला जाऊ शकतो. याच कारणाने आपला वेळ, जागा, पैसा व ऊर्जेची हानी होते आणि यातून कोणत्याही प्रकारचे समाधान मिळत नाही. सत्य हें आहे की आपण कोणत्या ना कोणत्या रूपात कचरा सोबतच घेऊन असतो. अधिकतर लोक कमी जागेचे रडगाणे गातात. जर आपण व्यर्थ असलेले सामान आवरले नाही तर राहणे व काम करण्याचे क्षेत्र प्रशस्त व स्वच्छ बनवू शकतो.

असे म्हणतातसुद्धा की -"To surround yourself with worthless objects renders you worthless." याविषयी आपण विचार करू. आपल्या सामानातील जवळजवळ तीस टक्के भाग असा बिनकामी आहे. असेच ते विनाउपयोगी पडून असते. परिणामत: आपले घर वा कार्यक्षेत्र कचरा-रद्दीचा अड्डा बनते, ज्याचा आपण भविष्यातसुद्धा उपयोग करून घेणार नाही. आपल्या रद्दी-कचऱ्यामुळे आपल्या पातळीचा अंदाज लावता येतो. एक सत्य अगदी प्रामाणिकपणे स्वीकारले पाहिजे की आपण भारतीय आपल्या सामानाविषयी अति आग्रही असतो. मध्यमवर्गीय आणि पैसेवाले लोक उपभोक्ता संस्कृतीचे जनक आहेत. सहजपणे मिळणारे आणि फेडता येणारे कर्ज सुविधामुळे आपण दरवर्षी अशा सामानाच्या खरेदीवर पैसा खर्च करतो ज्यांचा आपल्या प्राधान्य व आधारभूत

गरजा अन्न, वस्त्र, निवारा व वाहतुकीशी काहीही देणे-घेणे नसते.

आपण आपले शेजारी, मित्र व सहयोग्यांपेक्षा उंच होऊ इच्छितो. चुकीच्या कारणासाठी आपण नेहमी पैशांचा अपव्यय करतो. आपण असे समजून चालतो की आपल्या हक्कात असलेली संपत्ती जीवनातील अवस्थांमध्ये सुधारणा आणते. ही कल्पना काहीशी अशा तऱ्हेची आहे की व्यायाम करण्याचे एखादे उपकरण खरेदी करताच आपल्या आरोग्यात अपेक्षेप्रमाणे सुधारणा होतील. चांगल्या आरोग्यासाठी व्यायाम करण्याच्या उपकरणापूर्वी प्रेरणा असणे आवश्यक आहे. एक इलेक्ट्रॉनिक ऑर्गनॅायझर आपल्या उशीर करण्याची सवय बदलू शकत नाही. आपल्याला स्वत:च प्रत्येक काम तातडीने करण्याचा सराव करावा लागेल.

जेव्हा सामानाच्या ढिगामध्ये पाहिजे ती वस्तू मिळत नाही तेव्हा आपण स्वत:ला संभ्रमित अनुभवतो. हा अशा सामानाचा ढीग आहे जो आपण खरेदी केल्यानंतर फक्त एक वा दोन वेळा उपयोगात आणला आहे. तेव्हा आपण स्वत:ला स्वाभाविकदृष्ट्या असंघटित व अवघड स्थितीत आढळतो. अशा स्थितीमध्ये आपण समजले पाहिजे की जीवनात व्यवस्थापनाची किती आवश्यकता आहे?

हे जाणून घेणे महत्त्वाचे आहे की आपले घर वा जीवनात अस्त-व्यस्ततेचे काय कारण आहे? आपल्या अशा वागण्याचे विश्लेषण करून आपण या प्रश्नाचे उत्तर मिळवू शकतो. आपण खरेदी संबंधित निर्णय विचार-विनिमय करूनच घ्यावेत.

मी माझा कमकुवतपणा ओळखून आहे की कशा प्रकारे गरज नसतानासुद्धा मी सामान खरेदी करीत असे. आपल्या विदेश प्रवासादरम्यान मी ती प्रत्येक वस्तू खरेदी करीत असे जी मला चांगली वाटत असे. एका वेळी जेव्हा मी यू.के.मध्ये होतो तेव्हा मी कॅटलॉगनुसार खरेदी करण्याचा निश्चय केला. दिल्लीमध्येसुद्धा मी 'विंडो शॉपिंग' दरम्यान भरपूर वस्तू खरेदी करीत असे. आता जेव्हा मी कॉम्प्युटरवर काम करतो तर खूप आकर्षक सामानाची माहिती मला मोह घालते. तसे पाहिले तर आपण सर्वांचा स्वभावच असा आहे. आकर्षक वस्तूकडे सर्वांचेच लक्ष जाते.

स्वत:ची ही सवय मोडण्यासाठी मी कामाला येणाऱ्या साहित्याची यादी बनविली आणि भारत व परदेशांतसुद्धा त्या यादीनुसार खरेदी केली. कॉम्प्युटरवर आकर्षक साहित्याची माहिती देणाऱ्या साईटच बंद केल्या. अस्ता-व्यस्ततेचे मूळ स्रोत जाणून घेतल्यानंतरच आपण ते बाजूला करू शकतो.

जास्तीत जास्त लोक खरेदीला तणावमुक्त होण्याचा प्रमुख उपाय समजतात. असे लोक जास्त खरेदीनंतर पश्चात्ताप करतात. या अस्त-व्यस्ततेमुळे वेळ व पैशांचा अपव्यय तर होतोच पण सोबतच देखभालीवरसुद्धा लक्ष द्यावे लागते. आपण हा वेळ कुटुंबीय व इतर मित्रांसोबत घालवून ध्येयाकडे लक्ष एकाग्र करून वा आपल्या आवडी विकसित करून चांगला उपयोग करू शकतो. या पसाऱ्यामुळे आपली भावनात्मक ऊर्जा कमी होते. आपल्याला नेहमी त्याची चोरी, खराब होणे किंवा नैसर्गिकपणे नष्ट होण्याची भीती असते. भौतिक संपदेशी संबंधित या भावनांमुळे तणाव निर्माण होतात. आपण नेहमी जुनी व विनाउपयोगी सामुग्री बाजूला करीत राहिले पाहिजे म्हणजे नव्या सामानासाठी जागा तयार व्हावी. मी एवढे लक्षात घेतले आहे की माझ्या नोकरासाठी माझ्या आवडत्या म्युझिक सिस्टिमची स्वच्छतासुद्धा प्राथमिकता यादीमध्ये सर्वात शेवटी आहे.

हा पसारा आवरल्यानंतर आपण वेळेवर वस्तू न मिळण्याच्या परेशानीपासून दूर राहू शकता. अधिकांश लोक पसरलेले सामान आवरताना काही अशीही सामुग्री आढळते जी खरेदी केल्यानंतर वापरात आणलेलीच नाही. माझे नातेवाईक डॉ.प्रदीप बब्बर यांची पत्नी श्रीमती डॉ.वांना बब्बरने मला सांगितले की बऱ्याच काळापासून स्लीकचे टोस्टर खरेदी करण्याची इच्छा आहे. एक दिवस स्वतःच्या सामानात काही तरी शोधताना त्यांना एक नवीन टोस्टर सापडले जे बहुधा त्यांनी गतवर्षी खरेदी केले होते. जेव्हा आपल्यासोबत असे घडते तेव्हा आपण स्वतःला अपराधी समजतो. चारी बाजूंनी पसरलेल्या सामानामुळे आपणास जाणीव होते की आपले जीवन आपल्या नियंत्रणात नाही. यातून नकारात्मक भावना जन्मतात. ही बाब काहीशी कठोर पण सत्य आहे की अधिक वस्तूंची मालकी आपणास पोकळ, रिकामे बनविते. स्वतःला आपण सामानाची व्याख्या करू नये नाही तर हे जाणण्याचा प्रयत्न करा की आपले जीवन व्यवस्थित व शांत आहे का?

●●●

व्यवसाय संघाची निर्मिती

आपण सर्वांमध्ये सृजनशीलतेची अशी धारण क्षमता आहे. तरी आपल्याला स्वप्न साकार करण्याकरिता एका संघाची आवश्यकता असते. एक जुनी म्हण आहे की तुकड्यांचे कूळ अखंडापेक्षा मोठे असते. ही म्हण सर्व क्षेत्रांत लागू पडते. प्रतिस्पर्धी व्यक्तीने जर एका संघाची स्थापना केली तर ते आणखी चांगले निकाल, परिणाम आणू शकतात. एका मोठ्या संघाजवळ निश्चितपणे चांगले विचार व योजना असतात. यशासाठी दक्ष राहणे आवश्यक आहे.

एका योग्य संघाची स्थापना करायची असेल तर सुरुवात स्वत:पासून करा. स्वत:ची काम करण्याची शक्ती व योग्यतांचे निर्धारण करा. अशा प्रकारे आपण स्वत:ची दुर्बलता दुसऱ्या पूरक मनुष्याच्या मदतीने दूर करू शकता. एक वेळ स्वत:च्या सशक्त बाजूंशी परिचित झाल्यानंतर आपण सहजपणे ठरवू शकाल की आपणास संघात कोणत्या प्रकारच्या लोकांची आवश्यकता आहे. या पद्धतीने आपण निश्चित केलेल्या ध्येयांच्या आधारे स्वत:चा संघ बनवू शकता. एकदा हे काम झाले तर आपण शांतपणे कामांची वाटणी करा. आपण प्रत्येक व्यक्तीची/च्या शक्तीच्या समुचित उपयोगाने ध्येयापर्यंत पोहोचू शकता.

अशा रीतीने आपण दुर्बलता व परेशानीतूनसुद्धा पार पडू शकता. स्वत:च्या संघटनात्मक शक्तीच्या बळावर आपण कोणतीही उपलब्धी मिळवू शकता. एक पूर्णपणे संघटित संघ यशाविषयी स्वत:च्या प्रवासात निष्ठुर व न बदलणारा असू शकतो. आपणास फक्त एवढेच करायचे आहे की आपण जे आहात, तेच बनून राहू नये. स्वत:च्या सशक्त बाजू समजून घ्या व त्यांची गुणवत्ता पारखा. त्यांना मूर्त रूप देण्याचा प्रयत्न करा. यश मिळविण्यासाठी आपल्याला अपयशाच्या भीतीतून

वर यावे लागेल. आपण प्रभावशाली संवादाच्या बळावर टीकाकार व शत्रूंनासुद्धा मित्र बनवू शकता. आपण स्वतःचे संपूर्ण जीवन स्वतःच नियंत्रित करू शकता. हे तेव्हाच शक्य आहे जेव्हा आपला दृष्टिकोन स्पष्ट व विस्तृत असेल. आपल्या जीवन प्रवासासाठी योग्य जोडीदारांची यादी तयार करा. अशा सर्व उपक्रमांत सहभागी व्हा जे आपल्या मनाला चांगले वाटतील. आठवड्यात एक किंवा दोन भोजन मैत्री पक्की करण्यासाठी करा. याला आपण 'फ्रेंडशिप लंच डे'सुद्धा म्हणू शकता. मैत्री मजबूत करण्याकरिता एखाद्या मित्राला त्याच्या मदत/सेवाबद्दल धन्यवाद देऊ इच्छित असाल तर किंवा त्याची स्तुती करायची असेल तर त्यालाही भोजनासाठी आमंत्रित करा. आपले अंतरंग व्यक्त करण्याचा हा चांगला प्रसंग आहे. अशा मेजवानीनंतर आपण अति क्रूर व्यक्तींच्या स्वभावातसुद्धा फरक पडलेला पाहू शकता. सी.बी.आय. निदेशक पदावर असताना मी ही नीती अंगीकारली होती. एका वर्तमानपत्राच्या संपादकाला दर पंधरा दिवसांना दुपारी भोजनासाठी निमंत्रित केले. अशा पद्धतीने आपण संबंधात निर्माण झालेले गैरसमज मिटवू शकता.

स्वतःच्या मुलांना अचानक व अनोख्या सहलीवर घेऊन जा. झोका खेळणे व क्रीडा अशा उपक्रमांमध्ये त्यांच्यासोबत राहा. माझ्या तिन्ही मुली आजसुद्धा तो काळ आठवतात जेव्हा मी त्यांना गुरुद्वाऱ्यात नेऊन आणल्यानंतर नाश्त्यासाठी बाहेर कोठे तरी घेऊन जात होतो. जीवनातील या लहान-लहान सुखांचा आनंद उपभोगा. मी माझ्या रेल्वेचा प्रत्येक प्रवास सहलीमध्ये परिवर्तित करतो. जर गाडी रात्री दहा वाजता निघते तेव्हा त्या दिवशी मी रात्रीचे भोजन रात्री आठ वाजता घेण्याऐवजी गाडीमध्ये घेण्यास प्राधान्य देतो.

स्वतःच्या संवाद क्षमतेमध्ये सुधारणा करण्यासाठी कथा, गोष्टी सांगण्याची कला विकसित करा. आपण ही स्वतःच्या जीवनापासून सुरू करू शकता. स्वतःच्या जीवनातील प्रमुख घटना मुलांना व नातेवाईकांना ऐकवा. आपली कौटुंबिक माहिती लपवून ठेवू नका. आई-वडील, शिक्षक व शेजारी यांना फुले वगैरे पाठवून त्यांच्या शुभकामना घ्या. स्वतःच्या मुलांना त्यांना हव्या त्या भेटवस्तू देण्यास विसरू नका.

विश्वाकडे पाहताना त्यातील प्रत्येक रंगाने पाहणे शिका. जीवनातील प्रत्येक घटनेतील चांगलेपणा शोधण्याचा प्रयत्न करा. विरोधी दृष्टिकोन व विचारांपासून दूर राहा. स्वतःच स्वतःला विश्वास देऊ नका की विश्वात आपल्या

उपयोगी कोणतेही काम नाही. उशीर लावण्याच्या सवयी जीवनात स्वीकारू नका. स्वत:च्या व दुसऱ्यांच्या मर्यादांचे रक्षण करा, त्यांच्यासाठी पायरी, शिडी बनू नका. भावनेच्या आवेशात वाहून जाऊन स्वत:च्या मार्गापासून भरकटू नका.

जीवनात असे काही तरी रचनात्मक अवश्य करा ज्यामुळे आपल्याला आनंद मिळेल, मग ते कार्टून असो वा एखादे सुंदर गाणे. महिन्यातून एक वेळ कमीत कमी स्वत:साठी काही तासांचा वेळ काढा म्हणजे आपल्या चारही बाजूंना आनंद पसरून राहील.

लक्षात असू द्या की प्रत्येक गोष्ट आपल्या हृदय वा मेंदूपासून सुरू होते. प्रत्येक उपलब्धी कोणत्या ना कोणत्या मेंदूची निर्मिती आहे, ज्याने त्याच्या शक्यता स्वीकारल्या. 'जर मी यशस्वी नाही झालो तर काय होईल?' अशा गोष्टींचा विचार करून-करून नकारात्मकतेचे गुलाम होऊ नका. आपल्या निराशेच्या पर्यायात यशाच्या व्याख्येची कल्पना करा. खात्री बाळगा की आपण व आपल्या कुटुंबीयाविषयात काही तरी चांगलेच होईल. स्वत:च्या स्वप्नांची धग कमी होऊ देऊ नका. सकारात्मक विचारांनी पुरेपूर व्यक्ती व्हा. स्वप्न अवश्य पाहा पण प्रत्येक स्वप्नासोबत मजबूत योजना असणेसुद्धा अनिवार्य आहे. हे एक सत्य आहे की आपण ज्याकरिता योजना बनवाल ते नक्कीच प्राप्त कराल. दीर्घ कालीन योजना लहान लहान भागांत विभागा म्हणजे त्यासाठी काम करणे सोपे होईल.

यशासाठी कठोर परिश्रमांचे मूल्य द्यावे लागते. जर आपणास यश मिळविण्याची इच्छा असेल तर कठोर कष्ट करावे लागतील. जेव्हा सारे विश्व सुखाने झोप घेत असते तेव्हा उपलब्धीची इच्छा करणारे प्रत्यक्षात स्वत:च्या स्वप्नांना मूर्त स्वरूप देण्याकरिता कामात गुंतलेले असतात. लक्षात असू द्या की 'War and Peace ' जशी दीर्घ कादंबरीसुद्धा लियो टॉलस्टॉयद्वारा एक-एका पानाने लिहिली गेली होती.

●●●

भीतीला भीती दाखवा

जरी तो एकटाच कर्मचारी असेल किंवा हजारो कर्मचाऱ्यांना सांभाळणारी व्यक्ती, कोणा ना कोणाचा नेता अवश्य असतो. कौटुंबिक पातळीवरसुद्धा आपण नेत्याची भूमिका निभावू शकता.

एक नेता या नात्याने आपणास आपल्या आत आणि आपणाकडून दिशा, मार्गदर्शन व नेतृत्वाची अपेक्षा ठेवणाऱ्या लोकांमध्ये साहस निर्माण करावे लागेल. पहिले महत्त्वपूर्ण सत्य हे आहे की साहसाची तीच पातळी, तोच स्तर जो आपण दुसऱ्यांना देऊ पाहता स्वत:मध्ये असला पाहिजे. साधा तर्क असा आहे की आपणाजवळ जे नाही ते आपण दुसऱ्यांना कसे देऊ शकाल? जर आपल्यात साहसाची उणीव आहे तर इतर व्यक्तींनासुद्धा प्रोत्साहित करू शकत नाहीत. आपल्या स्वत:चे साहस उच्च पातळीवर असणे अत्यावश्यक आहे.

साहसाची पातळी वाढविण्यासाठी आपल्याला स्वत:च्या भयावर ताबा मिळवावा लागेल. एवढा की पोलीस व सैन्य आणि व्यापार इत्यादी गोष्टींत भविष्याविषयी धोक्याची शंका तर बाकी उरतेच. 'भीती' जीवनातील एक महत्त्वपूर्ण सत्य आहे. इतिहासाच्या पानापानांवर ते स्त्री-पुरुष नायक-नायिका नाहीत ज्यांना भय वाटत नव्हते परंतु ते लोक आहेत ज्यांनी आपल्या भीतीवर ताबा मिळविला. तणाव व उत्तेजनेमध्येसुद्धा त्यांनी आपली स्वप्ने साकार करण्याचा विडा उचलला. ते पुढे झाले आणि आपला मार्ग अडविणाऱ्या भीतीचा अडसर दूर केला. त्यांनी अनुभवले की जर त्यांनी या भीतीवर ताबा नाही मिळविला, तर भीती त्यांची मालक होईल. एक वेळ जरी आपण भीतीला दडपून ठेवले तरच आपण याचे मालक व्हाल आणि जीवनावर याची पकड ढिली होईल.

भीतीचा सामना केला तर तीच दुबळी होते, तणाव व उत्तेजना यासाठी बळ,

शक्ती देतात. या पद्धतीने आपला मजबूतपणा वाढत जातो. जीवनात भीतीचा सामना करायची सवय विकसित करा. आपल्या जीवनात भीती उत्पन्न करणाऱ्या परिस्थितीला आव्हान समजून स्वीकारा. अशा या पद्धतीने आपण तेच व्हाल जे आपण बनू इच्छिता.

आपल्याला हे जाणून घ्यावे लागेल की आपली भीती कोणती आहे? त्यामागे काय कारण आहे? या तऱ्हेने आपण भयाचा सामना करू शकाल. जाहीर भाषण याचे चांगले उदाहरण आहे. जेव्हा मी पहिल्या वेळेस भाषण देण्यासाठी एका कॉलेजमध्ये व्यासपीठावर गेलो तेव्हा 'नर्व्हस' होऊन मी माझे भाषण विसरलो. ओरडा-गोंधळ करीत मला खाली बसण्याबद्दल सांगितले. कॉलेजमधील एका वक्त्याने सल्ला दिला की मी मोकळ्या मैदानात जोर-जोराने बोलून या पद्धतीचा अभ्यास केला पाहिजे. असे समजून की मी हजारो श्रोत्यांसमोर माझे म्हणणे मांडीत आहे. मी तसेच केले आणि काही वर्षांतच माझी गणना पंजाब विश्वविद्यालयाच्या चांगल्या वक्त्यांमध्ये केली जाऊ लागली.

जाहीरपणे लोकांसमोर येण्यासाठी भीती मागे टाकावीच लागेल. पण एका लहान सुरुवातीनेच मोठे पाऊल टाकता येईल. लहान-लहान भाषणांनंतर ते स्वत:ला एखाद्या विषयावर मोठे भाषण देण्यास सक्षम समजतील. जाहीरपणे भाषण करण्याच्या कलेमुळे आपले जीवन उजळू शकते. जोपर्यंत भीतीवर ताबा मिळवीत नाहीत तोपर्यंत याविषयी प्रयत्नशील राहा.

जिग जॅगलर भीतीची व्याख्या करताना म्हणतात – 'भीतीमध्ये नकली वस्तूसुद्धा असली वाटतात.' "Fear F.E.A.R वा False Evidence Appears Real"

वेळोवेळी मनुष्य या बाबतीत विचार करतो परंतु नकारात्मक विचार त्याला भीतीवर ताबा मिळवू देत नाहीत. भीतीचे पोषण होऊन ती मजबूत होत जाते ज्यामुळे एक आराखडा बनतो. हा पिंजरा तोडणे अत्यावश्यक आहे. सर्वात चांगली पद्धत ही आहे की आपण भीतीला तोंड द्यावे. याकरिता काही सावध व सकारात्मक पावले उचलावी लागतील. हे आपल्यावर अवलंबून आहे की फक्त सकारात्मक व सहायक, पूरक विचारच आपल्या मनात यावेत. हेच या यशाचे रहस्य आहे.

●●●

जीवनात नकारात्मकता कशासाठी?

जर आपण विचाराल की मोठ्या प्रमाणात लोक जीवनात काय इच्छा व्यक्त करतात तर आपणास उत्तर मिळेल की ते यशस्वी, स्वस्थ व आनंदी दाम्पत्य आणि श्रीमंत होऊ इच्छितात. असेसुद्धा होऊ शकते की ते त्यावेळी हताश, निराश, तणाव व मनोरुग्णतेचे बळी व्हावेत.

जर आपण स्वत:शी आणि जगासोबत सतत रुक्ष, चिडचिडे व नीरस होत असाल तर याचा अर्थ हा आहे की आपल्याला आपले इप्सित प्राप्त झाले नाही. आपण फक्त नकारात्मक वातावरण निर्माण करीत आहात. आपले जीवनाबाबतीत देणे व त्रास जीवनाविषयी आपल्या वाटचालीवर अवलंबून असते. लोक स्वत:चीच विश्वसनीयता व त्वरित विचारांच्या बळावर निर्धनता व अपयशाबाहेर पडतात. त्या जुन्या नकारात्मक मानसिक व भावनात्मक सवयींचा त्याग करा ज्या आपल्याला कनिष्ठ पातळीवर नेतात. हे म्हणजे अशा जुन्या व तंग पादत्राणासारखे आहे जे फक्त त्रासच देऊ शकतात. हे आपल्यावर अवलंबून असते की आपण चांगले भविष्य बनविण्यासाठी स्वत:विरुद्ध काम करण्याऐवजी स्वत:ची शक्ती, बळ व साहसाचा उपयोग करावा.

सवयीसुद्धा कपड्यांप्रमाणे आपल्या व्यक्तिमत्त्वाचा एक भाग आहेत. ते आपले व्यक्तिमत्त्व व आत्मविश्वास फुलवितात. आपण काही कपड्यांमध्ये स्वत:ला विशेष, आरामदायक व आनंद वाटतो तर काही कपड्यांत तंग किंवा ढिलेपणा आढळतो. काही कपड्यांमध्ये आपण लठ्ठ वाटतो. परिणामस्वरूप आपण जुने असले तरीही आरामदायक कपडे वापरणे पसंत करतो. आपल्या 95 टक्के प्रतिक्रिया व विचार फक्त शिकविलेल्या सवयी आहेत. जुन्या भावनात्मक अनुभवांच्या

आधारावर आपण कोणत्याही परिस्थितीमध्ये स्वत:ची प्रतिक्रिया व्यक्त करतात. उदाहरणार्थ जर तिखटामुळे, तिखट मिरचीमुळे तोंडाची आग झाली तर किंवा वर्षा ऋतूमध्ये आपल्याला विजेचा धक्का बसला तर नेहमी मिरची खातेवेळी वा एखाद्या विजेच्या उपकरणाला स्पर्श करताना तीच भावना आपल्या मनात राहील. प्रतिक्रियावादी होण्याऐवजी सचेत राहून या मानसिक अडथळ्यापासून दूर राहू शकता. सकारात्मक रोखामुळे ही समस्या मिटू शकते. श्रीमंत लोकांकडे पाहण्याऐवजी त्यांच्याप्रमाणे यश मिळविण्याचा प्रयत्न करा. त्यांची ईर्षा करण्याऐवजी हे किती तरी चांगले होईल. स्वत:ची मानसिकता ओळखा व अडचणीतसुद्धा एक विशेष पद्धत स्वीकारणे शिका. नकारात्मक वा कंटाळा जाणवला तर स्वत:च स्वत:शी या स्थितीविषयी चर्चा करा म्हणजे आपण आपल्या पद्धतीने भावनात्मक प्रतिक्रियांमध्ये सुधारणा आणण्यासाठी स्वत:च्या रोखामध्ये बदल करू शकता.

ज्या तऱ्हेने साप आपली कात टाकतो त्याच तऱ्हेने आपणसुद्धा तणावजन्य विचारांचा त्याग केला पाहिजे. जरी असे काही घडले जे आपली मानसिक शांती भंग करील तर स्वत:ला चांगलेपणाचे वचन द्या. विजेता बनण्याचा प्रयत्न करा. शांत चित्ताने आव्हानांचा सामना करा.

तात्पुरत्या अपयशाला वरचढ होऊ देऊ नका. पूर्ण आत्मविश्वास व स्वाभिमानाने त्याला तोंड द्या. विशेष बाब ही आहे की आपल्याला कोणत्याही परिस्थितीत नकारात्मक व अप्रचलिताच्या मुळापर्यंत जाऊन स्वत:ला चांगल्याच्या दिशेने प्रेरित करणे होय.

कोणत्याही नकारात्मक स्थितीवर ताबा मिळविला तर स्वत:ची पाठ थोपटा. कठीण परिस्थितीतसुद्धा स्वत:चा आत्मविश्वास आणि स्वाभिमान जोपासत राहा. जर आपण या बाबतीत सावध नाही राहिलात तर हानिकारक भावना व मन:स्थिती आपल्यावर कुरघोडी करू शकते. जेव्हा-जेव्हा आपण सकारात्मक विचारसरणी घेऊन नकारात्मकतेचा सामना कराल तेव्हा आपली भावनात्मक सुरक्षेमध्ये वृद्धी होईल. दुसऱ्याबरोबर चांगल्या संबंधात पुढाकार घ्याल आणि यश तुमच्या पायावर लोळण घेईल.

स्वतःच्या अपयशामुळे स्वतःला भीती घालू नका. स्वतःला प्रेमाचीच वागणूक द्या. आपल्याला स्वतःला एक पूर्ण व्यक्तित्वाच्या रूपात स्वीकार करण्याची सवय विकसित करावी लागेल. नेहमी जीवनातील सकारात्मक बाजूंवर एकाग्र राहा. जर आपण सतत स्वतःला दोषी मानीत राहाल तर अपयशच तुमच्या हाती येईल. फक्त सुरक्षितताच समृद्धीला आकर्षित करतात. एकदा जीवनातील एखादे स्वप्न पूर्ण करण्याविषयी खरे चित्र पाहिल्यानंतर जुन्या अपयशाकडे वळून पाहू नका. नकारात्मक मानसिकता व निराशावादापासून सुटका करून घ्या. स्वतःची त्रासदायक परिस्थिती कधीही विसरू नका. भूतकाळातील अपयश गाडून त्यावर संपत्ती यश व सार्थक संबंधांचा पाया भरा व इमारत उभी करा. वर्तमानाच्या सोबतच आपले यश संबंधित आहे. जर आपण यशाशी संबंधित स्वप्न पूर्ण करू पाहत असाल तर परमेश्वराने दिलेल्या वेळेचा अनादर करू नका. नेहमी सकारात्मकतेचा मार्ग तयार करा. घातक भूतकाळापासून सुटका करून घेण्याचा हाच एक योग्य उपाय आहे.

जर आपणास रडायचे असेल तर मोकळ्या मनाने रडा. अश्रू वाहून गेल्यानंतर भूतकाळ विसरून जा, स्वतःची सकारात्मक झेप परत पुन्हा मिळवा. असे केले तरच आपण स्वप्नांच्या पूर्ततेला लयबद्धता देऊ शकाल. स्वतःच स्वतःशी चांगल्या वागणुकीची सवय लावा. आपल्या जागृत व निद्रिस्त मेंदूमध्ये मजबूत संबंध बनविणे शिका. यामुळे आपले यश निश्चित होईल. यश, आनंद, संपत्ती व आरोग्य अचानकच मिळत नाही. आपल्याला चांगल्या सवयी, मोठ्या योजना, कल्पना व मजबूत नकारात्मक विश्वासाची परंपरा तयार करा. जीवनातील रोमांचाचा आनंद भोगणे शिका. अशाच पद्धतीने आपण संपत्ती, संधी, चांगले लोक व ताळमेळयुक्त स्थिती स्वतःकडे आकर्षित करू शकता. आपण विश्वास ठेवण्यालायक लोकांच्या निकट सान्निध्यात राहा. जर आपण खऱ्या अर्थाने जीवनापासून काही मिळवू इच्छित असाल तर आपण स्वतःपासून समृद्ध, प्रसन्न, कृतज्ञ, स्वस्थ, दयाळू व यशस्वी समजण्याची सवय विकसित करा. लक्षात ठेवा की फक्त आपणच स्वतःमध्ये परिवर्तन घडवून आणू शकता.

●●●

प्रभावी निर्णय क्षमता

आपल्या ध्येयापर्यंत पोहोचल्यावर त्याचा पूर्ण आस्वाद घ्या. प्रत्यक्षात ध्येयाच्या दिशेने जाणाऱ्या या प्रवासाचा आनंदसुद्धा घेतला पाहिजे. या दरम्यान स्वत:ला शुभकामना द्या. तेथे पोहचल्यानंतर स्वत:ला पुरस्कृत करा. आपल्या उदारतेने दुसऱ्यांनासुद्धा जीवनात पुढे पडण्याची संधी द्या. स्वत:च्या महत्त्वकांक्षेद्वारा दुसऱ्यांच्या कल्याणाविषयी विचार करा. एक स्वप्न साकार होताच दुसऱ्या मोठ्या स्वप्नाला साकार करण्याच्या कामाला लागा. आपला विलक्षण दृष्टिकोनच साधारणला असाधारण व अद्‌भुत बनवितो. आपण मोठ-मोठी स्वप्ने पाहिली पाहिजेत. ते साकार होण्याच्या सर्व शक्यता आपल्याजवळच आहेत. आपणास पूर्ण विश्वास पाहिजे की ईश्वरीय अनुग्रह, कठोर परिश्रम आणि स्वत:ला व दुसऱ्यांना मदत या द्वारेच आपण स्वप्न वास्तविकतेमध्ये परिवर्तित करू शकता. पण काही जागी आपणास वास्तविकतेचा आश्रय घ्यावा लागेल. उदाहरणार्थ, एक हृदयरोगी 2000 मीटर दूर अंतराची रेस जिंकू शकत नाही, किंवा संधिवाताचा रुग्ण मॅरार्थॉनमध्ये भाग घेऊ शकत नाही. या दोन्ही उदाहरणांमध्ये स्वप्न फक्त मोठेच नाहीत तर ते अशक्यप्राय आहेत. आरोग्यात सुधारणा यांचा पहिला उद्देश असला पाहिजे.

महान यश मिळविणारे स्वत:ला नेहमी यशस्वी विजेता या रूपात कल्पिंत असतात. चांगली परिस्थिती नसतानासुद्धा त्यांची उमेद, महत्त्वाकांक्षा उच्च व मोठ्याच असायच्या. जगातील चांगल्या व प्रभावी वक्त्यांनी स्वत:च्या वाणीला ऊर्जा व भावनांनी ओतप्रोत करून मेंदू व शारीरिक हावभाव साधले व स्वत:चे स्वप्न सत्यात आणून दाखविले. काही लोक नेहमी असे विचारतात की उपलब्धी लहान-लहान भागांत विभागली जाऊ शकते का? मोकळ्या, खुल्या मनाने उत्तर दिले की हे व्यक्तीवर अवलंबून आहे, कारण विभिन्न प्रश्नांचे, अडचणींचे एकच

उत्तर नसते. येथे आपल्यासाठी काही सूचना देण्यात येत आहेत –

एक बाब कदापि विसरू नका की जीवनात घडणाऱ्या घटनांऐवजी कामगिरी व उपक्रमांशी संबंधित जोडलेले आपले विचार, आपल्या आज व येणाऱ्या उद्याला नवा आकार देतात. आपल्या जीवनातील प्रत्येक स्थितीकडे सकारात्मकतेने पाहणे आपल्यावरच अवलंबून असते. प्रत्येक परिस्थितीमध्ये सकारात्मकतेला केंद्रबिंदू मानण्याचा सराव केला पाहिजे. आपण सगळे नेहमी नको असणाऱ्या घटना आणि परिस्थितीविषयी शंकित असतो, परंतु येणाऱ्या काळात अशा घटनाच आपणास जीवनातील अमूल्य अनुभवांचे धडे शिकवतात. आपण अशा घटनांपासून बोध घेतला पाहिजे की येणाऱ्या आगामी आव्हानांच्या सकारात्मक अनुभवांना बुद्धिमत्तापूर्वक स्वीकारावे व त्यांच्यापासून नवीन पाठ शिकावेत. अशा स्थितीमध्ये आपण आव्हानाला एका संधीच्या स्वरूपात घ्याल ज्यामुळे व्यक्तिगत आणि व्यावसायिक प्रगतीचे नवे क्षेत्र निर्माण होईल. आपण निरंतर स्वतःला हा प्रश्न केला पाहिजे की वरील स्थिती आपणासाठी किती महत्त्वपूर्ण आहे आणि आपण ही स्वतःच्या चांगल्याकरिता कशा पद्धतीने उपयोगात आणाल.

स्वतःचे जीवन व उपलब्धींचा वेळोवेळी हिशोब पाहा :-

जीवनातील कष्टदायक परिस्थितीचे रडगाणे गाताना स्वतःला सहानुभूती योग्य बनवू नका. नकारात्मक लोकांजवळ रडगाण्यासाठी भरपूर कारणे असतात. जर एखाद्या निराशावादीकडे काम असेल तर तो स्वतःसाठी वेळ नसल्याची रडकथा सांगेल. जर त्याच्याकडे काम नसेल तर तो त्याविषयी तक्रार करील म्हणून अशा शोकसभा ना तर मनोरंजक असतात आणि ना तर ज्ञानवर्धक, अशा लोकांपासून दूर राहा.

जर आपणासुद्धा जीवनात नकारात्मक विचारांनी विळखा घातला असेल तर स्वतःच्या सगळ्या यशप्राप्तीची पुनरूक्ती करा. त्या वेळी आपण शांत, आनंदी व स्वस्थचित्त राहा ज्यामध्ये क्रोध, भीती व औदासीन्य अशा नकारात्मक भावना आपल्याला स्पर्शही करू शकत नाहीत. या सरळ व साधारण प्रक्रियेद्वारे आपण सकारात्मक मनोवस्था मिळवू शकतो. आपल्या जीवनात आपण काट्यांचा नाही तर त्याच्याजवळ उमललेल्या गुलाबंदचा शोध घेतला पाहिजे. जीवनात जेथे गुलाब आहेत तेथे काटे असणारच. जर आपल्याला कोणी गुलाबफुलांचा गुच्छ भेट देत आहे तर काटे स्वाभाविकपणे सोबत येतील तेव्हा आपण त्या काट्यासाठी

फूल पाठविणाऱ्याला दोष देऊ शकत नाही. वास्तविकता ही आहे की गुलाबाच्या फुलांचे अप्रतिम सौंदर्य व मस्त सुगंधात हरवून आपले लक्ष काट्यांकडे जाणारच नाही. सत्य हे आहे की आपण जीवनात फुलांच्या तुलनेत काट्यांकडे जास्त लक्ष एकाग्र करतो. निश्चित ठिकाणी सुखरूप पोहोचलो याकडे लक्ष देण्याऐवजी आपण ट्रेन वा विमानाच्या उशिरा पोहोचण्याची तक्रार करतो. आपण घर व त्यातील कामकाजाचे दु:ख बाळगतो परंतु परमेश्वराला त्या सुंदर घराबद्दल धन्यवाद देत नाहीत. जीवनात काट्यांऐवजी गुलाबाकडे लक्ष द्या आणि कोणत्याही परिस्थितीतून चांगले शोधा.

या दृष्टिकोनामुळे बाकी काही नाही झाले तरी ते गुलाब आपणासाठी आणखी आनंददायक होतील. कोणतीही समस्या वा चिंता वाटल्यामुळे अर्धी कमी होते, अशा प्रकारे आपण चांगले व वाईट दोन्ही प्रकारचे अनुभव वाटू शकता. जरी आपण आपली स्वप्ने कोणासोबत वाटून घेता तेव्हा ते पूर्ण करण्याची जिम्मेदारीसुद्धा वाढते. कारण आपण दुसऱ्यांच्या दृष्टीतून मूर्ख ठरू इच्छित नाही. स्मरणात असू द्या की स्वत:च्या मेंदूच्या शक्तीचा जास्तीत जास्त उपयोग करणे आपल्या हातात आहे. आपल्याला आपला मेंदू गदगदा हलवावा लागेल म्हणजे तो आपल्यासाठी ओव्हरटाइम करील आणि चांगले परिणाम मिळवील. पुढील वेळी जेव्हा कधी एखाद्या त्रासात सापडाल तेव्हा ‘‘असे माझ्यासोबतच का होते?’’ म्हणण्याऐवजी म्हणा की ‘‘भविष्यात अशी अडचण येऊ नये, याकरिता मला कोणती पावले उचलावी लागतील?’’

जीवनात निश्चितपणे आनंद व समाधान मिळविण्याकरिता सगळ्या स्थितीच्या रचनात्मक व प्रेरणादायक बाबींवर लक्ष एकाग्र करा. तेव्हा आपण निश्चितपणे सकारात्मक निवड करू शकाल. पीटर मॅक विलियम्स म्हणतात ‘‘आपले जीवन चांगल्या व वाईट सकारात्मक व नकारात्मकता यांचे मिश्रण आहे. जेव्हा आपण वर्तमान चांगल्यावर एकाग्र होतो तेव्हा स्वत:ला आनंदी पाहतो. जर नाही झालो तर आनंदीही होऊ शकत नाही. याप्रकारे जीवनचक्र चालू राहते.’’ स्वत:च्या जीवनाचा उद्देश स्पष्ट करा, आत्मशिस्तीची कला शिका आणि ईश्वराबद्दल कृतज्ञ राहा.

●●●

साधारण जीवनाचे नियम

सहज जीवनाच्या विषयी अनेक लोकांचे अनेक विचार असतात. काही लोकांसाठी विश्रांती व मौजमस्तीने भरपूर जीवनच सहज जीवनाची व्याख्या असू शकते. सहज जीवन तेच आहे जे सहजपणे जगता येते. हे जीवन संघर्षपूर्ण असते. प्रयत्नच जीवन सहज, सरळ बनवितात. जीवन सहज असू शकते व आपण हे सहजतेने जगूसुद्धा शकतो, मग लाखो अडचणी आल्या तरी काही हरकत नाही.

पण एक साधारण सहज जीवनसुद्धा ऊर्जेचा वापर करते. त्यामुळे ऊर्जा खपतीची पातळीसुद्धा वाढते. क्रीडा, प्रतिस्पर्धा, व्यायाम किंवा मग एखाद्या आव्हानामुळे भरपूर काम करते वेळी कित्येक तास सतत विनातणाव कष्ट करावे लागतात. जर आपल्यात काम पूर्ण करण्याची नैसर्गिक इच्छा आहे तर ते आव्हानसुद्धा आपल्याला सहज वाटेल. परिणामस्वरूप ना तर संघर्षाचा सामना करावा लागेल आणि ना तर तणावांचा.

प्रत्येकाला जीवनात एकसारख्या अनुभवांना तोंड द्यावे लागते. क्रमबद्धता व संघटना अशा जीवनाची प्रथम प्राथमिकता असू शकते. प्रत्यक्षात हे आपल्यालाच ठरवायचे आहे की आपल्याला साधारण जीवन जगायचे आहे की कठीण. आपण आपल्यापुढील आव्हाने ओळखून त्यांना निपटण्याची भरपूर क्षमता निर्माण करावी लागेल. स्वत:च्या साधनांसोबत जीवनयात्रा करा. आपल्या देशाची जाणीव ठेवा. नियमित जीवन जगा. स्वत: आणि दुसऱ्यांना आदर द्या. आणि जीवनातील प्रत्येक घटना, व्यक्ती व परिस्थितीला जीवनाची देणगी समजून स्वीकारावी. उपाहार नेहमी कृतज्ञतापूर्वक स्वीकारले जातात. प्रत्येक उपाहाराचे मूल्य या गोष्टीवर अवलंबून

असते की आपण ते कसे स्वीकारले व त्याचा काय उपयोग केला?

वर्तमान जगा पण भूतकाळातील चुकांपासून धडा अवश्य घ्या. भूतकाळात जे झाले त्याचा पश्चात्ताप करू नका आणि अपराधीपणाची जाणीव करून घेऊ नका. भविष्यात नेहमी चांगल्याची आशा ठेवा. जीवनातील आनंद व सौंदर्याचा अनुभब घ्या. हे आपल्यातच लपलेले आहे. हेच आपल्यात लपलेला आनंद बाहेर काढू शकतो. हाच आनंद आपल्या संबंधात प्रकट होईल. कोणतीही घटना, परिस्थिती वा व्यक्तीविषयी स्वत:च निर्णय घेऊ नका.

प्रत्येक मनुष्य दिलेले काम स्वत:च्या निर्धारित क्षमतेनुसार पूर्ण करू शकतो. विनाअट वा तडजोड आपले प्रेम वाटा. प्रेमच जीवनाचे तत्त्व आणि आनंदाचा स्त्रोत आहे. आजचा आनंद घ्या पण लक्षात असू द्या की एक चांगला 'उद्या' आपली वाट पाहत आहे. एका विजेत्याप्रमाणे जीवनात जगा. एक पराजित तोच असतो ज्याने विजय व पराजयाच्या व्याख्यांनुसार आगेकूच करण्याचे प्रयत्न केले नाहीत. आणि विजेता तोच असतो ज्याने आपल्या विजय व पराजयाच्या व्याख्येनुसार पुढे होऊन तेच प्राप्त केले जे त्याला पाहिजे होते.

अधिकांश विजयी लोक दूरदर्शी व शूर असतात. त्यांच्यामध्ये आत्मविश्वास कायम ठेवण्याची क्षमता भरपूर असते. ते जीवन एका भरपूर आनंद व मजेत जगू इच्छितात. दुसऱ्या बाजूला अपयशी लोक जीवन दु:खदायक समजतात आणि प्रयत्नसुद्धा करीत नाहीत. विजेता बुद्धिमान, तार्किक व विवेकी असतो. जर त्यांच्याकडे भविष्याविषयी एखादी योजना असेल तर ते ती पूर्ण करण्याच्या गुप्त पद्धतीसुद्धा जाणून असतात. आजचे स्वप्न उद्याचे सत्य असते. ते जाणतात की मोठ्या योजनांचे व्यवस्थापन योग्य व्यक्तींकडे सोपविल्याशिवाय ते पूर्ण होऊ शकत नाही. दुसऱ्या लोकांप्रमाणे तेसुद्धा भीतीग्रस्त होतात परंतु त्या भीतीवर ताबडतोब ताबा मिळवितात.

विजयी लोक जीवनाकडे उदार दृष्टिकोन बाळगून पाहतात, ज्यामध्ये थोडाबहुत कमीपणा असू शकतो. पराजित लोकांचा जीवनाकडे पाहण्याचा कल एकदम

विपरीत असतो.

विजेता आपल्या ध्येयापर्यंत पोहोचणारी पावले ओळखतात. ते शेवटच्या विजयापर्यंत त्याची नोंद घेतात. त्यांना माहीत असते की या स्वप्नांपर्यंत पोहोचण्यासाठी मार्ग खडतर आहे. ते जाणून असतात की स्वप्न प्रत्यक्षात आणण्यासाठी कठोर कष्ट, एकाग्रता व कष्टदायक स्थितीतून जावे लागते. ते स्वशिस्तीचा सराव करतात. अडचणी आल्या तरी आपले प्रयत्न कमी पडू देत नाहीत. म्हणून आपण एका चांगल्या उद्याचे स्वप्न पाहिले पाहिजे. कामामध्ये विलंब घातक असतो. विजेते कधीही विलंब करीत नाहीत आणि पराजित लोक नेहमी काम सुरू करण्याचा मुहूर्त शोधत राहतात. यशाची किल्ली आहे 'शिस्त'. जीवन एक कठोर मालक आहे. काही लोक आपणास मागे ओढण्यास इच्छुक असतील तर अशा लोकांची उपेक्षा करा. भले सगळे जग आपल्या विरोधात असो, जर आपण योग्य असाल तर आपल्या मार्गावर चालत राहा. आपल्या महत्त्वाकांक्षेपर्यंत पोहोचण्याचा हाच एक मार्ग आहे.

●●●

अहम् - वरचढ व्हा

जीवनात आपल्याला बाहेरील युद्धाऐवजी आतील लढाई जिंकावयाची आहे. जेव्हा आपल्याला एखादे काम करायचे असेल, तेव्हा आपला स्वतःचा अहम् आडवा येतो. खरे तर स्वाभिमान व अहम् यात थोडा फरक आहे. अहम् लढा दिल्याशिवाय संपत नाही. आपल्यामध्ये याविषयी प्रत्युत्तराचे साहस असले पाहिजे. आपणास स्वतःच्या शोधासाठीसुद्धा साहस एकवटावे लागेल. आपल्याला आपल्या जीवनाला योग्य दिशेने घेऊन जाणाऱ्या अज्ञात शक्तीवर विश्वास ठेवला पाहिजे.

आपल्याला दैनंदिन उपक्रमांमध्ये सजगपणाचा सराव केला पाहिजे. दिल्लीहून बागडोगराकडे जाणाऱ्या उड्डाणादरम्यान माझी भेट एका सुंदर दिसणाऱ्या युवक आणि त्याच्या पत्नीबरोबर झाली. तो अज्ञाताविषयी चिंताग्रस्त होता. मी त्याला सकारात्मक राहण्याचा व वर्तमानावर केंद्रित राहण्याचा सल्ला दिला. मी त्याला सांगितले की त्यानेसुद्धा माझ्याप्रमाणे परतीच्या तिकीटाकरिता एक लाख रूपये खर्च केला आहे. तर मग त्याच्या मनात ही भीती कशासाठी की तो एक दिवस नोकरीविना रस्त्यावर येईल. मी त्याला सुचविले की वर्तमानाविषयी सावधपणाच्या सरावाने तो जीवनात सकारात्मक बदल घडवून आणू शकतो. जसे की तो कधीसुद्धा नकारात्मक विचारांमध्ये नव्हताच.

आपल्याला स्वतःच्या स्वतःला प्रोत्साहित करणाऱ्या साहसाची जोपासना केली पाहिजे. याप्रकारे आपला मेंदू शांतपणे आपल्या मार्गाने चालू शकतो. आपल्याला स्वतःच्या अंतरात्म्यावरं पूर्ण विश्वास पाहिजे. आत्मजागृती वा मेडिटेशनच्या सरावाने संभवतः आपल्याला त्याच्या व्यर्थ विचारांना तोंड द्यावे लागेल पण त्या भयाने भयभीत होण्याची किंचितही गरज नाही. कोणत्याही संस्थेच्या यशस्वी संचालनासाठी भरपूर ऊर्जा व उत्पादकतेची आवश्यकता असते. फक्त प्राप्त

सुविधांवर/साठी वेळ, ऊर्जा व साधने लावणे/वापरणे पुरेसे नाही. अशा पद्धतीने आपण स्वत:च्या ध्येयापासून भरकटाल. उदाहरणार्थ, भारतामध्ये अनेक बँका स्वत:साठी नवीन ग्राहकांच्या शोधात असतात परंतु ते त्या ग्राहकांची पर्वा करीत नाहीत जे त्यांच्याकडे पूर्वीपासूनच हजर आहेत. मी स्वत:च्या बँकेला अर्ज केला की मला नवे चेकबुक पाठवावे कारण जुने संपले आहे. त्यांनी माझा अर्ज रद्द केला व तो करताना सांगितले की माझी सही रेकॉर्डशी जुळत नाही. मी त्याच दिवशी त्या बँकेतील खाते बंद केले आणि दुसऱ्या बँकेत उघडले.

बँकर्सना ग्राहकांमध्ये फरक करता आला पाहिजे. येथे मी स्वत:चेच पैसे काढीत होतो. त्याच बँकेच्या अधिकाऱ्यांनी मला विचारावयास हवे होते की मी त्या बँकेच्या सुविधापासून समाधानी आहे अथवा नाही. पण त्यांनी तेवढेही कष्ट घेतले नाहीत. व्यापार, उद्योगधंद्यांशी संबंधित लोकांनी व्यापाराशी संबंधित लोक व त्यांची आवड याकडे आवर्जून लक्ष दिले पाहिजे. असे व्यवसाय, जसे की बँक, ब्यूटी पार्लर इत्यादी जेथे ग्राहकांचे समाधान हेच महत्त्वाचे आहे, या बाबीकडे जास्त लक्ष दिले पाहिजे.

व्यापारात ग्राहकावर जास्त लक्ष केंद्रित केले पाहिजे कारण त्याच्या माध्यमातून आपला व्यापार चालतो. जर आपण स्वत:च्या चुकांसाठी ग्राहकाची क्षमा, माफी मागणार नसाल तर शक्य आहे की ते परत आपल्याकडे येणार नाहीत. नियमित ग्राहक दुरावल्यामुळे उत्पन्न तर कमी होईलच पण व्यापाराचे नाव, दबदबा यांचे नुकसान होईल. आपल्या ग्राहकांना जास्तीत जास्त सुविधा देण्याचा प्रयत्न करा आणि आसनस्थ कर्मचाऱ्यांनासुद्धा या सत्याची जाणीव करून द्या. ग्राहकांच्या जरुरीविषयी जबाबदार होण्याचे शिका. जेव्हा ते तक्रार करतील तेव्हा धैर्याने त्यांच्या अडचणी सोडवा. माझ्याप्रमाणे असे कित्येक लोक असतील जे प्रत्यक्षपणे दुकानदाराला बोलणे पसंत करीत नाहीत, की ते त्याच्या सामान व व्यवहाराबद्दल नाराज आहेत. ते फक्त स्वत:चा व्यवहार अशा दुकानदाराशी करू लागतात जो पहिल्यापेक्षा जास्त जबाबदार असेल. मी एखादी संस्था व उत्पादनाशी संबंधित अनुभव दुसऱ्यांना अवश्य सांगतो. जर ते अनुभव खराब निघाले तर नि:संशय भावी ग्राहक स्वत:चा मार्ग बदलू शकतात, ज्यामुळे या व्यक्तीच्या व्यापाराचे नुकसान होऊ शकते. आपण आपले सहकारी कर्मचारी आपणास चांगले समजू शकतात पण आपण खऱ्या अर्थाने तेव्हाच चांगले समजले जाल जेव्हा आपले ग्राहक दिलेल्या सेवांमुळे समाधानी व आनंदी होतील आणि प्रत्यक्षात यालाच महत्त्व आहे.

●●●

साहसी व्यक्ती आणि भाग्य

प्रत्येक मनुष्य यशस्वी, स्वस्थ, निरोगी, श्रीमंत व आनंदी राहू इच्छितो. याकरिता आपल्याला तणाव, भ्रम व असुरक्षिततेची भावना त्यागून स्वत:ला यशस्वी, निरोगी, श्रीमंत व आनंदी समजावे लागेल. जीवनामध्ये इर्षा, तणाव व निराशेपासून सुटकेचे सावध प्रयत्न करावे लागतील. आपण स्वत:ला दीन, पराजित, निर्धन व अयशस्वी समजू नका. उणीवेची कल्पनासुद्धा मनुष्याला श्रीमंती व यशाच्या विषयात नकारात्मकता भरून पावते. जर आपण उत्साहाने परिपूर्ण आहात तर समृद्धीशी संबंधित कोणतेही स्वप्न साकार करू शकता. आपण स्वत:चे यश, स्वत:च्या अटी व आवश्यकतांच्या आधारावर निर्धारित करू शकता. आपणास निश्चित करावे लागेल की आपण दररोज अशी कोणती दोन कामे कराल ज्यामुळे दिवसअखेर आपल्याला आनंद व समाधानाचा अनुभव येईल. दररोजच्या कामांची यादी तयार करते वेळी स्वत:चे स्वत:ला हा प्रश्न अवश्य विचारा. स्वत:करिता जास्त सार्थ व महत्त्वपूर्ण कामे निवडल्यानंतर यादीमध्ये सर्वप्रथम लिहा. दिवसअखेर आपले विशेष काम पूर्ण केल्याचे समाधान मिळवून आपण आनंदाचा श्वास घेऊ शकता. असे म्हणणे चूक ठरेल की आपण सगळे भयमुक्त आहोत. आपणा सर्वांना आपआपली भीती आहे. जोपर्यंत आपण त्या भीतीशी सामना करणार नाही तर ती आपल्यावर राज्य करू लागेल. भीतीला तोंड द्या, ती स्वत:च नष्ट होईल. फक्त याच पद्धतीने आपण भीतीच्या जोखडापासून स्वत:ला मोकळे करू शकता. सर्वप्रथम तेच करा जे केल्यामुळे आपण सर्वात जास्त भयभीत होता. भीती तर जीवनातील एक सत्य आहे. ही मोडूनच आपण शक्तिमान बनू शकता.

इतिहासात स्थान निर्माण करणारे नायक-नायिकांचे जीवनसुद्धा भीतीग्रस्त होते परंतु त्यांनी शूरपणे भीतीचा सामना केला व त्यावर विजय मिळविला. ज्यासाठी चिंताग्रस्त आहात त्याच कामापाठी लागा, भीती स्वत:च नाहीशी होईल. जिग जॅगलर म्हणतात - " भीतीमध्ये नकली वस्तूसुद्धा खऱ्या वाटतात."

अधिकांश व्यक्ती त्या कामांसाठी स्वत:ला दोषी समजतात जी ते जीवनात करू शकले नाहीत. आपल्याला असे समजण्याची मुळीच आवश्यकता नाही. असे समजून आजचा आनंद उपभोगा की येणारा उद्या यापेक्षाही चांगला असेल. संभवत: येणाऱ्या उद्याला आपण त्या प्रलंबित परियोजनासुद्धा हाती घ्याल ज्या फार काळापासून दुर्लक्षित होत्या.

सर्वांत मोठी बाब ही आहे की आपली हिंमत, साहस टिकून राहिले पाहिजे. 'माझ्याकडे वेळ नाही' किंवा 'मी या योग्यतेचा नाही' असे वाक्य ऐकून वाटते की आपण करण्याचे इच्छुक नाहीत, आणि कामापासून सुटकेसाठी कारणे शोधीत आहात. तरी अधिकांश लोक याच भ्रमात सापडून ती कामे करू शकत नाहीत जी ते थोड्याच प्रयत्नांनी सहज करू शकतात. आणि अशा प्रकारे ते कधीही आपल्या ध्येयापर्यंत पोहचू शकत नाहीत. यश व अपयश आपल्यावरच अवलंबून आहे. हेन्री फोर्ड म्हणतात - "When every you think you can or cannot you are right. It is for you to examine as why do you lack the courage to make your dreams come true and take remedial steps." आत्मसंशय व आत्मनिंदेपासून दूर राहा. स्वत:च्या स्वप्नांच्या दिशेने आगेकूच करताना स्वत:विरुद्ध निर्णय देऊ नका. आत्मनिंदा करू नका, ही आपल्या महत्त्वाकांक्षेसाठी नुकसानदायक होऊ शकते. स्वत:मध्ये पाहा, आपणास आपली स्वप्ने साकार करण्याचे बळ मिळेल. आपण भूतकाळातील अनुभवांपासून बरेच काही शिकू शकता आणि वर्तमान ध्येयासाठी त्यांना उपयोगात आणू शकता. जगात प्रत्येक मनुष्य एवढे की आपली मुलेसुद्धा प्रत्येक मनुष्य अथवा विषयात आपले मत बाळगतात. जर आपण ध्येयपूर्तीसाठी दुसऱ्यांच्या विनिमयाला अत्यधिक गांभीर्याने घ्याल तर शक्य आहे की आपण स्वंत:च्या ध्येयापर्यंत कधीही पोहचणार नाही. हे

म्हणजे असे आहे की पाच वेगळ्या व्यक्ती एकाच जागी जाण्याचे पाच वेगळे मार्ग सुचवितात. प्रत्येक मनुष्य स्वत:नुसार मार्ग दाखवील. सडक प्रवासादरम्यान माझ्याशी बहुधा नेहमी असे होते. आपल्यामध्ये यश मिळविण्यासाठी केल्या जाणाऱ्या प्रवासाचा मार्ग निश्चित करण्याचे साहस पाहिजे. या गोष्टीवर अजिबात विश्वास करू नका, जेव्हा लोक आपल्याला सांगतील की आपण कधीही यशस्वी होऊ शकणार नाही. स्वत:चा आनंद, प्रसन्नता व समाधानाच्या मार्गात अचानक येणाऱ्या अडचणी बाजूला सारा, त्या नष्ट करा. स्वत:च्या अंतरात्म्याचा आवाज ऐकणे व ओळखण्याचा प्रयत्न करा. भूतकाळातील दुर्घटना वा घावांना भविष्यावर वरचढ होऊ देऊ नका.

यापेक्षा हे जाणून घेण्यात जास्त वेळ घालवा की आपण कशा तऱ्हेने व्यावसायिक व आर्थिक दक्षतेत सुधारणा करू शकता. हे लक्षात असू द्या की जर आपल्याजवळ एखाद्या वस्तूची उणीव आहे तर ती जीवनाच्या दुसऱ्या एखाद्या बाबीत नक्की प्राप्त होईल. स्वत:च्या उणीवावर लक्ष एकाग्र करण्यापेक्षा साधनांवर लक्ष द्या म्हणजे जीवनातील अपुरी स्थिती सुधारेल. जीवनात व्यवहारी व्हा यश आपले होईल.

अशीच पावले उचला जी ध्येयप्राप्तीसाठी सहायक व आवश्यक वाटतात.

●●●

मूलमंत्र कामच आहे

आपला आज विलक्षण बनविण्याकरिता सकाळी चहा घेतल्यानंतर स्वत:ला बजावा - "Today is going to be a wonderful day." आपल्याला दररोज निर्माण होणाऱ्या भीती व अडचणीतून सुटका करून घेण्यासाठी प्रत्येक मोक्याचा संधीचा पुरेपूर उपयोग केला पाहिजे. आरशामध्ये पाहून म्हणा - 'It's a wonderful day.' फक्त जगणेच पुरेसे नसते. याला खऱ्या अर्थाने एक विलक्षण दिवस बनविण्याचे प्रयत्न करा. आपण आपले वर्तमान खाणे-पिणे, काम व गप्पागोष्टींत घालवीत आहात, हेच उत्सवाचे कारण आहे. सकाळी फिरावयास गेल्यानंतर पाहा की आपण काय ठरवले आहे? चिमण्यांची मंजुळ चिवचिव, फुलांचा सुगंध व थंड हवा, उत्सव साजरा करण्यासाठी ही कारणे पुरेशी नाहीत का?

सकाळी फिरणे आपल्या शरीराला भरपूर प्रमाणात प्राणवायू देते. मोकळ्या हवेत दीर्घ श्वास घ्या. एखाद्या एकांतातील स्थानी वीस ते तीस मिनिटे ध्यान लावा, डोळे बंद करताच कल्पनेची नवीन द्वारे उघडे होतील. असा विश्वास तयार करा की आपण भयमुक्त, ऊर्जायुक्त आणि आत्मविश्वासाने पुरेपूर व्यक्तिमत्त्व आहात. काल्पनिक दृष्टिक्रम आपणास एक शक्तिशाली व्यक्ती बनवितो. आपणच फक्त निसर्गाच्या उच्चतर शक्तीशी संपर्क साधू शकता. वैयक्तिकरीत्या मी गरम पाण्याच्या स्नानाने स्वत:ला ताजेतवाने अनुभवतो. आपण स्वत:च स्वत:ची दयनीय, असहाय अवस्थेला विश्वास, बळ व साहसाने परिपूर्ण करू शकतो. हास्य दिवस आरंभ करण्याची एक चांगली पद्धत होऊ शकते. एखादी बातमी असो वा निराशावादी शेजाऱ्याशी भेट वा उदास सहकाऱ्याशी मुलाखत, नकारात्मक परिस्थितीला स्वत:वर

ताबा मिळवू देऊ नका. पोषक व ऊर्जायुक्त नाश्ता अवश्य करा. नकारात्मक विळख्यातून बाहेर पडा आणि सकारात्मक धोरण स्वीकारा. काही तरी असे करा की ज्यामुळे आपणास आनंद मिळेल. आवडीची गाणी ऐका किंवा गुणगुणा वा एखादे रोचक पुस्तक वाचा. या सूचना अमलात आणून आपण वर्तमान विलक्षण बनवू शकतो.

वेळेपूर्वी स्वत:च्या कामाच्या जागी रवाना व्हा. या पद्धतीने आपणास सर्वांत अगोदर पोहचण्याचे सकारात्मक समाधान मिळेल. सहकाऱ्यांशी हात मिळविताना हास्य व त्यांना दिवसाच्या चांगल्या सुरुवातीसाठी शुभकामना द्या. स्वत:च्या कामाचा आनंद पूर्णपणे लुटा. काम कोणतेही असू द्या ते पूर्ण करताना अभिमानाचा अनुभव घ्या. यामुळे आपण तणावमुक्त राहाल. स्वत:ला दीन-हीन, अपयशी, पराजित अनुभवाल तर लक्षात ठेवा की हा एक 'विचित्र दिवस' आहे. जे गेलेल्या कालमध्ये होते ते आज थडग्यामध्ये आहे. आपणास माहीत नाहीं की उद्या कोण जिवंत राहणार आहे. फक्त वर्तमान हेच प्रत्यक्ष सत्य आहे. हा एक विलक्षण दिवस आहे आणि फक्त आपण तो आनंदाने पूर्ण बनवू शकतो.

सत्य हे आहे की आपण स्वत:लासुद्धा वेळोवेळी प्रोत्साहन दिले पाहिजे. एक प्रेरक वातावरण देण्याऐवजी आपण स्वत:ला निरुत्साहित करतो. ज्याच्या फलस्वरूप आपल्या योजना मूर्त स्वरूपात येऊ शकत नाहीत. ही एक अशी समस्या आहे जिचा सामना सर्वांनाच करावा लागतो. आपण सगळे यशाची इच्छा करूनसुद्धा प्रेरणा व उत्साहाअभावी त्याच्यापर्यंत पोहचू शकत नाहीत. काम आरंभ करते वेळी मिळणारी उत्तेजना आणि उत्साह लवकरच समाप्त होतो. अशा वेळी आपण खालील तंत्रांचा उपयोग करू शकता. माझीसुद्धा तीच अडचण आहे; पण मी योग्य प्रेरणेसह आगेकूच करतो.

सर्वप्रथम आपण काम सुरू केले पाहिजे. असा कोणताही विचार करू नका ते मनाप्रमाणे आहे अथवा नाही, आपणास ते करण्याची इच्छा होती अथवा नाही. बळेच स्वत:ला कामाला लावा. या पद्धतीने आपल्याला प्रेरणेच्या अभावाचा त्रास होणार नाही. जर तरीसुद्धा आपण प्रेरित झाला नाहीत तर स्वत:ला कामाचा उद्देश

आठवण्यास बजावा. मालक होणे, जीवनाच्या गुणवत्तेत सुधारणा करणे किंवा दुसऱ्यांना मदत करणे आपला उद्देश असू शकतो.

यशाशी संबंधित कथा वा यशस्वी व्यक्तींची चरित्रेसुद्धा आपल्याला प्रेरित करू शकतात. या तऱ्हेने आपण समस्यांवर ऊर्जा एकाग्र करण्याऐवजी ध्येयावर पूर्णपणे लक्ष एकवटू शकू. एखाद्या मित्राचा सल्लासुद्धा परिणामकारक सिद्ध होऊ शकतो. स्वत:च्या अडचणी त्याच्याजवळ विभागा. असे केले तर आपण तणावमुक्त अनुभवाल. जर आपण एक चांगले वाचक नसाल तर बाजारातून प्रेरणादायक कॅसेट आणून ऐकू शकता. मी स्वत: हीच पद्धत अंगीकारलेली आहे. ऑडिओ टेपच्या सकारात्मक वाक्यामुळे आपल्या दृष्टिकोनात परिवर्तन होईल. प्रसिद्ध विचारवंत आणि दार्शनिकांचे उद्‌गार, उपदेश संकलित करा व त्यांचे वाचन करा. त्यामुळे आपल्याला निश्चितच प्रेरणा मिळेल. पद्धत कोणतीही स्वीकारा पण स्वत:ला प्रेरणा अवश्य द्या.

उंचीकडे :-

एक शांत समाधानी जीवन जगण्यासाठी जीवनात गतिमान परिवर्तन करा. स्वत:ला काही वाक्य द्या व ते लक्षात ठेवा. आपण ते जागोजागी लिहू शकता म्हणजे सकाळी उठून ते वाचता येतील. त्यांना आपल्या मनात घर करू द्या. ते वारंवार घोकल्यामुळे आपण त्याच्यावर विश्वास ठेवू लागाल. या पद्धतीने आपला विश्वास दृढ होत जाईल. दृष्टिकोनात बदल झाल्यामुळे भावना स्वत:च सकारात्मक होतील. त्यांना फ्रीज, कपाट वा काचेच्या टेबलाच्या खालच्या बाजूला चिटकवता येते. स्वत:चे स्वत:ला बजावा, - 'आज मी लोकांना भेटते वेळी त्यांचा चांगुलपणा व सकारात्मकता लक्षात ठेवीन. मी जीवनातील अडचणींशी लढा देईन आणि दुसऱ्या लोकांसाठी मदतनीस सिद्ध होईन. मी जीवनाचा आस्वाद घेईन आणि निसर्गात लपलेली प्रसन्नता शोधून काढीन. मी आनंदाचे असीम स्रोत दुसऱ्यासोबत वाटून घेईन. मी सर्व समस्यांचा संधीप्रमाणे उपयोग करून घेईन आणि प्रत्येक मोक्यातून शक्ती घेईन.

जर आपण आपल्या मेंदूला अवघड-स्थितीला संधीमध्ये बदलण्याची कला

नाही शिकविली तर ते आपल्याला कमकुवत बनवतील. तेव्हा लहानातील लहान त्राससुद्धा आपल्याकरिता मानसिक त्रासाचे कारण बनू शकते. लहान-लहान गोष्टीमुळे आपली हिंमत खचली नाही पाहिजे, कारण की नेहमी सर्वांनाच अशा मोक्यांचा सामना करावाच लागतो. ईश्वर प्रत्येकाला पुढे जाण्याची संधी देत असतो.

कोणताही व्यवहार हातात घेताना आपला मेंदू यशाची कामना करतो वा अपयशासाठी भीतीग्रस्त असतो. जर आपण आपल्या आत अपयशाने भीतीग्रस्त असाल तर समजा की आपण आपल्या ध्येयाला मानसिक रूपाने नुकसान पोहचवीत आहात. जर आपली नकारात्मकता असेल तर ध्येयापर्यंत पोहचण्याअगोदरच काम टाळण्याचे काहीही कारण असू शकते. अशा दृष्टिकोनाने आपला कोणताही उद्देश पूर्ण होणार नाही.

आपल्यात स्वत:साठी प्रसन्नता उत्पन्न करण्याकरिता विश्वास असला पाहिजे. आपली मन:स्थिती केंद्रबिंदूवरच आधारित असते. आपले दडपण कमी करण्यासाठी लहान - लहान गोष्टींत आनंद शोधणे व दुसऱ्यांनासुद्धा आनंद देण्याचा प्रयत्न करा. जर आपण दिलेल्या कामावर पूर्णपणे स्वत:ला एकाग्र करू शकाल तर अपयशाचा प्रश्नच उरत नाही. संबंध व स्थितीविषयी निर्णायक क्षमतेवरच आपली प्रसन्नता आधारित असते. जागृत किंवा निद्रिस्त स्थितीत आपण प्रत्येक क्षणाला निवड प्रक्रियेतून जातो. जसे की आपण वेळेचा सदुपयोग कसा करावा, कोणासोबत कसे काम करावे? या निर्णयांची नकारात्मकता वा सकारात्मकता आपल्या प्रसन्नतेवर प्रभाव टाकते. जॉन.एफ.केनेडींचे म्हणणे - ''परिवर्तन जीवनाचा नियम आहे. फक्त भूत व वर्तमानात जगणारे कधीही भविष्यापर्यंत पोहचत नाहीत.''

कोणताही प्रवास सुरू करण्यापूर्वी निश्चित करा की आपल्याजवळ ठिकाणाचा पत्ता आहे. जीवनातील दोन्ही बाजू पाहण्यास शिका. या जीवनप्रवासात अनोळखी स्थिती तर येणारच तेव्हा आपल्याला त्या वेळेपासून शक्ती गोळा करून पुढे पडावे लागेल. अडचणींनी भरलेल्या परिस्थितीला तोंड द्यावेच लागेल. परंतु त्या वेळी आपण स्वत:च्या दक्षतेचे प्रदर्शन /दिखावा करू शकता. जेव्हा आपण भरकटाल

तेव्हा मार्गावरच थांबा. संदेह एवढा असावा की स्वत:वरसुद्धा विश्वास नाही उरला तर तो अज्ञात स्वर ऐकण्याचा प्रयत्न करा. समजा की भाग्यचक्र नेहमीच चालू असते. वस्तूमध्ये सुधारणा होतच असतात. योजनांमध्ये या अज्ञाताविषयी सदा सवड असावी. जरी आपण एक वेळ अपयशी झालात तरी याचा अर्थ कधीच हा नाही की पुढील वेळीसुद्धा आपण जिंकू शकणार नाही. जीवन व निसर्गाचा पुरेपूर आनंद भोगा व यापासून प्रेरणा मिळवा. नेहमी आपल्याविषयी खरे राहा कारण सत्त्यापासून दूर जाण्याचा अर्थ आहे की आपण स्वत:ला धोका देत आहात, फसवीत आहात.

कोणत्याही त्रासापासून सुटकेचे दोन मार्ग आहेत. 'हो' किंवा 'नाही'. जीवनाच्या प्रत्येक निवडीत आपल्याला दोनच निर्णय घ्यायचे असतात – 'हो' किंवा 'नाही'. जर आपण ही निवड करू शकलो नाहीत तर 'होऊ शकते'च्या जाळ्यात फसतो. याचा अर्थ होतो की दुसऱ्या लोकांनी आपल्या जीवनात निर्णय घ्यावेत. 'होऊ शकते' या परिस्थितीमध्ये आपण बहुधा रागीट व चिडचिडे होतो. प्रत्यक्षात आपण योग्य निवड करू शकत नाहीत. आपल्याला पाऊल विचारपूर्वकच उचलावे लागेल, म्हणजे अशी स्थिती निर्माण होणार नाही.

आपणास आपल्या पूर्ण शक्तीनिशी 'हो' किंवा 'नाही' म्हणणे शिकावे लागेल. कित्येक वेळा अनेक लोक दुसऱ्याबद्दल रुक्ष व्यवहार करतात. प्रत्यक्षात जीवनात काही नाही मिळाले तर, काही न करण्याची बुद्धी हीच त्यांना असे करण्यासाठी भाग पाडीत असते.

जर कोणी आपणास एखाद्या कामाविषयी पृच्छा करील तर आत्मपरीक्षणाद्वारे जाणा की आपल्या आतून 'हो'चा स्वर निघतो वा नाही. काही थोड्या सरावाने आपण आत्मपरीक्षणाच्या या कलेत पारंगत व्हाल आणि आपण 'होऊ शकते'च्या अडचणींच्या परिस्थितीतून स्वत:ला वाचवू शकाल, आपल्या निवडीवरच स्वप्न साकार होणे अवलंबून असते.

●●●

आरोग्य आणि आनंद

आपल्या जीवनाचे वैशिष्ट्य नेतृत्त्व क्षमतेवर अवलंबून असते. हे एक सिद्ध झालेले सत्य आहे, की आपला आनंद, सुख-सुविधा, भोग-विलास, निद्रेची सवय व इतर कित्येक सामाजिक व मनोवैज्ञानिक बाजू जीवनाच्याच विशेषता आहेत. या सर्वांत एक संतुलन असते.

Psychosomatic Medicine च्या मार्च-एप्रिलच्या अंकात एका अभ्यासानुसार US Centresच्या Disease Control and Preventionच्या शोधकर्त्यांने 25 ते 64 वर्षे वयोगटातील 3510 स्त्री-पुरुषांवर तणाव आणि उत्तेजना यांची तपासणी केली. त्यांना कळाले की तणाव आणि उत्तेजनेच्या वाढत्या स्तराने उच्च रक्तदाबाचे प्रमाणसुद्धा वाढविले होते. त्यांनी सांगितले की तणाव आणि निराशेने ग्रस्त लोकांनी अनारोग्यजनक व्यवहाराचा देखावा केला जसे की जास्त प्रमाणात जेवण करणे, धूम्रपान करणे व मद्यपान इत्यादी.

इतर अन्य निष्कर्षांपासून कळते की शारीरिक आजारांशिवाय तणावसुद्धा जीवनाची कार्यक्षमता वाईट तऱ्हेने प्रभावित करतो. यामुळे हृदयरोग वाढण्याची शक्यता असते. हृदय रोगी व अन्य रोग्यांसाठी रोगमुक्तीसुद्धा कठीण होते. तणावाचा वाईट आरोग्य आणि शारीरिक हानीशी सरळ संबंध आहे. वाईट आरोग्य जीवनाच्या प्रत्येक बाजूला प्रभावित करते. शोध घेण्याचा प्रयत्न करा की कोणते सत्य आपल्या आरोग्यावर नकारात्मक प्रभाव टाकीत आहे आणि त्यांच्यापासून सुटका कशी करून घेता येईल?

जीवनातील घटनांचा आरोग्यावर प्रभाव

असे लोक ज्यांच्या कुटुंबात एखाद्याचा मृत्यू वा घटस्फोटाची स्थिती आली असेल, त्यांच्या तणाव व उत्तेजनाच्या स्थितीत 30 ते 40 टक्के वाढ आढळून

आली. एखादी हृदय विदीर्ण करणारी दुर्घटना वा शारीरिक अपंगत्वसुद्धा मानसिक आजारात टाकू शकते. शारीरिक अनारोग्य, अस्वस्थता, आई-वडील, सहकारी, मुले, मित्र व शेजाऱ्यांशी कटू वाईट संबंध आणि वृद्ध आई-वडिलांची चिंतासुद्धा विषादाला कारण होऊ शकते. लैंगिक अज्ञानामुळे निर्माण होणाऱ्या समस्यासुद्धा तणाव व त्रस्ततेला कारण बनत असतात. भावनात्मक कारणांनीसुद्धा मनोरुग्णतेचा पाश आवळला जातो. घरगुती हिंसा हीसुद्धा तणाव, उत्तेजना, आत्महत्या, जास्त प्रमाणात भोजन व अनिश्चितता अशा विविध समस्या निर्माण करतात.

आत्मविश्वास उपचार आहे :-

आपल्यामध्ये आत्मविश्वास असणे आवश्यक आहे. आपण लोकांना कसे भेटता, त्यांच्याशी कशा प्रकारे संवाद साधता? जीवनातील तणावजन्य घटनांपासून सुटकेसाठी आत्मविश्वास सुरक्षा कवचाचे काम करतो. संघर्ष व अवलंबत्वाशी लढण्यासाठी स्वत:च्या योग्यतेमध्ये विश्वास जागवा. स्वत:च्या जीवनात हास्याचा नियमित सराव करा. विनोदी पुस्तके वा किस्से याविषयी मदतकारक ठरू शकतात. यामुळे मांसपेशींना आराम मिळतो पण सोबतच आपला मेंदूसुद्धा ताजेतवाने अनुभवतो.

- जीवनातील लहान-लहान गोष्टीत आनंद शोधा. प्रसन्नता फक्त एक अंदाज नाही तर प्रत्यक्ष स्वरूपात आपल्यासमोर आहे. आपण फक्त ही ओळखायची आहे. जर आपण रागामध्ये आहात तर अवश्य लिहा की आपण कसे अनुभवत आहात आणि आपणाला कोणी क्रोधित केले. आपण हे क्रोध देणाऱ्या मनुष्याला पत्ररूपात लिहू शकता.(पण हे पत्र पाठवू नका) यामुळे भावनांची भरती कमी होईल. तेव्हा जीवनाची प्रत्येक बाजू आपल्या नियंत्रणात राहील.
- पूर्णपणे संतुलित आहार घ्या व नियमितपणे व्यापार करा. धूम्रपान, अति मद्यपान व मादक पदार्थांचे सेवन आरोग्यासाठी घातक होऊ शकते.
- आरोग्याच्या सुरक्षात्मक उपायांकडे लक्ष द्या. म्हणजे जर आपल्या वेदना व थकवा कायम राहत असेल तर डॉक्टरला अवश्य दाखवा.
- गैरसमज, मनोनैराश्य मनात ठेवू नका. भूतकाळ विसरून जीवनासोबत चला. हृदय प्रेमासाठी मोकळे राहू द्या आणि जीवन पुरेपूर जगणे शिका.

जीवनाविषयी आशावादी दृष्टिकोनामुळे आपल्या मनोवैज्ञानिक व शारीरिक आरोग्यात वृद्धी होईल. 'मी संघर्षाचा सामना करण्यासाठी स्वत:ला शक्तिहीन व

निस्तेज समजतो.' म्हणण्याऐवजी म्हणा - 'माझे स्वत:वर पूर्ण नियंत्रण आहे आणि मी असे कोणतेही काम करू शकतो ज्याचा मी संकल्प करीन.' जीवनाविषयी विपरीत दृष्टिकोन आपल्याला हीन भावनाग्रस्त करू शकतो. कौटुंबिक बंधनसुद्धा आपल्याला तणावाच्या घट्ट विळख्यातून सुटकेस मदतच करतात. कारण आपल्या जीवनाच्या विशेषतेमध्ये परिवाराचा प्रभाव विलक्षण असतो. आपले कौटुंबिक जीवन, जीवनाविषयीचा दृष्टिकोन, प्रेरणा, उपलब्धी व संघर्षाविषयी आपला रोख प्रभावित करतो. विवाहित जोडप्यांमध्ये कौटुंबिक जीवनाची विशेषता विवाहाच्या गुणवत्तेवर अवलंबून असते. जर वैवाहिक जीवन चांगले असेल तर जीवनात निराशा, तणाव व वैफल्यासाठी कोणतेही स्थान असत नाही. असे यामुळे शक्य आहे की पती-पत्नी एकमेकाला भावनात्मक समर्थन देऊ शकतात. या भावनेतून एक चांगली जीवनशैलीसुद्धा विकसित होते.

सामाजिक समर्थन उपचार आहे :-

मैत्री, सामाजिक, धार्मिक व आध्यात्मिक बंधने आपल्याला दुसऱ्या लोकांशी संबंधित असल्याची जाणीव करून देतात आणि सकारात्मक मानसिक अवस्था प्राप्त करण्यात सहायक ठरत असतात. सामाजिक समर्थन आपल्याला कुटुंबातील एखाद्या सदस्याचा मृत्यू, प्रेम संबंधांचा शेवट, आर्थिक विपन्नता, जातिभेद, शारीरिक अस्वस्थता व असुरक्षिततेसारखी नकारात्मक व तणावजन्य घटनांपासून सुटका करते. एका अभ्यासाद्वारे असे लक्षात आले आहे की अशी महिला जिने घटस्फोट, पतीचा मृत्यू, नोकरी जाण्याचा धक्का पचविला आहे, एखाद्या विश्वसनीय मित्राच्या सहकार्याने त्याच्या मनोरुग्णेत लक्षणीय घट होऊ शकते.

सामाजिक समर्थनाद्वारे व्यक्ती शारीरिक व आर्थिक साहाय्याशी संबंधित अनेक विषयांची माहितीसुद्धा मिळवू शकते. जर आपल्या जीवनात काळजी घेणारे शुभचिंतक असतील तर आपण जीवनाविषयी एक चांगला, निरोगी दृष्टिकोन बाळगू शकता. नेहमी स्वत:च्या आत्मसन्मानाचे प्रमाण वाढवीत राहा. यानंतर आपणास हेसुद्धा पाहावे लागेल की आपले अंतरंग संबंध आदरपूर्वक व आनंददायक असावेत.

●●●

मोहजाळ - जुन्या वस्तूंचे

अशा वस्तूंचा मोह त्यागावा लागतो ज्या एखाद्या काळी आपल्यासाठी विशेष महत्त्वाच्या होत्या. जुन्या आठवणी व भावनांचा त्याग करणे सोपे नाही. पण जर आपण जुन्या वस्तू घरातून काढण्याची सवय नाही केली तर फार मोठी समस्या निर्माण होईल. याचा अर्थ हा नाही की आपणाला सामानापासून सुटका हवी आहे तर आपल्याला त्या वस्तूंचा त्याग करायचा आहे ज्या आपले महत्त्व, उपयोग घालवून बसल्या आहेत. याविषयी आपण जीवनात कोलाहलापासून दूर का जावे वाटते हे लिहा. हे एवढ्यासाठी आवश्यक आहे की या वस्तू बदलते वेळी आपल्यासोबत नेता येत नाहीत अथवा आपल्या नव्या घरात त्यांच्यासाठी जागा नाही. आपणास स्वतःच या गोष्टीची जाणीव असेल की जास्त सामानाने आपल्यावर मानसिक व शारीरिक दडपण टाकले आहे. कारण कोणतेही असो ते अवश्य लिहा. तेव्हा आपण स्वतःला चांगल्या प्रकारे एकाग्र करू शकाल.

जीवन अतिशय लहान आहे म्हणून आपण वेळोवेळी त्या वस्तू बदलल्या पाहिजेत ज्यांच्यामुळे जीवनात आनंद येतो वा ज्यांची आपल्यला गरज नसते. जरी कधी-कधी हा निर्णय भावनात्मक असण्याबरोबर बौद्धिकसुद्धा असू शकतो. या प्रक्रियेत लक्षात राहू द्या की आपल्याला आपली वस्तू हरवल्याची अपराधी भावना त्रासदायक होऊ नये. हा या संघटित प्रक्रियेचा एक महत्त्वाचा भाग आहे. नेहमी सामान ठेवण्याच्या निमित्ताने शोधणे बंद करा. खालील सूचना आपल्यासाठी प्रभावी सिद्ध होऊ शकतात - आपण आपल्या प्रत्येक वस्तूचे विश्लेषण करा, असे समजा की निर्णय घेण्यापूर्वी घरातील प्रत्येक वस्तू अशी जी तेथून हलवायची

आहे. या तऱ्हेने आपल्या लक्षात येईल की कोणत्या वस्तूंची प्रत्यक्षात आवश्यकता आहे व कोणत्या वस्तू अशाच घरात पडून असतात.

कल्पना करा की आपण घर बदलीत आहात. सामान पाहून स्वत:च स्वत:ला प्रश्न विचारा ''हे सर्व बांधून, किराया खर्च करून पाठविण्याचे काही औचित्य आहे का?'' या पद्धतीने सहा-सात वर्षांनंतर घर बदलण्याची योजना चांगली आहे. फालतू सामानापासून आपण स्वत:च सुटाल. हेसुद्धा लक्षात ठेवा की आपल्याला निवडलेल्या सामानानुसारच घर निवडावे लागेल. जर आपले घर लहान असेल तर आपण तेच सामान ठेवू शकाल जे खऱ्या अर्थाने आपल्यासाठी आवश्यक आहे.

सामानाची छाटणी करताना आपण बहुधा नेहमी म्हणतो 'याकडे आणखी एखाद्या दिवशी पाहू.' माझ्या घरीसुद्धा एक तुटका खण फुटलेले प्लग व न वाचलेल्या पुस्तकांनी भरलेला आहे जे असे मानून ठेवण्यात आले आहेत की कदाचित एक दिवस ते उपयोगी पडतील. त्यापैकी अधिकांश सामान मी हात न लावता ठेवलेले आहे आणि येणाऱ्या काळातसुद्धा तशी सुतराम शक्यता नाही. एक दिवस मी ते सामान एका भंगारवाल्याला विकले. मला काही पैशांची प्राप्ती तर झालीच पण त्यासोबत ती जागा मोकळी झाली. नेहमी अशा सामानाशी निपटण्याचे धैर्य आपल्यापाशी नसते.

सामान सांभाळून ठेवण्याचे एक कारण असेही असू शकते की आपण त्याचे मूल्य वाढण्याची आशा करीत आहात. अशा सामानाची किंमत कधीही वाढत नाही, हे विकल्यानंतरच काही तरी हाती लागेल नाही तर किंमत कमी होत जाईल. हे सांभाळून ठेवल्यामुळे कधीही पैसे मिळणार नाहीत. कधी-कधी जागा मोकळी करण्यासाठीसुद्धा हे विकणे आवश्यक असते. जर एखादी वस्तू आपल्याकरिता उपयोगाची नाही तर ती एखाद्याला दान करा. या तऱ्हेने आपण फालतू सामानापासून स्वत:ची सुटका करून घेऊ शकाल.

आपल्या जीवनाचे अनेक भाग आहेत. वेगवेगळ्या वस्तू वेगवेगळ्या भागांत/ काळात उपयोगी असतात. जसे की एक काळ होता की जेव्हा माझ्याकडे खूप

सँडविच-मेकर होते. काही काळापासून ते माझ्यासाठी बेकार होते. मी ते एका मित्राला दिले. आपल्या घरातील अनेक वस्तू बदलत्या परिस्थितीत विनाउपयोगी असतात. जसे मुले मोठी होऊन विवाहित होतात वा आपली आवड बदलते. स्वत:चे स्वत:ला पृच्छा करा की वर्तमान परिस्थिती आपल्याकडून कशा सामानाची अपेक्षा ठेवते.

समाजात आपण नेहमी एकमेकांना भेटवस्तू देतो-घेतो. काही लोक भेटवस्तू चुकविण्यामागे अपराधीपणा अनुभवतात. जरी एखादी वस्तू भेटस्वरूप मिळाली आहे तर त्याचा अर्थ हा नाही की आपण नेहमी तर स्वत:जवळ ठेवाल. भेट मिळण्याचा अर्थ आहे की आपण ती कोणत्याही रूपात उपयोगात आणू शकता. भेटवस्तू मुक्त भावनेने दिल्या किंवा घेतल्या पाहिजेत.

जर आपण अशा विषयात स्वत: निर्णय घेण्यास असमर्थ असाल तर एखाद्या व्यावसायिक संघटकाची मदत घेतली जाऊ शकते.

जर आपण अजूनही काही वस्तूविषयी संशयग्रस्त असाल तर त्या काही काळासाठी दूर ठेवा. जवळपास सहा आठवड्यांतच आपण त्यासंबंधित निर्णय घेऊ शकाल/घ्याल. त्या एका खोक्यात ठेवून दृष्टीपासून दूर ठेवा. या पद्धतीने आपण चारी बाजूंच्या कोलाहलयुक्त वातावरणापासून मुक्त होऊ शकता. याबरोबरच स्वत:कडूनच एक वचन घ्या की स्वत:ला परत जुन्या वस्तूंच्या मोहजालात फसू देणार नाही.

●●●

आरोग्य अमूल्य संपत्ती आहे

प्रत्येक मनुष्य निरोगी राहण्याची इच्छा बाळगतो. अधिकांश लोक या विषयाला जीवनात खूप महत्त्व देतात. यामुळे काही विशेष फरक पडत नाही की आपली प्रकृती चांगली नाही. भरपूर प्रमाणात असेही लोक आहेत जे याची किंचितही पर्वा करीत नाहीत. जंक फूड, भ्रम, तणाव व कोलाहलामुळे शरीर अस्वस्थ होऊ शकते. शांत, निरोगी व आनंदी राहण्यासाठी या कारणांना दूर करावे लागेल. आपण घराच्या एका कोपऱ्यात हे काम सुरू करू शकता, जो अतिशय कमी उपयोगात आणला जातो. हे सत्य आहे की असे कोपऱ्यात ठेवलेले सामान फार कमी उपयोगी असते वा ते मुळीच उपयोगाचे नसते. ते अगदी सहजपणे आपल्यापासून वेगळे करता येते. एक वेळ हे काम सहजपणे केल्यानंतर आपण घराच्या दुसऱ्या कोपऱ्यांचीसुद्धा चांगल्या तऱ्हेने स्वच्छता करू शकाल. अशा सामानापासून पिच्छा सोडविण्यासाठी अगोदर ठेवण्यासाठी जागा शोधा. काही रिकाम्या खोक्यात हे सामान भरून आपण ते दानात देऊ शकता. काही सामान फेकून द्या किंवा विका. जर एखादी मोठी वस्तू असेल जी खोक्यात मावणार नाही तर तिची विल्हेवाट लावण्यासाठी आपल्यालाच बुद्धी चालवावी लागेल.

अधिकांश लोक नेहमी निरोगी राहणाऱ्यांना त्यांच्या सक्रियतेचे रहस्य विचारतात. आरोग्य काय आहे?

अनेक लोकांचे याबाबतीत वेगवेगळे मत आहे. कोणी रोगमुक्तीला आरोग्य म्हणतात तर कोणी निरोगी शरीराला, कोणी खूप साऱ्या ऊर्जेला आरोग्य म्हणतात तर कोणी चांगले वाटण्याला आरोग्य म्हणतात. प्रत्यक्षात ऊर्जा हेच आरोग्य आहे.

अधिकांश निरोगी व्यक्ती चेतन किंवा अवचेतन रूपात या विषयाचा विचार न करताही आरोग्य जपण्यासाठी कठोर कष्ट करतात. पण ऊर्जा हीच याचा मूळ स्रोत आहे. कमी ऊर्जाच रोगांना आमंत्रित करते.

निरोगी शरीराद्वारेच आपण आपले ध्येय मिळवू शकता. आपल्याला निश्‍चित करावे लागेल की जे काही काम कराल त्याने आपली ऊर्जा वाढावी. ऊर्जा आपल्या शरीराच्या पेशींद्वारे मिळते व आपल्याला जीवनाची गुणवत्ता पेशींच्या गुणवत्तेवरच अवलंबून असते. याच पेशी आपल्यासाठी पर्याप्त पोषण एकत्र करतात. प्रत्येक पेशी आपल्या वैशिष्ट्यामुळे विभिन्न प्रकारची कामे करते. पचनसंस्थेच्या पेशी भोजन पचविण्यासाठी मदत करतात, तर लाल रक्त पेशी जीवनदायक प्राणवायू शरीरात पसरवितात. किडनी पेशी अवांछित पदार्थ बाहेर काढण्यासाठी मदतदायक आहेत, तर नर्व्हस सिस्टिम शरीराच्या ऑर्गन सिस्टिमला चांगले बनवून ठेवते. या सर्व पेशी एखाद्या कार्यशाळेतील उपकरणाप्रमाणे एकत्र मिळून ऊर्जा उत्पन्न करतात. ज्यामुळे जीवन विनाअडथळा चालू राहते. पेशी या ऊर्जेचा विविध उत्पादन कामांमध्ये उपयोग करतात.

जर आपण आरोग्यामध्ये पूर्णपणे सुधारणा आणू इच्छित असाल तर शरीराला सर्व पोषक तत्त्वे मिळणे अत्यावश्यक आहे. दुसऱ्या शब्दांत जर निरोगी राहायचे असेल तर पेशींना निरोगी बनवा. शरीरातील पेशींना भरपूर प्रमाणात ऊर्जा व ऑक्सिजनची गरज असते.

डॉ. एलिक्स कार्लेलचे म्हणणे आहे - 'माझा पूर्ण विश्वास आहे की जर पेशींना पूर्ण पोषण मिळाले आणि स्वतःच्याच वातावरणाने दूषित नाही झाल्या तर त्या नेहमी जिवंत राहू शकतात.

ऑक्सिजनच्या कमतरतेमुळे पेशी रोगमुक्त अथवा मृत होतात. स्वतःच्या क्षेत्रातील कोणत्याही तऱ्हेचा हस्तक्षेप त्यांना सहन होत नाही. निरोगी राहण्यासाठी शरीरातील पेशींना पुरेशा प्रमाणात ऊर्जा व पोषण देऊन आणि शारीरिक व यांत्रिक हस्तक्षेपापासून दूर राहावे.'

●●●

आनंदी राहण्याचे उपाय

आपण सर्वांच्या जीवनात काही दिवस इतरांच्या तुलनेत कठोर वाटतात. स्वत:ची तुलना इतरांशी करू नका, स्वत:शी करा. जर आपण असे करीत असाल तर तो फक्त स्वत:च्या शक्तीचा ऱ्हास असेल. काही लोक स्वाभाविकपणे मित्र बनविण्याच्या कलेत पारंगत असतात आणि काही लोक एवढे सरळ स्वभावी नसतात. जर आपणसुद्धा त्या दुसऱ्या प्रकारचे लोकांपैकी एक आहात तर त्याचा अर्थ हा नाही की आपण असाधारण क्षमंता, वैशिष्ट्ये, शक्ती व योग्यतांनी पुरेपूर आहे. प्रत्यक्षात होऊ शकते इतरसुद्धा आपल्यासारखे तर्कसंगत पद्धतीने विचार करण्याची इच्छा बाळगतात.

इतरांशी कोणत्याही प्रकारची तुलना आपल्याला हीन–दीन बनविते व आपण प्रतिस्पर्धेत पराभूत मानले जातात. ईश्वराने आपण सर्वांना विशिष्ट योग्यता, क्षमता व उपाहारयुक्त तयार केले आहे. त्या उपाहाराविषयी कृतज्ञ राहा आणि स्वतःचे स्वतःला स्पष्ट अर्थाने व्यक्त करा. खालील पातळीवर जाण्याऐवजी स्वतःला नेहमी उंच जागी न्या. जीवनातील प्रत्येक दिवसाचा आनंद लुटा व साजरा करा. या क्षणी आपल्याला आनंद प्राप्त करण्याचा पूर्ण हक्क आहे. आपला आनंद अटींनी व्यक्त करू नका, जसे की मर्सिडीज कार खरेदी, बंगला बांधणे वा मुलांचे लग्न केल्यानंतर आनंद उपभोगील. स्वतःच स्वतःच्या वर्तमान आनंदाचा नकार करू नका. वर्तमान क्षणाच्या अनुपस्थितीमुळे आपण स्वतःला फसवीत आहात.

आनंदी राहा व आनंदाकडे वेगाने चाला :-

आपणा सर्वांना हा विश्वास आहे की आपण आपले वजन कमी करून, चांगला

जोडीदार प्राप्त करून, सुखी परिवार बनवून आनंदाच्या जादुभऱ्या विश्वात पोहोचाल पण हे ध्येय मिळविल्यानंतरसुद्धा अधिकांश लोक स्वतःला वेदनामय पाहतात. सत्य हे आहे की आनंद फक्त एक वेळच हाती येणारी चिमणी नाही. एकच घटना वा प्रसंग आपल्याला नेहमी आनंदी ठेवू शकत नाही. एखादी सौंदर्यवती किंवा आकर्षक पुरुषाचे प्रेम किंवा एखादी अभिनेत्री वा अभिनेता आपले संपूर्ण जीवन आनंददायी बनवू शकत नाही. जर आपण अशी अपेक्षा ठेवाल तर लक्षात ठेवा की आपण भ्रम व असमाधानाने जगत आहात.

काय होईल, काय होत आहे अशी नकारात्मक विचारसरणी आपली मनःस्थिती प्रभावित करू देऊ नका. ही आपल्याला मनोरुग्णतेच्या काळ्या अंधारात टाकू शकते. स्वतःचे नकारात्मक विचार कागदावर उतरून आपण आनंद टिकवून ठेवू शकता. आनंदात विष मिसळणाऱ्या कोणत्याही नकारात्मकतेला तोंड द्या, याच्या विपरीत आशा आणि उत्साहपूर्ण असे वाक्य लिहा जे आपल्याला यशासाठी प्रेरणा देईल.

नेहमी पुढे पाहण्याऐवजी हेसुद्धा पारखा की आपली उपलब्धी जीवनातील पूर्ण उपलब्धीचा एक भाग आहे वा नाही. ध्येयाविषयी एकाग्र राहा पण सोबतच आपले यश, प्रवास व प्राप्तीची चवसुद्धा घ्या. अन्यथा आपल्याला रिक्तपणा अनुभवाला येईल. नेहमी सकारात्मक विचारसरणी बाळगा आणि स्वतःला प्रोत्साहित करीत राहा.

येणाऱ्या 'चांगल्या' उद्यावर लक्ष ठेवा :-

वास्तविकतेमध्ये आनंद आतून असतो, येतो. स्वतःच्या विचारांवर जेवढे नियंत्रण मिळविणे शिकाल, आनंद तेवढाच आपल्यासोबत राहील. शक्य आहे की अधिकांश व्यक्ती त्या अनुभवाशिवाय आनंदी राहत असतील. आपण कोठे एकाग्र आहोत यावर आनंद अवलंबून असतो. जर आपण नेहमी नकारात्मकतेला चिटकून राहाल तर आपण योग्य व अनुकूल स्थितीपर्यंत पोहोचू शकणार नाहीत. जीवनात नेहमी आनंदाविषयी एकाग्र राहा.

जीवनाविषयी योग्य दृष्टिकोन ठेवा :-

आनंद निरंतर चालू राहणारी प्रक्रिया आहे. कोणत्याही मनुष्यासाठी नेहमी आनंदी राहणे शक्य होत नाही. आपणसुद्धा ही अपेक्षा ठेवता कामा नये. चांगले असे होईल की आपण आनंदी क्षणांचा पूर्णपणे आनंद घ्या. हे दोन्ही निर्माण करण्याचे प्रयत्न करा. सोबतच त्या कठोर क्षणांचीसुद्धा अवहेलना करू नका. आपण विनोद, मित्रांशी सकारात्मक चर्चा, व्यायाम, लेखन वा सामुदायिक उपक्रमांत सामील होऊन त्या क्षणावर ताबा मिळवू शकता. आपल्या हृदयात आतपर्यंत आनंद पोहोचवा व जगात वाटप करा. हाच आनंद आपणास कणखर बनवील व येणाऱ्या आनंदाचा आधार होईल. हा विचार करून चिंतामग्न होऊ नका की लोक आपल्याविषयी काय म्हणतात किंवा लिहितात. यामुळे वेळ व्यर्थ नष्ट होतो. हेसुद्धा एक ध्येय आहे की आपण स्वतःवर आणि जीवनावर ताबा मिळवू शकता.

आपण आपले वरिष्ठ अधिकारी, सहकारी व मित्रांवर नियंत्रण ठेवू शकत नाहीत. प्रेम व स्वीकारावर विजय मिळवायचा असेल तर स्वतःवर लक्ष केंद्रित करा. आपणामध्ये सकारात्मक विश्वास जागृत करीत असताना स्वतःचे मूल्य मिळविण्याचा प्रयत्न करा. इतरांशी इर्षा करण्यात वेळ नष्ट करू नका, आपल्याला काय ठाऊक की त्यांना त्या प्राप्तीपर्यंत पोहचण्यासाठी कोणती किंमत चुकवावी लागली आहे. या इर्षेला स्वतःसाठी प्रेरणा बनवा. स्वतःच्या आनंदाच्या मार्गात कोणालाही अडथळा होऊ देऊ नका.

स्वतःविषयी परखड राहा. स्वतःच्या स्वप्नांसाठी ठाम राहण्याचे धैर्य दाखवा. यश व आनंद मिळविण्याकरिता आरोग्याविषयी जागृत राहा. जीवनात आनंद आणण्यासाठी पद्धती शोधाव्या लागतील. लक्षात ठेवा की प्रत्येक सुंदर वस्तू चांगली नसते, पण जे चांगले आहे ते हजारो अर्थांनी स्वतःचे सौंदर्य असते.

●●●

काळाची उत्पादकता

आपण जर दररोजच्या उत्पादनात एका तासाची वाढ केली तर एका आठवड्यात सात तास आणि वर्षात आपल्याजवळ 364 तास वा कामाचे नऊआठवडे होतील. याकरिता आपण खालील सूचना अंमलबजावणीत आणू शकता. हे तर व्यक्तीवर अवलंबून असेल की त्याला कोणत्या उपक्रमांना कमी करणे, वाढविणे किंवा बदल घडवून आणावे लागतील. दररोज वाचविला जाणाऱ्या काळाचे अनुमान करा. एक साधारण व्यक्ती दिवसात 2 ते 3 तास टीव्ही पाहतो. आपण टीव्ही बंद करून या तासांची संख्या कमी करू शकता, कौटुंबिक सदस्यांशी गप्पागोष्टी करू शकता, वृत्तपत्र वा पुस्तक वाचू शकता. जर आपण दररोज अशा पद्धतीने एक तास जरी काढला तरी तो संबंध तयार करण्याकरिता केलेला वेळेचा सदुपयोग असेल.

- आपण झोपण्यास पंधरा मिनिटे अगोदर जाणे आणि पंधरा मिनिटे अगोदर उठणे अशी योजना तयार करा. हे आपल्या आरोग्यावरसुद्धा अवलंबून आहे. पण एका निरोगी व्यक्तीसाठी हे करणे फार अवघड होणार नाही. या तऱ्हेने आपण आपली उत्पादकता तीस मिनिटे वाढवू शकता, जी आपल्या जीवनात खूप महत्त्वाची असते.

- आपल्याला दिवसाचे उपक्रम निश्चित करण्यासाठी दहा मिनिटांचा वेळ अवश्य दिला पाहिजे म्हणजे विशेष कामे प्रभावशाली पद्धतींनी करता येतील. नियोजन केले तर वेळ व्यर्थ वाया जात नाही. यामुळे आपण आपले काम जलद गतीने पूर्ण करून कमीत कमी एक तासाची बचत करू शकता. योग्य नियोजन एका दिवसात 30 ते 60 मिनिटांची बचत करते.

- सर्व योजना व उपक्रम सामूहिकपणे सुरू करा. उदाहरणार्थ स्वतःचा ई-मेल अगोदरच तयार करा आणि योग्य वेळी तो प्रक्षेपित करा. व्यावहारिक दृष्टीने सर्व फोन कॉल्स दिवसात एक किंवा दोन वेळीच घ्या. या तऱ्हेने आपण 15 ते 30 मिनिटांची बचत करू शकाल.
- आपल्या देशात फोनवर चुकीचा नंबर येणे ही समस्या अतिवाईट आहे. एक-एक दिवस तर माझ्याकडे कमीत कमी दहा 'रॉंग नंबर' आणि त्या विक्रेत्यांचे फोन येतात जे आपल्या वस्तू विकू पाहतात. टेलिफोन घंटी नेहमी नको त्या वेळी वाजते. जेव्हा आपण काही खात आहात किंवा बाथरूममध्ये असता. याच्या आवाजाने त्या वेळी राग व चिडचिडेपणासुद्धा येतो. मी फोनजवळ असलो तरी तो मी घेत नाही. मी याला (Voice mail) व्हॉईस मेलवर जाऊ देतो, तेव्हा कोणीही ते फोन कॉल्स घेऊ शकतो, आणि आवश्यक माहिती कागदावर लिहिली जाऊ शकते. कित्येक वेळा हे काम मी सहायकावर सोपवितो आणि काही विशेष लोकांनाच फोनवर भेटतो. जेव्हा आपण कोणाशी तरी फोनवर बोलत असता तेव्हा सामाजिकता एका बाजूला ठेवून फक्त कामाचेच बोलणे करा आणि प्रसन्न वातावरण ठेवा. आपण एका दिवसात येणाऱ्या कॉल्सच्या संख्येनुसार दिवसात कमीत कमी पंचेचाळीस मिनिटे वेळ वाचवू शकता. जर आपल्या फोनला कॉलर आय.डी. लावला असेल तर फोन कोणाचा आहे हे आपल्याला त्वरित कळते. काही फोन असे 100 नंबरपर्यंत रेकॉर्ड करू शकतात आणि त्याची कोणतीही फी नसते. जर आपण एक व्यस्त व्यक्ती आहात आणि मदतनीस ठेवू शकता तर दैनंदिनीशी संबंधित लहान-सहान कामे जसे की ई-मेलचे उत्तर देणे, फोन ऐकणे, टाईप करणे इत्यादी त्याच्याकडून करून घ्या. एका योग्य मदतनिसाच्या मदतीच्या बळावरच आपण एक ते दोन तासांची बचत करू शकता. माझा मदतनीस स्वतःच्या नियमित कामाव्यतिरिक्त लेखन-सामुग्रीसाठी आकडे पण गोळा करतो ज्यामुळे मला महत्त्वाच्या कामांवर लक्ष एकाग्र करण्यासाठी जास्त वेळ मिळतो.

कोणतेही दोन व्यक्ती एकसारख्या नसतात. विविध व्यक्तींना विविध प्रकारचे आकर्षण स्वतःकडे आकर्षित करते. आपण केंद्रबिंदूपासून भरकटू नये हे अति चांगले. यामुळे काम वेळेवर होईल त्या सोबतच त्याची गुणवत्ता व उत्पादकतेमध्ये सुधारणा होईल. या पद्धतीने आपण एका दिवसात 20 ते 30 मिनिटे वेळेची बचत करू शकता. दुपारच्या भोजनात वेळ वाचवून थोडी विश्रांती घेऊ शकता ज्यामुळे आपल्या ऊर्जेचे रूपांतर होईल. व्यर्थ गप्पागोष्टी न करता आपण सहजपणे पंधरा मिनिटे वाचवू शकता. आपण अशा वेळी कार्यालयात काम करा जेव्हा तेथे कोणीही नाही. एकटे व विनाहस्तक्षेप आपण आपले काम चांगल्या पद्धतीने पूर्ण करू शकाल. या तऱ्हेने आपल्या दक्षतेमध्ये सुधारणा होईल आणि एका दिवसात कमीत कमी तीस मिनिटांची बचत होईल.

वेळेचा खरा सदुपयोग :- आपण व्यवसाय, करमणूक, वा आत्मविश्लेषणाच्या प्रक्रियेशी संबंधित टेप्सच्या श्रवणाने स्वतःच्या वाहनाला चालत्या-फिरत्या शैक्षणिक संस्थेत बदलू शकता. जर आपण ते खरेदी करू शकत नाही तर किरायाने घ्या. आपल्या प्रवासाच्या वेळेनुसार तो आपण कारमध्ये ऐकू शकता. या तऱ्हेने आपण कमीत कमी एक तास आपली करमणूक वा ज्ञानार्जनासाठी देऊ शकता. जर आपण या सगळ्या वेळांची बेरीज कराल तर आपल्याला आढळून येईल की आपण तीन ते चार तासांचा उत्पादक वेळ मिळविला आहे. यामुळे आपल्या उत्पादनात आश्चर्यकारक वृद्धी होईल.

●●●

निवड आपली आहे

काही लोक असे मानतात आणि सल्ला देतात की आपण एखाद्या व्यक्तीचे वाईट वागणे उपेक्षित करावे वा सहन करावे. म्हणजे परिवाराशी असलेल्या आपल्या चांगल्या संबंधावर परिणाम होऊ नये. ते समजतात की व्यवहार दुष्ट भावनेचा नसेल तर तो सहन करता येतो. आपला आनंद व स्वाभिमानापेक्षा मोठे काही नाही. आपल्याला स्वतःच्या मूल्यांचे रक्षण करण्यासाठी मर्यादा आखावी लागेल. आपल्याला जाणीव पाहिजे की बस, आता अति झाले, यानंतर अजून सहन करणार नाही. जोपर्यंत आपण विरोध करणार नाही तोपर्यंत या भयानक परिस्थितीचे तुम्ही बळी ठरत राहाल.

आपल्याला स्वतःला या दुर्व्यवहाराचे पात्र बनायचे नाही. कौटुंबिक सदस्य, सहकारी वा वरिष्ठ असण्याचा अर्थ हा नाही की त्यांना आपल्याशी वाईट वागण्याचा अधिकार मिळाला आहे. 'योग्य अपेक्षांचा सराव' आपण इतरांना या सत्याशी अवगत केले पाहिजे म्हणजे ते आपणास नीच ठरविण्याचा प्रयत्नच करणार नाहीत. माझ्या मते, आई-वडिलाद्वारे मुलांना अपशब्द वापरणे व पतीचे पत्नीला लाथाडणेसुद्धा अनुचित आहे. माझे वडील कित्येक प्रसंगी हे कथन तर्कसंगत करण्याच्या प्रयत्नात म्हणतात 'मां दिया गाला, ते धयो दियां नालां' (आईच्या शिव्या आपणावर घृतवर्षाव करतात) तेव्हा एका बालक रूपात माझ्याकडे गप्प राहण्याशिवाय पर्याय नव्हता. पण मी आई-वडिलांना स्पष्ट शब्दांत सांगितले होते की मला हे मुळीच आवडत नाही. कोणत्याही व्यक्तीजवळ इतरांना अपशब्द वापरण्याचा नैतिक हक्क नाही. कित्येक वेळा व्यक्ती एका रागीट व दुष्ट व्यक्तीपासून

भयभीत राहतो, त्यांना हेच भय सतावीत असते की तो न जाणे केव्हा, कोणाशी, कोणत्या स्वरूपात समोर येईल. लक्षात असू द्या की स्वतःच्या समर्थनासाठी आपण आणि फक्त आपणच उभा राहू शकता. कोणालासुद्धा स्वतःच्या भावनात्मक दुर्बलतेचा अयोग्य फायदा घेऊ देऊ नका. कुटुंबातसुद्धा एखाद्या वाईट व्यक्तीला सहन करू नका. त्याची भीती बाळगण्यापेक्षा साफ शब्दांत सांगा की आपल्याला त्याच्यासारख्या लोकांशी निबटायला येते. स्वतःचे धैर्य व शक्ती कायम ठेवा.

आपण नेहमी आगीचा सामना आगीनेच करायला पाहतो. तणाव आणि निराशेमुळे आपला राग व चिडखोरपणासुद्धा वाढतो. परंतु हा उपाय नेहमी परिणामकारक होत नाही, वाईट लोक आपल्याला त्रास देण्याचा दुसरा उपाय शोधू शकतात. त्याच्याजवळ वाईटपणाच्या शस्त्रांची कमतरता नसते. खोटे बोलणे, फसवणूक करणे, चालबाजी व धोका हे त्यांचे प्रिय मित्र आहेत. तो आपल्याला अपमानित करण्यासाठी प्रत्येक शक्य प्रयत्न करतो. ते सर्वांना हे बजावण्याचा प्रयत्न करतात की आपणच समस्येचे मूळ आहात. आपल्या याच सवयीमुळे ते निरंतर आपणासाठी दुःखदायक होत जातात.

अशा दुष्टांशी निपटण्याची पहिली पद्धत आहे – स्वतःच्या रागावर नियंत्रण ठेवा. ते आपल्याला भडकावून ताबा मिळवू पाहतात. आपण त्यांच्या जाळ्यात फसू नका आणि स्वतःला एवढ्या हीन-दीन अवस्थेत आणू नका. स्वतःचा राग जीवनात सकारात्मक रूपात व्यक्त करण्याचा प्रयत्न करा. काही नीतींचे पालन करून आपण हे अंगीकारू शकता. आपण त्यांना स्पष्ट शब्दांत सांगा की त्यांचे वागणे सहनशक्तीबाहेरचे आहे. या तऱ्हेने आपण त्यांच्या अपमानजनक व कुजक्या शब्दांच्या मारापासून वाचू शकता. तरीसुद्धा ते आपली सवय सोडत नसतील तर आपण शांतपणे हसून सांगा, 'माफ करा, आपल्याला वाईट वाटले पण मला असेच वाटत आहे.' आपण असेसुद्धा म्हणू शकता की जी गोष्ट होऊन गेली त्यावर चर्चा करून आपला वेळ व्यर्थ घालवू इच्छित नाही. अशा पद्धतीने चर्चेचा विषय बदलू शकता. जर आपण तणाव निर्माण करणाऱ्या व्यक्तीसमोर स्वतःला बेचैन मानता तर त्याच्यापासून दूर जा. जर त्याच्यासोबत काम करणे ही विवशता

असेल तर तेथे कमीत कमी वेळ घालविण्याचे प्रयत्न करा. आपली नोकरी व परिस्थितीवर अवलंबून असते की त्यासोबत जाऊ नका, भेटी टाळा आणि काम समाप्तीनंतर त्याच्यापासून दूर जा. आपल्या जीवनात दुष्ट व्यक्तीच्या ख्यातीपेक्षा आपला आनंद केंद्रबिंदू ठरला पाहिजे. आपला आत्मसन्मान व जीवनाप्रति आनंद हीच आपली सर्वप्रथम प्राथमिकता असली पाहिजे. नकारात्मक लोक व दुष्टांना आपला आनंद नष्ट करू देऊ नका. लक्षात ठेवा की आपला चांगुलपणा व माणुसकीचा त्यांनी गैरफायदा घेऊ नये. अशा लोकांपासून वेगळे व्हा. जर त्यांच्यासह काम करण्याची सक्ती असेल तर स्वतःच्या रागावर नियंत्रण ठेवा. स्वतःचा दृष्टिकोन दयापूर्ण ठेवा कारण एखादी वाईट अपुरी असुरक्षिततेची भावना त्याला वाईट बनविते. जीवनात एखाद्या दुष्टाच्या अस्तित्वानंतरसुद्धा आपल्याला आनंदी राहण्याचा पूर्ण अधिकार आहे. सर्वांनाच जीवनात हे सहन करावे लागते. एक यशस्वी व आनंदी जीवन जगण्यासाठी प्रेरणा व उत्साह आपले ध्येय असावे.

●●●

मानसिक विश्लेषण

स्वतःच्या संपूर्ण जीवनकाळात मनुष्यासमोर लहान-मोठ्या अडचणी येतच असतात. फक्त मृतांना संसारातील समस्यांचा त्रास होत नसतो. स्वतःच्या म्युझिक सिस्टिमची दुरुस्ती वा कारकीर्दीचा शोध आपल्या समस्येमुळेच होऊशकतात. जेव्हा आपण मनाप्रमाणे मिळवीत नाहीत तेव्हा असमाधानाची भावना निर्माण होते जिला ध्येयप्राप्तीपूर्वी सुधारणे आवश्यक आहे. म्हणजे स्वतःच स्वतःची सुधारणा करणे. जीवनातील ज्या क्षेत्रात परिवर्तनाची गरज आहे तेथे आत्मसुधारणेची आवश्यकता असते. आपल्या जीवनात अनुभव वेळोवेळी प्रत्येक व्यक्तीबरोबर बदलतो.

जास्त प्रमाणात आपली उपलब्धी व जीवन पूर्ण नियंत्रणात असते. पण अधिकांश या विषयात अनभिज्ञ असतात. जीवनात तेच मिळवतात जे इतरांना देतात. आपण जे इतरांच्या विषयी विचार करता तेच गुप्त लहरींच्या माध्यमातून आपल्यापर्यंत पाहोचतात. इतरांविषयी आपल्या भावना प्रमाणात उमटतात.

आपण विविध क्षेत्रांतील यशस्वी व्यक्तींच्या जीवनापासून काही शिकू शकतो. निवड करण्याचे क्षेत्र विस्तृत आहे, ज्यामध्ये अब्जपती, करोडपती, वैज्ञानिक, नेते, अध्यापक व इतर व्यक्ती येतात. काही लोक साधारण लोकांपेक्षा जास्त जिवाचे रक्षण करतात. साधारण मनुष्याचे जीवनचक्र वर्तमानाच्या जवळपास फिरते. तो नेहमी या विषयात स्पष्ट नसतो की त्याला जीवनात काय हवे आहे आणि कसे भविष्य अपेक्षितो. परिणामस्वरूप त्याचे दिवस, महिने, वर्षे एकाच प्रकारच्या दिनचर्येत पसार होतात. स्वतःची योग्यता, क्षमता उपयोगिताविना सकारात्मक

प्रोत्साहनाअभावी एकच काम परत परत करतात. त्यांच्या जीवनाचा काही उद्देश नसतो आणि ते स्वतःचे आत्मपरीक्षणही करू शकत नाहीत.

काळगतीमध्ये असे लोक नीरस व अतिथकलेले असतात. ते आपल्या जीवनाचे मानसिक विश्लेषणसुद्धा करू शकत नाहीत. ते स्वतःच्या उपलब्धीवर विचारविनिमय करणे किंवा जास्त मिळविण्यासाठी विचारसुद्धा करीत नाहीत. यशस्वी लोक जीवन पुरेपूर जगताना येणाऱ्या संधीविषयी सचेत व सावध असतात, जेव्हा की नीरस व्यक्तींचे जीवन थकव्याने भरलेले असते. एकसारखी कंटाळवाणी दिनचर्या त्यांच्या जीवनाचा एक भाग बनते. त्याच वेळी दुसऱ्या बाजूला यशस्वी लोक जोमाने स्वतःच्या जीवनाला सार्थक व उद्देशपूर्ण बनविण्यासाठीच्या उपायांवर विचार करतात. ते नीरस मानसिकतेमुळे स्वतःच्या यशात बाधा येऊ देत नाहीत. ते नेहमी स्वतःचा स्वतःला प्रश्न विचारीत राहतात की त्यांच्या जीवनात कशाला महत्त्व आहे? ते जीवनाविषयी स्वतःचा दृष्टिकोन आणि ध्येयाविषयी स्पष्ट असतात आणि वेळोवेळी त्यात परिवर्तन करीत असतात. ते पूर्ण एकाग्रतेने आपल्या ध्येयाला दिवस, महिने व वर्षे सोबत घेऊन चालतात. त्यांची हीच मानसिकता त्यांना नीरस व थकलेल्या व्यक्तीपेक्षा वेगळे करते.

यशस्वी लोक स्वतःच्या जीवनाचे मूल्य जाणताना मनासारखे जीवन जगण्याचे काल्पनिक चित्र मनात ठेवतात. ते आपल्या मेंदूत विविध स्थितीविषयी होणाऱ्या प्रतिक्रियांचा शोध घेतात. ते विलास, जीवन आणि कर्तव्याचा पुरेपूर आनंद घेतात. स्वतःच्या योजनेची सार्थकता लक्षात घेऊन ते विश्लेषण करतात आणि स्वतःची प्रशंसासुद्धा करतात. ते भविष्यात प्राप्त होणाऱ्या उपलब्धी व प्रगतीची एक यादी तयार ठेवतात. काही यशस्वी व्यक्ती दररोज स्वतःचे ध्येय व प्राप्तीचा हिशेब ठेवतात. ते काल्पनिक दृष्टिकोनाच्या मदतीने सहजपणे निर्णय घेऊशकतात. दररोज रात्री झोपण्यापूर्वी हे काम अवश्य करतात. ते या बाबीचे निरीक्षण अवश्य करतात की त्यांना कोठे जायचे आहे आणि ते कोठपर्यंत आले आहेत. आपण त्यांच्यापासून शिकून आपली ध्येये एका कागदावर लिहून वेळोवेळी त्यांचे वाचन करणे चांगले सिद्ध होईल.

नीरस व कंटाळवाण्या दिनचर्येने बंदिस्त लोक स्वतःलाच हा प्रश्न विचारू शकतात की त्यांनी कधी मनोवांछित भविष्याची स्पष्ट, काल्पनिक व उत्साहपूर्ण चित्र स्वतःच्या मेंदूत काढले आहे का? व्यापार असो किंवा जीवन, काहीही मिळविण्याकरिता स्पष्टपणा आवश्यक आहे. यशस्वी लोक अवघड मार्गावर चालूनसुद्धा भविष्याविषयी स्पष्टपणाचा त्याग करीत नाहीत. वर्तमान असा योग्य वेळ आहे जेव्हा आपण आपले जीवन प्रतिबिंबित करू शकता. यासाठी आपण निपुण असणे आवश्यक नाही. स्वतःच्या समस्यांविषयी नकारात्मक विचारांचा त्याग करून यशाची आधारशिला ठेवली जाऊ शकते. आजच सुरुवात करून स्वतःचे ध्येय एका कागदावर लिहून काढा.

यशाच्या इच्छेमध्ये काही अडथळे अवश्य येतात. जोपर्यंत आपण आपले ध्येय व येणाऱ्या समस्यांविषयी सजग होत नाहीत तोपर्यंत आपल्या जीवनात काहीही मिळवू शकत नाहीत. म्हणून समस्या समोर येताच त्याचे उत्तर मुख्य मुद्दा समजा म्हणजे ध्येयप्राप्तीमध्ये कोणताही अडथळा येणार नाही.

आपल्याला जीवनात ज्याची इच्छा आहे ते मिळवू शकता. वर्तमान जीवनाची परिस्थिती आपलेच विचार, प्रयत्न व मतांचा प्रतिध्वनी आहे. आपण सहजपणे ही परिस्थिती सुधारू शकता. आपणाला फक्त ध्येय प्राप्तीकडे घेऊन जाणाऱ्या इच्छांना प्रोत्साहन द्यावे लागेल. तेव्हा आपण सहजपणे यशाच्या चुंबकीय शक्तीकडे आकर्षित व्हाल. जगातील अधिकांश लोक जागृत वा निद्रिस्त रूपाने आकर्षणाच्या नियमांचा उपयोग करतात. अशा प्रकारे ते जी काही कल्पना करतील ती प्रत्यक्षात प्राप्त करू शकता. आपणसुद्धा पैसा, व्यापार, बुद्धी, मानसिक शांती, उद्देशपूर्ती व समाधानकारक संबंध प्राप्त करण्यासाठी असेही करू शकता.

आपणासाठी सर्वात मोठे रहस्य हे आहे की लाख अडचणी आल्या तरी जीवनाकडून सर्व काही मिळवू शकता. वर्तमान नकारात्मकतेपासून सुटका करून घ्या आणि एका चांगल्या अस्तित्वाचा शोध घ्या म्हणजे आपण स्वतःच्या जीवनातील ध्येयापासून भरपूर मिळवू शकाल.

●●●

काही अन्य पर्याय

एपिक्टस म्हणतात – 'जर आपल्याला कोणी वाईट म्हणाले, जर ते खरे आहे तर स्वतःमध्ये सुधारणा करा आणि जर ते चूक आहे तर त्याच्यावर हसा.' जर एखादा मनुष्य निरंतर तणावजन्य लोकांना भेटत राहिला तर त्याला स्वतःला एकाग्र करणे व प्रोत्साहन देणे कठीण होते. विविध व्यक्ती विविध पद्धतींनी परिवार व मित्रांचे असमर्थनीय शब्द व व्यवहाराला तोंड देतात. असा विचार करणेच अव्यवहारी आहे की प्रत्येक व्यक्ती आपल्याला व आपल्या स्वप्नांचे समर्थन करील. समर्थनाचा अभाव पूर्ण करणे आवश्यक आहे. कोणालाही आपल्यासमोर येणाऱ्या अडचणीसाठी लज्जित होण्याचे काही कारण नाही. जर कोणी आपल्या एका गालावर थप्पड मारली तर दुसरा गाल पुढे करणे किंवा त्याच्या वाईट वागण्याला उपेक्षित करण्याऐवजी स्वतःसाठी ठाम उभे राहा. आपली लढाई आपल्याला स्वतःच लढावी लागेल. स्वतःच्या जीवनाच्या त्या नकारात्मकतेचे स्रोत शोधा जे आपल्या स्वप्नांच्या मार्गांवर अडथळा उभा करीत आहेत. किंवा आपला विश्वास खंडित करीत आहेत. या अविश्वासापासून दूर राहा.

माझा एक सहकारी नेहमी स्वतःचे अधिकारी, सहकारी यांच्याशी भांडत असतो. परिणाम म्हणून त्याने एखादे काम चांगले केले तरी कोणीही त्याची पाठ थोपटीत नसे. त्याने मला सल्ला विचारला तेव्हा मी दिला की कित्येक वेळा लढा हरूनसुद्धा युद्ध जिंकता येते. मी त्याला स्पष्ट केले की सर्व मनुष्यांना एकाच तराजूत तोलू नको. माझा सर्वांत चांगला सहकारी नेहमी काही उशिराने पोहोचायचा. मी त्याची कधीही पर्वा केली नाही कारण की त्याला उशिरापर्यंत काम करीत राहण्यातसुद्धा काही अडचण येत नव्हती. आणि उरलेले काम पूर्ण होण्यापूर्वी तो स्वतःच्या जागेवरून हलत नसे. कोणतेही काम करण्याची हीच पद्धत आहे की ते चांगल्या पद्धतीने केले जावे.

स्वप्नावर स्वतःची मजबुत पकड पाहिजे. स्वतःच्या योग्यता व क्षमता ओळखून मजबूती आणा. जर कोणी आपला अपमान करू पाहत असेल तर त्याची पर्वा करू नका. अशा लोकांची संगत शक्यतो टाळा पण आपला उद्देश कधीही विसरू नका. इतर आपल्या यशामध्ये अडचणी अवश्य आणतील, कारण ही एक स्वाभाविक व नैसर्गिक क्रिया आहे.

यशाकांक्षी कधीही परिस्थितीच्या बदलाने भीतीग्रस्त होत नाहीत. स्वतःची स्वप्ने साकार करण्यासाठी मोठे पाऊल उचलण्याचे धाडस करतात. जेव्हा एखादा पुढे पडतो तेव्हा काही लोक या विषयी स्वतःच मागे राहतात. काही लोक याबद्दल स्वतःला दोषी समजून स्वतःच्या यशासाठी खुलासा देण्यास असमर्थ असतात. लक्षात असू द्या की आपण जेवढे स्वतःला उघड करू पाहाल, लोक तेवढे जास्त वरचढ होतील. आपण स्वतःचे यश व उपलब्धी यांची वकिली करण्याची काही आवश्यकता नाही. यामुळे आपला आत्मसन्मान दुखावला जाऊ शकतो. यापेक्षा स्वतःच्या पुढील ध्येयासाठी स्वतःला तयार करा आणि आपल्या क्षमतेत सुधारणा घडवून आणा.

लक्षात राहू द्या की आपल्याला आपले युद्ध स्वतःच लढायचे आहे, कोणीही मदत करणार नाही. जर कोणी आपल्याप्रमाणे यशस्वी नाही होऊ शकला तर त्याचा अर्थ असा कदापि नाही की आपल्याला यशस्वी होण्याचा अधिकारही राहणार नाही. कठोर परिश्रम करा म्हणजे इतरांच्या मार्गात येणाऱ्या अडचणी टाळू शकाल. कोणत्याही ध्येयापर्यंत पोहोचण्यासाठी नकारात्मकता हीच सर्वात मोठी अडचण आहे. ही आपल्या वरचढ होऊ देऊ नका.

हे तर उघड आहे की आपण अनेक तऱ्हेच्या लोकांना भेटतो. त्यापैकी काही अपमानास्पद प्रश्नांच्या वर्षावाने आपणास लज्जित करू शकतात. जसे की – ' व्यवसायात होणाऱ्या नुकसानीमुळे काम बंद करीत आहात का?' असे लोक आपल्याला अपमानित करण्यासाठी मर्यादासुद्धा ओलांडतात. ते असे समजून चालतात की आपल्यापेक्षा मोठे असल्यामुळे आपल्या प्रत्येक व्यक्तिगत माहिती मिळविण्याचा हक्क आहे. आपण कोणत्याही पद्धतीने या पलीकडे जाऊ शकता. अशा वेळी मी नेहमी सांगतो की – 'याविषयी बोलण्याची माझी इच्छा नाही.' किंवा ' याविषयी संबंधित कोणतीही चर्चा माझ्यासाठी त्रासदायक आहे.' आपण अशा लोकांना सल्ला देऊशकता की त्यांनी दुसऱ्या एखाद्या विषयावर बोलावे.

जर आपण अशा लोकांना नीच सिद्ध करण्याचा प्रयत्न केला तर त्यांना स्पष्ट शब्दांत सांगा – 'मी फार चांगल्या तऱ्हेने माझे काम करीत आहे.' किंवा 'मी यापूर्वी कोणत्याही व्यवसायात एवढे पैसे कमविले नाहीत.' आपण त्यांना त्यांचे उत्पन्न, त्यांच्या पत्नीचे आरोग्य किंवा मुलांच्या पेपरविषयी विचारू शकता. तरी जर ती व्यक्ती पिच्छा सोडत नसेल तर आपण स्पष्टपणे सांगा की त्याने हा प्रश्न सातव्या वेळी विचारला आहे.

मला नेहमी अशा अनेक लोकांना भेटावे लागते जे बहुधा व्यक्तिगत प्रश्न विचारतात. असे तर मी अशा प्रश्नांची उत्तरे टाळतो किंवा सांगतो 'धन्यवाद, मी फार आनंदात आहे व संभवतः हेच आपल्या प्रश्नाचे उत्तर आहे.' जर तरीही हेतू साध्य नाही झाला तर एखाद्या कारणामुळे मी तेथून निघून जातो आणि म्हणतो की प्रश्न विचारण्याची ही पद्धत मला आवडली नाही. इच्छा असूनही जर आपल्याला एखाद्या नकारात्मक मानसिकता असणाऱ्या व्यक्तीला भेटणे भागच पडले तर त्या भावनेपासून सुटकेसाठी कमीत कमी दोन सकारात्मक विचारसरणीच्या व्यक्तींना अवश्य भेटा. स्वतःला यशाकडे नेणाऱ्या समस्त योग्यता आणि क्षमता यांचा पूर्णपणे उपयोग करा.

जीवन एक तडजोड आहे. आपल्याला नेहमी ते मिळत नाही आपण ज्या योग्य असतो. अनेक जागी तडजोडी कराव्या लागतात. कित्येक वेळा अशी स्थिती निर्माण होते की जेव्हा लोक स्वतःच्या चालू परिस्थितीला घाबरून स्वतःचा मित्र अथवा नोकरी सोडण्याचा विचार करतात. टीकाकारांच्या कठोर टीकेतून सुटकेसाठी,त्यांना एका कागदावर लिहून द्या आणि चांगल्या गोष्टी लक्षात स्वतःच्या क्षमतेचे आकलन करा. आपली सकारात्मकता व औदार्य कायम ठेवा. जर एखादा मित्र वा सहकारी आपल्या यशोमार्गात अडथळे आणत असेल त्याला निपटण्यासाठी तीन ते पाच उपाय लिहा आणि त्यापैकी एकावर अंमल करा. सर्वांत चांगल्या नीतीचे पालन करा. असे लोक आणि संस्थांची यादी बनवा जे आपल्याकरिता सहायक व प्रेरणादायक आहेत.

यश स्वतःच स्वतःचा मार्ग निवडते. यासाठी आपल्याला नको असलेल्या व्यक्तींच्या समर्थनाची अजिबात गरज नाही. आपल्या ध्येयाविषयी ठाम राहा आणि जीवनाची प्रकाशमान बाजू पाहा.

●●●

मेंदूची सक्रियता

जेव्हा आपण कोणाला तरी भेटतो तेव्हा आपली हार्दिक इच्छा हीच असते की त्या व्यक्तीवर आपल्या योग्यता व क्षमतांचा चांगला प्रभाव पडावा. याविषयी काही सूचना-सल्ले प्रस्तुत आहेत. ते प्रभावी आहेतच पण त्यासोबत इतरांसाठी-प्रेरक वाक्यांचे काम करतील. स्वतःच्या जीवनाचा प्रत्येक क्षण उद्देशपूर्ण रीतीने जगा. जरी आपण इतरांवर प्रभाव पाडणारी स्थितीवर पूर्ण नियंत्रण मिळवू शकत नाहीत पण लोकांविषयी स्वतःचा व्यवहार व त्यामुळे पडणाऱ्या प्रभावाविषयी सावध राहू शकतो. या सगळ्यांचे जीवन बहुधा सरावावर आधारित असते आणि आपल्या कामांमुळे दुसऱ्यांच्या जीवनावर पडणाऱ्या प्रभावालासुद्धा नजरेआड करतो. आपण सगळे अर्धजागृत चालकासारखा व्यवहार करतो. यामुळे अधिकांश व्यक्तींचा व्यवहार त्यांच्या घोषित मूल्यांशी जुळत नाही. काही लोक मुक्त हृदयाचे असल्याचे सांगतात पण प्रत्यक्षात ते आपला दृष्टिकोन प्रस्तुतसुद्धा करीत नाहीत.

जर आपण दुसऱ्याकडून काही शिकायचे वा मिळवायचे असेल तर प्रत्येक व्यक्तीशी ताळमेळ परिणामकारक होऊ शकतो. जीवनाचा प्रत्येक क्षण असाधारण आहे, जीवनात साधारण काहीच नाही. इतरांवर प्रभाव टाकण्यासाठी व मनाप्रमाणे वैशिष्ट्य मिळविण्यासाठी निरंतर व सावधपणे प्रयत्न करावे लागतात. जरी जीवनात असे क्षणसुद्धा आले जेव्हा आपला व्यवहार अपूर्ण वाटतो परंतु दररोज असे अनेक प्रसंगसुद्धा येतात जेव्हा आपण स्वतःच्या व्यवहारी कमकुवतपणावर विजय मिळवू शकतो. दीर्घकालीन व कायम प्रभावाचे मोल करणे सहज शक्य नाही.

व्यवहारच निश्चित करतो की आपण इतरांशी कसे वागतो? ही एक अंतहीन निरंतर चालणारी प्रक्रिया आहे. या जगात कोणतेही काम हलके व लहान नाही. आपले एक लहान पाऊल जीवनात बदल घडवून आणू शकते. 1951 ते 1961च्या दरम्यान जेव्हा मी कॉलेजमध्ये होतो, माझ्या एका मित्राची आय.पी.एस.मध्ये निवड झाली होती. आम्ही दोघेही लुधियानाच्या गव्हर्नमेंट कॉलेजच्या न्यू हॉस्टेलमध्ये एकत्र राहत होतो. मी त्याचा अभ्यास करणे,.काम करणे व व्यवहाराची बारकाई लक्षपूर्वक पाहिली. त्याच्याच यशाने मला प्रोत्साहन दिले. मला जाणवले की मी लिहिण्या वाचण्यामध्ये त्याच्या दुप्पट वेळ घालवीत होतो. म्हणून जर तो यश मिळवू शकत असेल तर मी का नाही? आणि मी ते मिळवून दाखविले.

असे समजा की आपला मेंदू हाच संपूर्णपणे सर्व वास्तविकता रचतो. याचा स्वीकार करून याविषयी सावध राहणे केव्हाही चांगले. स्वतःच्या मेंदूला जास्त यश मिळविण्यासाठी कामात गुंतवा. जर आपल्या इच्छेनुसार मेंदूचां उपयोग केला जात नाही तर तो आपल्या ध्येयापर्यंत पोहोचण्यापूर्वी भरकटेल. आपली इच्छा असो-नसो आपला मेंदू नेहमी जागृत व निद्रिस्त अवस्थेत आपल्याच विचारांनी चालतो. जर एखादी अडचण आली तरीही हिंमत सोडण्याऐवजी सकारात्मक भावनेने त्याला तोंड का देत नाही? स्वतःच्या मेंदूला असे बनवा की आपल्याला जीवनाकडून काय हवे ते मिळविता यावे. आपण स्वतःला समजवा की शक्य आंहे जे आपण आज मिळवू शकत नाही तेच उद्या आपले यश बनेल. निराशाऐवजी आशेची निवड करा. यशोमार्गात येणारे अडथळे ओलांडण्याकरिता स्वतःच्या मेंदूला संभाव्य विचार आणि समाधान शोधण्यास मदत करा. बंधने आणि मर्यादांनी भयग्रस्त होण्याऐवजी त्याचा सामना करण्याचा सराव करा. स्वतःची प्रेरणा, कल्पना व प्रोत्साहनाच्या बळावर आनंद मिळवा. तेव्हाच आपण मर्यादापासून मुक्त व्हाल. जीवनाला श्रेष्ठ बनविण्याचा अभ्यास करा.

कोणतीही व्यक्ती प्राकृतिकपणे, जीवनातील साधारण वस्तूंच्या बळावर

प्रभावशाली बनते. हो, हेसुद्धा सत्य आहे की काही नायक-नायिका किंवा लेखक इत्यादी स्वतःच्या कृतीच्या जिवावर यशस्वी होतात. पण अशा व्यक्तींनासुद्धा जीवनात ध्येय ठरवावेच लागते. जरी प्रभावीपणा असणे फक्त उच्च वर्गाची वडिलोपार्जित इस्टेट नाही. आपण कसे जीवन जगतो हे इतरांद्वारे तपासले जाते. आपल्या जीवनात विविध प्रसंगी विविध भूमिका निभवाव्या लागतात. ही एका मूल, आई-वडील, पती, पत्नी, कर्मचारी वा मालकाची भूमिका असू शकते. जीवन अशा रीतीने जगा की आपण इतरांवर चांगला प्रभाव टाकू शकू. एका क्षणाकरितासुद्धा असा विचार करू नका की आपले जीवन निरर्थक आहे. प्रामाणिकपणे खात्री बाळगा की आपल्याला आनंदी होण्याचा पूर्ण हक्क आहे. आपल्यासाठी काम करणाऱ्या परिस्थितीला पूर्ण खरेपणाने स्वीकारा. याप्रकारे आपण एक परिपूर्ण जीवन जगू शकता. खात्री बाळगा की स्थिती कशीही असो आपण आनंदी राहू शकता.

स्थितीच्या विपरितपणात आपला आनंद सोडू नका. अन्यथा निराशा व दुःख, नैराश्यतेचा पर्याय फक्त बाकी राहील. मग त्यामुळे आनंदाचीच निवड का करू नये? स्वतःला आनंदापासून दूर ठेवून स्वतःवर अन्याय करू नका. यापेक्षा भविष्यातील महत्त्वाकांक्षेकडे लक्ष द्या. आनंदाला स्वतःकडे ओढून घ्या. निराशा हीच आपल्या मार्गातील सर्वात मोठी अडचण आहे. फळ समोर दिसले नाही तरी काम करीत राहा. यशाचा मार्ग अतिशय विचार व निराशेने विळखा घातलेला असतो. जीवन व कारकीर्दीत अशीसुद्धा वेळ येते तेव्हा आपल्याला असे वाटते की प्रगती थांबलेली आहे. अशा वेळी स्वतःला हिंमत द्या, धैर्य द्या आणि समजा की यश रातोरात मिळत नाही. आपला स्वतःचा वेळ यश घेते. अशा वेळी स्वतःला शक्ती, ऊर्जा द्या. लक्षात ठेवा की यश कठोर कष्टांचे मोल मागते. जर आपण फक्त कामावर लक्ष एकाग्र कराल तर सर्व काही सोपे होईल. कॅल्विन म्हणतात - 'प्रयत्नापेक्षा जास्त महत्त्वाचे काही नाही. याचे स्थान प्रतिभाही घेऊ शकत नाही आणि शिक्षणसुद्धा आणि बुद्धी पण. फक्त प्रयत्न आणि दृढ संकल्प हेच महत्त्वपूर्ण आहे.'

जीवनात दीर्घकालीन यशाकरिता इमानदारी व सत्य असणे आवश्यक आहे. बेईमानी, अप्रामाणिकपणा थोड्या काळासाठी बहरते परंतु प्रामाणिकपणा शेवटी विजयाला कारण बनतो. म्हणून इमानदार-प्रामाणिक बना. कित्येक लोक यशासाठी तेथपर्यंत पोहोचून ते सोडून देतात. यशस्वी लोक सर्वांबरोबर मिळून-मिसळून राहतात. आपणसुद्धा काम यशस्वी व त्वरित करण्याकरिता मित्राप्रमाणे वागा.

जीवनभर एका जिज्ञासुप्रमाणे निरंतर वाढीसाठी प्रयत्नशील राहा. समस्यांचे सुवर्णसंधीमध्ये रूपांतर करा. तक्रारी करण्याची सवय सोडून द्या. आपला संदेश सकारात्मक आहे किंवा नकारात्मक हे आपल्यावरच अवलंबून असते. दिवसाच्या शेवटी एकवार अवश्य लक्ष द्या की दिवसभर आपले वागणे कसे होते? शक्य आहे की आपला प्रभाव पिढ्यान्‌पिढी राहील अथवा कोणाचे तरी आयुष्य त्यामुळे बदलून जाईल.

●●●

एक संधी अवश्य द्या

आपण आपल्या संपूर्ण जीवनाकरिता ध्येय व उद्देश निश्चित करतो. पण कित्येक वेळा काही अदृश्य घटना आपल्या नियंत्रणाबाहेरच्या असतात. त्या चांगल्या वा वाईट असू शकतात. काही हालचाली घातकसुद्धा असतात ज्यांचा आपल्या योजनेशी काही देणे-घेणे नसते. तरी पण हे आपल्यावर अवलंबून आहे की आपण आपल्या बाकी जीवनात कशा तऱ्हेने काम करायचे आहे. हे एकदम खरे आहे की पूर्णपणे अनोळखी, अनभिज्ञ घटना आपल्या जीवनाचे दृश्य प्रभावित करतात.

आपण जीवनरूपी युद्धामध्ये विजयी अथवा पराजयी होऊ शकतो. जीवनातील घटना आपण कशा रूपात स्वीकारतो हे आपल्या स्वाभाविक वैशिष्ट्यांवर अवलंबून असते. चरित्र आपल्या जीवनाचा मानदंड आहे. दोन लोकांना जर एकसारख्याच कठीण परिस्थिती सोपविल्या तर ते आपआपल्या पद्धतीने त्यावर प्रतिक्रिया व्यक्त करतील. त्यापैकी एक दुःखी असूनही दुःखासाठी स्वतःच्या जीवनाला दोषी ठरवू शकतो. आणि दुसरा त्याच अडचणींचा आव्हानाच्या स्वरूपात स्वीकारताना त्याला कंटाळू शकतो. हा आपल्या निवडलेल्या जीवनमार्गानुसारच आहे आणि आपली निवडसुद्धा यात महत्त्वाची भूमिका निभावते.

लहान व अरुंद मार्ग निवडू नका :-

माझा एक मित्र नेहमी स्वतःच्या जीवनापासून दुःखी राहत होता. तो नेहमी

आपले मोठे कुटुंब व पत्नीला स्वप्न पूर्ण न होण्याबद्दल दोषी ठरवीत होता. त्याला आपली अशिक्षित पत्नीच आपल्या विजोड विवाहासाठी दोषी वाटत होती. तरी हा प्रेमविवाह होता व त्याने शेजाऱ्याच्या मुलीशी लग्न केले होते. तो नेहमी स्वतःला हीन भावनेचा बळी समजायचा. एकदा त्याने मला स्वतःच्या अडचणी कथन केल्या तेव्हा मी त्याला स्वतःविषयी प्रामाणिक राहण्याचा आणि जीवनाच्या जबाबदारीचा भार उंचलण्यास सुचविले. मी त्याला समजाविले की स्वतःच्या चालू परिस्थितीसाठी तो स्वतः दोषी आहे. त्याचे मोठे कुटुंब त्याच्याचमुळे आहे, जर त्याची इच्छा असेल तर तो कुटुंबाचे नियोजन करू शकत होता. स्वतःच्या महत्त्वकांक्षेच्या पूर्तीकरिता हे आवश्यक होते की दिनचर्येत बदल करावा आणि कुटुंबाकडे लक्ष द्यावे. मी त्याला सल्ला दिला की जीवनात निवड कमी नाहीत. चांगले हेच आहे की तो ना तर स्वतः दुःखी व्हावा आणि दुसऱ्यांनाही याने दुःखी करू नये. तो आपण सर्वांप्रमाणे स्वतःची पत्नी, मुले व परिवाराविषयी जिम्मेदार आहे. यामुळे त्याचा स्वाभिमान जागृत झाला आणि त्याला आपल्या चुकांची जाणीव झाली. कोणालाही ही परिस्थिती होऊशकते. परंतु आपल्यात जीवन प्रामाणिकपणे स्वीकारण्याची कला आली पाहिजे. आपली कमजोरी व कमकुवतपणा वर येण्यासाठी कष्ट तर करावेच लागतात, पण धाडसी पावलांअभावी आपण चांगल्याकरिता कोणतेही पाऊल उचलत नाहीत. आपल्याला आपल्या अडचणींचे उत्तर स्वतःच शोधायचे आहे. जर आपल्याला यशस्वी व्हायचे असेल तर उत्तरसुद्धा स्वतःच शोधावे लागेल.

वाईट परिस्थितीतून वर येण्यासाठी प्रयत्न करण्याऐवजी स्वतःच्या दुर्भाग्यासाठी इतरांना दोषी ठरविणे फार सोपे असते. एका क्षणासाठीसुद्धा असा विचार करू नका की आपल्यासोबत नेहमीच वाईट होईल आणि आपले नशीबही खराब आहे. वाईट संबंध, वाईट नोकरी व अपयशाच्या स्वनिर्मित चक्रातून बाहेर पडण्याकरिता आपल्या आत विश्वास निर्माण करा. असे कधीही समजू नका की पूर्वकाळातील घटना वा

अपयश आपल्या भविष्यावर वरचढ होऊन निष्फळ करू शकते. नेहमी असे समजू नका की आनंद एक असा पक्षी आहे जो आपल्या हातात येत नाही. चांगले बदल, सुधारणा व संधीची प्राप्ती यासाठी भूतकाळातील चुकांपासून शिकता येते.

एक विलक्षण सत्य असे आहे की आनंदाच्या अपेक्षा व प्रतीक्षेत अधिकांश लोक हेच समजून घेत नाहीत की ते स्वतः आनंद निर्माण करू शकतात. असे लोक स्वतःच आखलेल्या मर्यादांमध्ये कैद असतात. ते विचार करतात की जीवन एक अशी घटना आहे जी इच्छा असूनही नियंत्रित करता येत नाही. ते भविष्याविषयीसुद्धा ठाम नसतात. अशा लोकांना स्वतःच्या प्रतिभेचे मोल कमी आखून चालणार नाही म्हणजे ते हे चक्र भेदू शकतील. जर आपण जीवनापासून अजून जास्त मिळवू पाहत असाल तर आपल्या स्वप्नांना मूर्त रूप देण्यासाठी जास्त जोम व ताकद पाहिजे. जीवन कितीही कठीण असले तरी पण स्वतःचा आनंद सोडू नका.

जर एखाद्या दुर्घटनेमुळे आपला आत्मविश्वास डळमळीत झाला असेल तर उपलब्धींचे पुनःस्मरण केल्याने फायदा होईल. वाईट परिस्थितीतून निघण्याचा प्रत्येक शक्य प्रयत्न करा. संघर्षातून हिंमत मिळविण्यासाठी जिवापाड प्रयत्न करा. असे लोक जे विचार करतात की त्यांना जगात कधीही आनंद मिळणार नाही ते आनंदातसुद्धा दुःख शोधतात. अशा लोकांचे हे मत ठाम असते की त्यांना जीवनात कोणीही आनंद देऊ शकत नाही. काही लोक असेही आहेत जे स्वतःला एका मर्यादेत ठेवतात. जे मिळाले त्यातच ते समाधानी असतात. जर त्यांनी प्रयत्न केले असते तर त्यापेक्षा ते जास्त मिळवू शकत होते. जीवनात आदर्श कल हाच असावा की आपण जास्तीत जास्त उच्च स्थानी जाण्याचा प्रयत्न करावा तरच आपण यश व आनंद मिळविण्याचे अनेक मोके मिळवू शकता. या तऱ्हेने स्वतःच्या अस्तित्वाला एक नवा अर्थ प्राप्त होईल. आपला संपूर्ण आत्मा, हृदय व समग्रतेसह जीवनाची निवड करा. मोठे स्वप्न व अपेक्षा हीच एका विजेत्याची ओळख असते.

या दृष्टिकोनामुळे आपण व्यक्तिगत भय, संशय, निंदा व विरोधकापेक्षा वर

जाऊ शकता. जीवनापासून ज्याची इच्छा आहे त्याच्याशी पूर्णपणे प्रामाणिक राहा. स्वतःचे यश व आनंदाच्या मार्गात कोणतीही तडजोड करू नका. आपला भूतकाळ विसरून आगेकूच करा आणि लक्षात ठेवा की दररोज आपल्याला यश व आनंद मिळविण्याच्या अनेक संधी प्राप्त होतात.

●●●

यशस्वी नेतृत्व गुण

जेव्हा लोक एखाद्याचे नेतृत्व स्वीकारतात तेव्हा ते त्याच्या समान मूल्यांचे पालन करतात किंवा त्याचे चरित्र वा गायन क्षमतेने प्रभावित होतात. सुरुवातीला ते जाणून घेऊ इच्छितात की ती व्यक्ती नेता बनण्यायोग्य आहे वा नाही? अजूनही कारणे असू शकतात पण प्रमुख कारण हेच आहे. जर आपण एक असामान्य व प्रभावी नेता बनू पाहत असाल तर आपल्याला चालू घडामोडीवर पूर्ण लक्ष देऊन पुढे पडले पाहिजे. शेक्सपियरचे सांगणे योग्यच होते की – "मनुष्याच्या जीवनात भरती येतच असते. हीच भरती त्याला उच्च स्थानी पोहोचविते आणि तीच त्याला धुळीलासुद्धा मिळविते." नेत्याने परिस्थितीवर पूर्ण नियंत्रण ठेवले पाहिजे, जो स्वतःचे अनुयायी व संस्थांना कोणत्याही वाईट परिणामांपासून वाचवितो.

रचनात्मक, आशावादी व प्रेरक व्यक्तीच यशाकडे जाते. स्थितीवर नियंत्रण मिळविताना नेत्याला चांगल्या शक्यता नाकारता येणार नाहीत. जर आपण एक चांगले नेता होऊ इच्छिता तर संघामध्ये स्वतःपेक्षा जास्त चांगले लोक समाविष्ट करा. जरी ही भीती असू शकते की ते आपल्यावरच अंकुश ठेवतील किंवा सत्ता गाजवतील.

नेत्याला प्राधान्य-बिगर प्राधान्य, मुख्य व दुय्यम कामे यात फरक करणे येते. विनामहत्त्व वस्तूची तुलनेत जास्त मौल्यवान वस्तूची निवड आपल्या कार्यक्षमतेत वाढ करते. प्राथमिकता व मूल्यांविषयी सावध होताच निर्णयक्षमता प्रभावी व सोपी होते. आपण स्वतःचेच व्यवहार व काम निरीक्षणांद्वारे स्वतःच्या मूल्यांना ओळखू शकता. आपल्या कामामुळे मूल्ये प्रतिबिंबित होतात. जेव्हा आपल्यासमोर दोन पर्याय असतील तर आपण निवडलेल्या पर्यायातून आपले मूल्य प्रतिबिंबित

होते, म्हणून कोणत्याही नेत्याची निवड त्याच्या अनुयायांना प्रभावित करते. त्याच्या मूल्यांमध्ये इतरांच्या विचारांची भावना लपलेली असते. व्यक्तिगत रूपाने कोणासाठीसुद्धा परिवार, आरोग्य व कारकीर्द महत्त्वाची असते. काही लोक स्वतःच्या कारकीर्दीसाठी सर्व काही पणाला लावण्यासाठी तयार असतात.

प्रश्न असा उभा राहतो की कोणता मनुष्य एक चांगला नेता अथवा मित्र सिद्ध होऊ शकतो. उत्तर हेच आहे की ज्या व्यक्तीचे व्यक्तिगत मूल्य व आदर्श उच्च असतील. आपल्या जीवनाचे वैशिष्ट्य व रोख, दृष्टिकोन चरित्राला विशेषपणे प्रभावित करतो. प्रेम, धाडस, प्रामाणिकपणा व श्रेष्ठता वगैरे गुणांच्या बळावर आपण एक आदर्श व्यक्तिमत्वाच्या रूपात कीर्ती मिळविता. हेच आदर्श निश्चित करतात की आपण कसे व्यक्ती आहात आणि इतरांवर आपला काय प्रभाव पडतो. कठीण कामांच्या पूर्तीमुळे आपण त्याचे अमूल्य धडे घेता. जर एखादी अडचण आली तर तिच्याशी सामना करण्यातच तिचे समाधान लपलेले असते. हेच आपल्याला उच्च स्थानी घेऊन जाते. पण हे विसरू नका की अजून कोणी जीवन जगू शकत नाही. कोणीही आपल्या जागेवर यशस्वी होऊ शकत नाही. आपल्याला स्वतःच प्रयत्न करावे लागतील.

आपल्या सर्व अपेक्षांना संतुष्ट व पूर्ण होण्याचा अधिकार आहे जो विचार आपण करतो ते अवश्य मिळवितो. आशावाद व सकारात्मकता या विषयात विशेष भूमिका बजावते. वाटेल ते होवो स्वतःच्या प्रकृतीनुसार वागा परंतु वर्तमानावर एकाग्र होण्यापेक्षा ध्येयासाठी एकाग्र व्हा. जीवनात भीती व संशयाचा त्याग करून सकारात्मक दृष्टिकोन स्वीकारा. एक लेखक लिहितात – "माझे जीवन फार सरळ आहे, कठोर कष्ट करा, मर्यादेत राहून आनंद भोगा. इतरांचा सल्ला डोईजड होऊ देऊ नका. मित्रांशी बेईमानी करू नका. प्रत्येक क्षण पूर्ण शक्यतेनिशी जगा आणि जीवनापासून नेहमी समाधानी राहा."

आपल्या जीवनात येणाऱ्या परिवर्तनांचा पूर्ण लाभ घेण्यास शिकले पाहिजे. हा अनुभव आमच्यासाठी भार होण्याऐवजी अमूल्य संधी होऊ शकतो. नित्य स्वतःच्या स्वप्नांची पुनरूक्ती करा आणि मनासारख्या फळाची कल्पना करा. यामुळे

आपण ध्येयाविषयी एकाग्र राहाल आणि प्रोत्साहित व्हाल. सर्व काही नियोजितपणे झाले नाही तर तरीसुद्धा विश्वास कायम ठेवा. जर आपण हे नाही केले तर समजा की आपण आपल्याच स्वप्नांशी खेळत आहात. नेता नेहमी स्वतःच्या कल्पना साकार करण्याचा प्रयत्न करतो. निराशा आपल्या मार्गातील फार मोठा अडथळा आहे. निकाल मिळत नसतील तरीही काम करणे बंद करू नका. यशाच्या मार्गात अनंत अडचणी येतात. या अडचणींना घाबरण्याऐवजी शक्ती मिळवा. अशा वेळी आपण आपल्या ध्येयाचे वारंवार स्मरण करू शकता. चांगले तर हे होईल की स्वतःचे स्वतःला विचारा – "आपण आपल्या जीवनात समाधानी आहात का?" निराश होऊ नका."आनंदी राहण्याचा पुरेपूर प्रयत्न करा. उदास जाणवू लागले तर स्वतःला सावरा आणि आव्हानाचा ठामपणे सामना करा. जीवनापासून आपल्याला खूप काही मिळवायचे आहे. हा आपल्याकरिता एक फार मोठा मोका आहे, हा हातातून जाऊ देऊ नका. जॉन यांच्यानुसार – भाग्य काय आहे? हे योग्य वेळी व जागी होणार आहे पण माझ्या मते हे ज्यापेक्षा जास्त काही तरी आहे. ही आपल्या सक्रिय जीवनाची प्रतिक्रिया आहे. बसून चांगल्या घटना घडण्याची प्रतीक्षा करू नका. धाडसी व्हा आणि आपले ध्येय मिळवा. ध्येयासाठी कटिबद्ध राहा. भाग्य तेव्हाच साथ देते जेव्हा आपण कठोर कष्टांत व्यस्त असता. एखादा मनुष्य हिंमत घालवून बसतो परंतु त्याला तोपर्यंत पराजित मानता येणार नाही जोपर्यंत तो स्वतःचे दोष इतरांच्या माथी टाकण्याचे सोडून प्रयत्न करीत नाही.

●●●

यशस्वी जीवनाची महत्त्वाची सूत्रे

जीवनात यश मिळवायचे असेल तर इतर सूचनांबरोबर 'ली' व 'हवाई' यांचा सल्लासुद्धा मिळविण्यात मदत होऊ शकते.

1. जीवनात प्राथमिकता निश्चित करा - निश्चित करा की आपल्याकरिता जास्त महत्त्वाचे काय आहे. कागदावर लिहा व लक्ष ठेवा.
2. स्वतःचे ध्येय लिहा. दररोज त्याचे वाचन करा. तेसुद्धा प्राधान्यानुसार ठरवा.
3. स्वतःच्या योजनांना मूर्त स्वरूप देण्याचा काळ निश्चित करा. योजना प्रत्यक्षात आणण्यासाठी कष्ट करा.
4. यशस्वी व्यक्तींचे चरित्र वाचा. यामुळे आपल्याला आदर्श पक्के करण्यास मदत होईल.
5. ज्यांनी उपलब्धी प्राप्त केली त्यांचा सल्ला घ्या. स्वतःचे ध्येय व योजना कोणाला तरी दाखवा व सल्ला मागा. जे शोधले आहे त्यावर वेळ व्यर्थ घालवू नका.
6. नेहमी मोठेपणाची इच्छा करा. महत्त्वाच्या बाबींशी तडजोड करू नका. जीवनात नेहमी चांगले ध्येय ठेवा.
7. इतरांच्या चुकांपासून धडा घ्या. हा आपल्यासाठी सहज व कमी वेदनादायक उपाय आहे.
8. आपणास जे हवे आहे त्यावर एकाग्र व्हा, तेव्हाच ते मिळवू शकता,
9. प्रेमभरले शब्द, आलिंगन, फॅक्स, ई-मेल, पत्रे-टपाल, भेटी व अमूल्य वेळेद्वारा इतरांना त्यांच्या महत्त्वाची जाणीव करून द्या.
10. आरोग्य हीच संपत्ती आहे - चांगले आरोग्य कायम ठेवा. प्रकृती, आरोग्य चांगले असेल तरच आपण संपत्ती मिळवू-कमावू शकाल.
11. ज्या कामाचा आनंद वाटतो ते अवश्य करा. परंतु ते इतरांसाठी लाभदायक असले पाहिजे.

12. शांत व समाधानी राहा. याच्या बळावरच आपण अधिकांश स्थितीवर ताबा मिळवाल.

13. विश्रांती घ्या. स्वतःचे शरीर व आत्मा ऊर्जायुक्त करा.

14. शरीरातील अनावश्यक पदार्थ बाहेर काढण्यासाठी भरपूर पाणी प्या. यामुळे आपली त्वचासुद्धा तरुण व चमकती राहते. हे नैसर्गिक आरोग्यवर्धक पेय आहे.

15. अनुभव मिळविण्यासाठी जास्तीत जास्त प्रवास करा. आपल्या मर्यादांचा विस्तार करा आणि इतरांच्या जीवनापासून शिका.

16. जीवनात आगेकूच करायची असेल तर धोके स्वीकारा. विशेषता, जेव्हा काही मिळवायचे असेल तर काही तरी गमवावे लागते. जीवनात अनेक नवीन अनुभव येतील.

17. दररोज काही तरी नवीन शिका. आनंदाचे रहस्य हेच आहे. जेव्हा आपण काही शिकता त्यामुळे आनंद वाढतो.

18. प्रत्येक वस्तूतील थोरपणाला ध्येय समजा. यामुळे काहीही फरक पडत नाही की आपण कोणत्या व्यवसायात आहात. जेवढे चांगले कराल तेवढेच चांगले मिळवाल. सुधारणेसाठी प्रयत्नशील राहा.

19. जीवनात सतत सुधारणा करा. जीवनातील प्रत्येक क्षेत्रात याचा पाठ करा - कधीही थांबू नका.

20. जीवन संघटित करण्यासाठी कॉम्प्युटरचा उपयोग करा. हा चांगला रीतीने वापरण्यास शिका. आपल्याला हे जाणून आश्चर्य वाटेल की यामुळे फार जलद आपली सृजनशीलता वाढेल.

21. उत्पादन क्षमता वाढवा. जीवनात गती आणण्याचे आव्हान स्वीकारा. नेहमी सावध राहा.

22. यश हे साध्य नाही. एक प्रवास आहे. हे सत्य नेहमी लक्षात ठेवा. आपल्या ध्येयाकडे हा प्रगतिपथावरील प्रवास आहे. याचा आनंद घ्या.

23. स्वतःची तुलना करू नका. इतरांशी तुलना मुळीच करू नका. असे लोक नेहमीच असतील जे आपल्यापेक्षा वरचढ किंवा कमजोर असतील. स्वतःला हताश होऊ देऊ नका. स्वतः नेहमी चांगलेच करा. हेच पुरेसे आहे.

24. प्रामाणिकपणे प्रतिष्ठा मिळविण्यास थोडा काळ लागतो. ही मिळविण्याची घाई करू नका. ही एक मौल्यवान वस्तू आहे.

25. स्वतःचे जीवन अविस्मरणीय बनवा. तेच काम करा ज़े लक्षात राहील आणि महत्त्वाचे असेल. आपण संपूर्ण नियंत्रणात राहाल.

26. नेहमी आयुष्य जगा. स्वतःचे जीवन करण्याचा प्रयत्न करा. आपण स्वतः एक कलाकार आहात. साधे जीवन आपोआपच सहज होते.

27. सगळीकडे दयेचा प्रसार करा. जे याचा दिखावा कमी करतात तेच याचे जास्त आकांक्षी असतात. नेहमी दयाळू राहा.

28. दररोज व्यायाम करा. कमीत कमी तीस मिनिटे पायी चाला. मग कोणी सोबत असो वा नसो. या वेळी निसर्गनिरीक्षण करीत असताना स्वतःचे ध्येय आणि प्राथमिकता निश्चित करा.

29. व्यवस्थित भोजन करा. यासंबंधित साहित्याचे वाचन करा. निरोगी लोकांना भेटा म्हणजे आपणसुद्धा शतायुषी व्हाल.

30. स्वतःला पुरस्कृत करा. प्रत्येक संध्याकाळी दुसऱ्या दिवशीचे साध्य निश्चित करा.

31. ज्या कोणाला भेटाल, सर्वात अगोदर हास्य करा. नेहमी मित्रासारखे व प्रशंसक व्हा.

32. प्रत्येक परिस्थितीमध्ये फक्त विजयाचा विचार करा. जेव्हा विश्व शांतीचा विचार कराल तेव्हाच सर्व शांततामय होईल. मग सुरुवात स्वतःपासूनच का करू नये?

33. जास्तीत जास्त शिकण्यासाठी आवडत्या विषयांचे वाचन करा. प्राधान्य याला द्या. इतरांच्या तुलनेत लाभदायक ठरेल.

34. इतरांसाठी उदाहरण ठेवा. जेवढे चांगले होता येईल, होण्याचा प्रयत्न करा आणि दुसऱ्यांना याबाबतीत प्रेरणा द्या.

35. जीवनातील प्रत्येक क्षणाचा भरपूर आनंद घ्या. जीवनाला समृद्धी, आनंद व आवेगाने परिपूर्ण करा.

36. जगाला स्वतःच्या नव्या देणगीने थक्क करा आणि जगाच्या चांगल्यास हातभार लावा.

37. जे करायची इच्छा आहे ते पूर्ण आनंदाने करा. जीवनातील प्रत्येक परिस्थितीपासून धडा घ्या आणि यातच आनंद माना.

38. क्षमा करणे शिका– तेव्हाच आपण स्वतःला क्षमा करण्यास शिकू शकाल. तेव्हाच आपण दडपणरहित जीवन जगू शकाल.

39. इतरांच्या जीवनात सहभागी व्हा तेव्हाच आपण स्वतःच्या जीवनातसुद्धा सहभागी होऊ शकाल.

40. स्वतःलाच प्रेरित करा. जीवन आनंदाने परिपूर्ण करा.

●●●

यशाच्या दिशेने

मोठमोठ्या शहरात रहदारीच्या वाढत्या समस्येमुळे लोकांचा वेळ व्यर्थ जात आहे. त्यांना आपला चरितार्थ चालवायचा आहे ते जास्तीत जास्त काम करण्याचा प्रयत्न करतात. त्याचा परिणाम म्हणून ते तणावग्रस्त होतात. जर आपल्यालाही अशा परिस्थितीला तोंड द्यावे लागत असेल तर निःसंशय आपणसुद्धा तणावाला बळी पडू शकता.

अधिकांश लोक विचार करतात की समृद्ध लोकांचा तणावांशी काही संबंध नसतो जेव्हा की ते लोकसुद्धा दिवस गेल्यानंतर या बाबतीत अवश्य विचार करीत असतील की जीवन जगण्याची आणखी एखादी चांगली पद्धत असू शकते. लक्षात राहू द्या की जीवन म्हणजे 200 मीटर धावण्याचा प्रकार नाही जो यशाच्या सीमेवर समाप्त होईल. यशाचा प्रत्यक्ष सरळ संबंध आपल्या आनंदाशी असला पाहिजे परंतु हीच तर समस्या आहे की खूप काही मिळविल्यानंतरसुद्धा मनुष्य दुसऱ्या मिळकतीच्या प्रतीक्षेत आनंद हरवून बसतो.

नेहमी वेगाने, शीघ्रतेने काम करणे म्हणजे उत्पादकता व श्रेष्ठतेचे लक्षण नसते. आपला उद्देश फक्त हाच असावा की मेंदू तणावग्रस्त राहावा. नेहमी सावध व तत्परतेने जगणे, जगण्याचा शांत व आरोग्यवर्धक दृष्टिकोन होऊ शकत नाही. यामुळे आपण हृदयरोग, तणाव अशा अनेक आजारांना आमंत्रण देता. खरे उत्तर आहे की आपण आपल्या ऊर्जेचा योग्य दिशेने उपयोग करावा म्हणजे जास्तीत जास्त उपलब्धी प्राप्त होऊ शकेल. स्वतःच्या वेळेचे मूल्य जाणत असताना त्याची काळजी करावी. वेळ गांभीर्याने घ्या म्हणजे आपण वर्तमानावर पूर्णपणे एकाग्र होऊ शकाल. आपण स्वतःच्याच प्रयत्नाने भरपूर समाधान व उपलब्धी मिळवू शकता.

स्वतःला मोठे बनविण्याच्या प्रयत्नांत नेहमी राहा. सन 1963 मध्ये मला

असिस्टंट सुपरिटेंडेंट ऑफ पोलिस या पदावर विजापूर जिल्ह्याच्या मागास भागातून 'इंदी'मध्ये पाठविले. मी तेथे पूर्णपणे अपरिचित होतो. कारण बोलीभाषा आणि पोलिस रेकॉर्डपर्यंत सगळे कानडी भाषेत होते. मी धैर्याने स्थानिक भाषा शिकली नसता मी सामान्य जनतेचे दुःख आणि पोलिसांचा त्यांच्याविषयीचा दृष्टिकोन कधीही मी समजू शकलो नसतो. एका वर्षाच्या आतच मी त्यांची भाषा जाणून घेतली व सहजपणे बोलूसुद्धा लागलो.

मनुष्य नेहमी लवकर निराश होतो वा मग प्रयत्नही करीत नाही. कारण त्यांना वाटते की ते कधीही यशस्वी होणार नाहीत. असे त्यांच्या भूतकाळातील अनुभव व विश्वासाच्या आधारावर होऊ शकते. आनंद व यशासाठी स्वतःच्याच विचारसरणी व परिभाषेमुळे आपण मागे पडता. एका बाबींची परीक्षा करणे आवश्यक आहे की आपला विचार व दृष्टिकोन आपल्याला पिछाडीला टाकीत आहे. एक वेळ ही स्वनिर्मित मर्यादा समजल्यानंतर आपण त्ती सहजपणे ओलांडू शकाल. योग्य स्थान व योग्य वेळ याशिवाय नशीबसुद्धा काहीतरी आहे. भाग्य कठोर कष्टांची एक प्रक्रिया आहे आणि आपल्या पसंत जीवनाची निर्मिती आहे. असा विचार करून आपण आळशी बनू नये की सौभाग्य स्वतः आपल्या हातात येईल. आपण साहसी बनून पसंत जीवनाचा पाठलाग करून ते मिळवावे लागेल. स्वतःच्या ध्येयाचे काल्पनिक चित्र दररोज काढा. भाग्य फक्त तेव्हाच मदत करते जेव्हा आपण ध्येयाविषयी पूर्ण एकाग्रतेने काम करीत आहात. काही लोक प्रतिकूल परिस्थितीमध्ये स्वतःला, दुसऱ्यांना वा परिस्थितीला दोषी ठरवू लागतात. हा खेळ चांगला नाही. तशा स्थितीत आपल्यालाच काही ना काही करावे लागते. दोषारोपांच्या या प्रक्रियेत आपण योग्य-अयोग्यचा फरकसुद्धा विसरून जातो. याऐवजी आपल्याला ही मानसिकता मागे टाकून पुढे पाऊल टाकावे लागते. इतरांना दोषी ठरविल्यामुळे ही समस्या मिटत नाही. निराशा व कुंठित बुद्धीतून बाहेर पडण्याचा प्रयत्न करा. नैराश्यपूर्ण जीवन आपल्याला कधीही काहीही देऊ शकत नाही. मोठेपणावर लक्ष एकाग्र करा म्हणजे जीवनात घडणाऱ्या घटनांच्या प्रतिक्रियेमध्ये आनंद निर्माण करू शकू.

एक मतप्रवाह असाही आहे की आपले भविष्य वर्तमानाच्या सातत्यानेच तयार होते. हेच आपल्या जीवनाला चांगल्या व वाईट घटनांनी पुरेपूर ठेवते. जर आपण भूतकाळात काही चुका केल्या असतील तर हीच प्रवृत्ती भविष्यातसुद्धा कायम राहते. म्हणून भविष्यासाठी निर्णय घेताना आपल्याला हे जुनाट चक्र तोडण्याचा

शक्य तेवढा प्रयत्न केला पाहिजे. आपला भूतकाळ दुःख व निराशेने परिपूर्ण असेल तर त्याचा अर्थ हा नाही की आपले भविष्य पण असेच असेल परंतु हे दुष्टचक्र भेदण्यासाठी शक्य ते प्रयत्न केले पाहिजेत. चांगली पुस्तके वा प्रोत्साहित करणाऱ्या दृकश्राव्य माध्यमातून आपण स्वतःचा आत्मविश्वास वाढवू शकता. स्वतःचे जीवन पूर्णपणे नियंत्रित करून मनाप्रमाणे भविष्य मिळविता येते. प्रत्येक दिवसाला एका नवीन संधीच्या रूपात पाहा. यामुळे आपण अपयशाच्या फेऱ्यातून सुटकेची शक्ती मिळवाल. जर आपण हे मान्य केले की आपल्या भविष्याचा भूतकाळाच्या पराजयाशी काही संबंध नाही तर आपण निःसंशय गतीने स्वतःच्या ध्येयापर्यंत पोहोचू शकता.

काळ गांभीर्याने स्वीकारा :- यशाच्या कोणत्याही कार्यक्रमाला अवधी हवा असतो. हे एखादे मनुष्यासाठी अनमोल साधन आहे. आपण आपला वेळ कसा घालविता यावर आपले भविष्य अवलंबून असते. प्रत्येक व्यक्तीची स्वतःची निवड आहे की तो वेळचा सदुपयोग करू इच्छितो वा तो व्यर्थ घालवितो. वेळेच्या योग्य उपयोगाच्या बळावर आपण तणावांतून तर सुटका करून घेता पण त्या बरोबरच जीवनावस्थेमध्ये सतत सुधारणा होते. उदाहरणार्थ मला जेवणासाठी अनेक आमंत्रणे येतात. मी यजमानाला स्पष्ट शब्दांत सांगतो की मी तेथे पाऊण तासापेक्षा जास्त वेळ थांबणार नाही. माझे स्टॉप वॉच निर्धारित वेळेचा अंदाज लावण्यात मदत करते. तसाही अर्धा तास गप्पागोष्टी करण्यासाठी पुरेसा आहे. याव्यतिरिक्त अधिकांश लोक आपसंतत अनोळखी असतात. मी फक्त यजमानासाठी जातो आणि माझी उपस्थिती त्याकरिता भरपूर आहे.

अधिकांश लोकांना दिवसभरातील आकस्मिक घटनांमुळे वेळेचे नियोजन करण्यात अडचण येते. हे असे एक जाळे आहे जे आपल्याला महत्त्वाच्या कामांपासून दूर ठेवते. अडचण अशी आहे की जर असे सतत होत असेल तर आपण ध्येयापासूनसुद्धा भरकटू शकता. याचा अर्थ होईल की विनाध्येय उगाच भटकणे. यशाकरिता आपल्याला स्पष्ट व प्रोत्साहन भरलेले ध्येय निश्चित करावे लागेल. सतत आकलन करीत म्हणा की आपला वेळ आपल्या उद्देशांच्या निकट घेऊन जात आहे वा नाही. हेसुद्धा पाहा की आपण योग्य दिशेने म्हणजेच स्वतःच्या महत्त्वाकांक्षेकरिता काम करीत आहेत अथवा नाही?

●●●

योग्य व्यवस्थापन व्यवस्था

स्वतःला शक्तिशाली चुंबकीय आकर्षणात परिवर्तित करण्यासाठी आपल्याला प्रत्येक शक्य प्रयत्न केला पाहिजे. यश निश्चित करण्यासाठी प्रत्येक काम पूर्ण आत्मविश्वासाने करा. यात कोणताही संशय नाही की अनेक लोकांना दररोज टेबलावर साठलेल्या कागदांच्या ढिगामधून निघता येत नाही, त्याला निपटावेंच लागते. पण हे होणे स्वाभाविक आहे कारण आपण सगळे अशा एका जगात जगत आहोत जे कागदावरच चालते. मग ते वर्तमानपत्र असो वा पुस्तक वा आणखी काही लिखित दस्तऐवज. एवढे की कॉम्प्युटरचा उपयोगसुद्धा ही समस्या कमी करू शकत नाही कारण आवश्यक हे नाही की ज्या व्यक्तीशी आपण संपर्क साधत असतो त्याच्याजवळसुद्धा संवादाच्या सर्व सुविधा उपलब्ध असतील. तांत्रिक कागदांचा ढीग कमी करून आपली दक्षता वाढविते. ही कागदी कार्यवाहीला समाप्त करीत नाही. जरी आपण सगळे लिखित शब्दांवर जास्त विश्वास ठेवतो. बहुधा त्यामुळेच कागदांचा ढीग वाढत जातो. येथे काही सूचना देत आहोत ज्यांचा उपयोग करून आपण अस्ताव्यस्त कागद सांभाळू शकता.

कागदांची अव्यवस्था प्रतिबिंबित करा :- कागदांची अव्यवस्था लहान प्रमाणात सुरू होते. आपण पोस्टमनपासून प्राप्त टपाल जेवण टेबलावर वा दिवाणखान्याच्या खुर्चीवर ठेवतो. कुरियरने आलेले बँक स्टेटमेंट एखादा कौटुंबिक सदस्य फ्रीजवर किंवा स्वयंपाकघरात ठेवतो. परिवारातील काही सदस्य वृत्तपत्र, पुस्तक बाथरूममध्ये घेऊन जातात व तेथेच ठेवतात. माझ्या मुलीसुद्धा नेहमी हेच करतात. जर मला आजचे वृत्तपत्र नाही मिळाले तर मी अंदाज करतो की तें

नक्कीच स्नानगृहात असेल.

या वागण्यामुळे काही दिवसांत संपूर्ण घरात जागोजागी कागदांचे ढीग जमू शकतात. सर्व प्रकारच्या कागदांसाठी आपण एक जागा नक्की करून या त्रासापासून सुटका करून घेता येते. प्रत्येक कुटुंबीयासाठी वेगळी कचरा-टोपली ठेवू शकता. तसे तर आवश्यक हे आहे की प्रत्येक कागद त्वरित वाचणे आणि त्याचे उत्तर देणे, जर तो सांभाळावाच लागला तर अशा जागी ठेवा की जेथून तो हरवण्याची कमीत कमी शक्यता आहे.

दररोज कागद सांभाळा :- जर आपण कागद दररोज किंवा एक-दोन दिवसांच्या आत सांभाळा तरच आपण त्याच्या अनियंत्रणावर ताबा मिळवू शकता. जर आपण हे काम काही दिवस टाळले तर समजा की आपण कागदांच्या ढिगात अडकणार आहात. स्वतःच्या टपालाची दररोज छाननी करा. यामागे हा उद्देश आहे की रद्दी कागद कचरा टोपलीत टाकणे आणि विशेष कागदपत्र त्यांच्या गरजेनुसार व्यवस्थित करावे. मी माझा ई-मेल बॉक्सचे दररोज निरीक्षण करून व्यर्थ टपाल काढून टाकतो. जर काही कागद व पत्रिका-पत्र आपण वाचनयोग्य आहेत तर हे जरूर निश्चित करा की आपण त्यांचे रोज वाचन करावे. जे कागद जरूरी नसतात ते मी कचराकुंडीत टाकतो. आवश्यक कागद संबंधित विषयांच्या फाईलमध्ये ठेवणे हेसुद्धा आवश्यक आहे, जर आपण हे नाही केले तर तो कागद वेळेवर कधीही मिळणार नाहीत. माझा अनुभव तर असे सांगतो की संबंधित कागद फाईलमध्ये लावण्यास एक वा दोन मिनिटांपेक्षा जास्त वेळ लागत नाही. जर तेथेच ढीग साठला तर तो नीट करण्यासाठी भरपूर वेळ लागू शकतो. हेच एक कारण आहे की लोक आपल्या फाईल्सना हातही लावीत नाहीत कारण त्यांची फाईलसुद्धा कचऱ्याचा ढीग बनलेली असते.

सगळेच छापू नका :- ई-मेलमधून जे काही येईल ते टंकलिखित करू नका. आपण असे केले तर आपल्या टेबलखणात विशेष कागदपत्रे ठेवण्यास जागाही शिल्लक राहणार नाही. कल्पना करा की आपल्याला दररोज वीस ई-मेल येतात जे आपण टाईप करता. वर्षातील तीनशे पासष्ट दिवसांच्या हिशोबाने 20

ई-मेल दररोज याचा अर्थ आहे 7300 शीट किंवा 15 रीम पेपर. जर आपण असे केले तर ही अव्यवस्था सांभाळणे अवघड होईल. माझा स्वतःचा अनुभव आहे की दररोज येणारी ई-मेल 95 टक्के उत्तर देऊन त्याच दिवशी मिटविता येते. फक्त दोन टक्के अशी असते जिला प्रत्युत्तर देण्यासाठी अस्थायी रूपाने सांभाळावे लागते. मी माझा इनबॉक्स साफ ठेवतो.

कागदाच्या तुकड्यांवर लिहिलेले फोननंबर, जन्मदिवस, याद्या, सामानांची यादी वगैरे गहाळ करतात. याकरिता आपण एक छान डायरी जवळ ठेवा म्हणजे वेळ पडल्यावर सहजपणे आवश्यक माहिती त्यातून मिळू शकते.

या तऱ्हेने आपण अव्यवस्था टाळू शकाल आणि जीवन आपल्या पूर्ण नियंत्रणात राहील. हेसुद्धा पाहण्यात आले आहे की लोक फाइल केलेल्या ऐंशी टक्के कागदावर नजरसुद्धा टाकत नाहीत. हेच कारण आहे की त्यांचे फाईल ठेवण्याचे कपाट खचाखच भरलेले असते. एकदा काही तरी शोधताना मला जुने कॅटलॉग सापडले जे मी 1982च्या यू.के. व यू.एस.ए.च्या प्रवासादरम्यान जमविले होते. ते माझ्या फाईलमध्ये वीस वर्षांपासून पडून होते. जे सामान वा कागदपत्र मागील दोन वर्षांपासून कामाचे नाहीत ते फेकून देण्याचा नियम करा. येथे मला कायमस्वरूपी रेकॉर्डची बाब अभिप्रेत नाही. कोणताही कागद फाईलला लावण्यापूर्वी लक्ष द्या की तो वैज्ञानिक दृष्टीने महत्त्वाचा आहे का? व्यवस्थित वातावरणात आपली दक्षता व त्वरित क्षमतेमध्ये निःसंशय वृद्धी होते.

●●●

संपत्तीचे योग्य नियोजन

कोणाही मनुष्याला एक प्रश्न विचारणे मजेदार असू शकते की तो कोणत्या वयात निवृत्त होऊन काम करणे बंद करणार आणि विश्वसेवा करील. अधिकांश लोकांजवळ या प्रश्नाचे काही उत्तर नसते की ते काम करणे केव्हा बंद करतील. याचा अंदाज लावणे प्रत्यक्षात एवढे सोपे नाही. अधिकांश लोक शेवटच्या श्वासापर्यंत काम करू इच्छितात. एक बाब आपल्याला स्वीकारावी लागेल की आपण मरेपर्यंत उत्पादन सहयोगी राहू इच्छितो. भारतात सरासरी आयुमर्यादा 65 ते 70 वर्षांची आहे. हे पाच दशकांचे जीवन भरपूर असू शकते. अंदाज असा करण्यात येतो की तारुण्याचे वय 18 व्या वर्षी सुरू होते. याचा अर्थ हा आहे की त्यावेळेपर्यंत आपण स्वतःचे जीवन समृद्ध करणे व समाजाला आपले योगदान देण्यायोग्य होतो. जर आपल्याजवळ कष्ट करण्यासाठी वेळ नाही तर आपण पैसाही कमावू शकणार नाही आणि कोणत्याही प्रकारे प्रगती करू शकणार नाही. काळ, वेळ हा अमूल्य खजिना आहे ज्याच्याअभावी प्रगतीची कल्पनासुद्धा केली जाऊ शकत नाही. पैसा ही एक अशी वस्तू आहे जी धन्यालासुद्धा आपल्याजवळ कमीच आहे असे वाटते. एक चांगले परिपूर्ण जीवन जगण्यासाठी आपल्याला पैसा/संपत्तीसोबत स्वतःचे संबंध अशा प्रकारे बनवावे लागतात की वित्तीय अडचणी कधीही सामोऱ्या येऊ नयेत.

आवश्यकता विरुद्ध मागणी :- आपणास जीवनात भोजनात, आश्रय (घर), वस्त्र, शिक्षण वगैरे गोष्टींची आवश्यकता असते. या अशा गरजा आहेत की यांच्या शिवाय आपण राहू शकत नाही. यांच्या अभावी जीवन नीरस व रुक्ष होऊ शकते. मागणी व आवश्यकता यात फरक करणे अत्यावश्यक आहे, म्हणजे आपण जाणू शकतो की या पैसा गुंतवायचा आहे किंवा नाही. 21 व्या शतकातील जीवन चमत्कारिक आहे. जीवरक्षक औषधी, औषध, शल्यचिकित्सा, फोन, ई-

मेल, सॅटेलाईट, टी.व्ही. व रहदारीची गतिमान साधने जसे की रेल्वे, विमान, कार इलेक्ट्रॉनिक उपकरण व थंड-गरम पाणी वगैरे सुख-सोयी उपलब्ध आहेत. 1939 च्या ग्रामीण भारतात जेव्हा माझा जन्म झाला किंवा सन 1945 मध्ये मी जेव्हा शाळेत गेलो तेव्हा या वस्तूंचा अभाव होता. नवीन तंत्राने सर्व काही सोपे केले आणि जीवन वैशिष्ट्यांमध्ये अनेक सुधारणा आल्या.

परंतु तांत्रिक सुखसोयी मिळविण्याच्या शर्यतीत आपल्याला लक्ष ठेवावे लागेल की आपला खिसा रिकामा होऊ नये किंवा आपण कर्जाच्या चक्रात सापडू नये. तेव्हा आपले संपूर्ण आयुष्य कर्ज फेडण्यातच जाईल. आपल्या सहयोग्यांकडे पाहून त्यांच्यासारखी जीवन शैली जगण्यासाठी मौल्यवान वस्तूसाठी पैसा खर्च करू नका. असे सामान खरेदी करू नका जे आपल्या आवाक्यात नाही. व्यक्तिगत रूपाने मी सांगतो की लोक क्रेडिट कार्डचा अनावश्यक वापर करतात, तो करू नये. मी स्वतः याच्या मोहात सापडून स्वतःच्या साधनापेक्षा जास्त खर्च करून बसलो आहे. पैसा उधार /कर्जाऊ घेण्यासाठी आपल्याला व्याज भरावे लागते. त्याबरोबर कर्जमुक्त होईपर्यंत तणावग्रस्त राहतो, कारण कर्ज न फेडले तर आपल्याला खरेदी केलेले सामान परत करावे लागते.

सामान विकण्यासाठी आकर्षक जाहिरातींचे माध्यम बनविले जाते. जाहिरात वस्तूसाठी 'मागणी' निर्माण करते, मग आपणाला तिची आवश्यकता असो वा नसो. ज्या वस्तूची जाहिरात केली जात आहे. तिची प्रत्यक्षात आपल्याला गरज आहे का हे निश्चित करणे हे आपले कर्तव्य व जिम्मेदारी आहे. त्या वस्तूने आपल्या जीवनशैलीत सुधारणा येईल का? का आपला पैसा लुबाडण्याचा एक बहाणा आहे? मला आढळून आले आहे की जर आपण अशा प्रकारचे विश्लेषण केले नाही तर लवकरच आपल्या घरात अशा वस्तूंचा ढीग लागेल ज्यांना आपण वर्षातून एखाद्या वेळीसुद्धा उपयोगात आणत नसाल. माझ्या घरीसुद्धा एक खण अशी घड्याळं व ऑडियो-व्हिडियो कॅसेटनी भरलेला आहे जो मी गत वीस वर्षांत एकदाही उपयोगात आणलेला नाही. मी जेव्हा कधी शासकीय कामासाठी बाहेर गेलो तर नेहमी असे सामान खरेदी करून आणतो. याचा साधासोपा अर्थ आहे पैशांची नासाडी किंवा अनुत्पादन. जर हाच पैसा एखाद्या बँकेत जमा ठेवला तर मला कमीत कमी व्याज तरी मिळाले असते.

एका साधारण व्यक्तीसाठी (लखोपती व करोडपती वगळून) त्याच्याजवळ

असलेला पैसा अमर्याद आहे वा नाही. जरी लखोपती आणि करोडपतीसुद्धा नेहमी तक्रार करतात की त्यांच्याजवळ मोठ्या योजनेसाठी पैसा कमी पडत आहे. जीवन एक व्यापारच आहे. जर आपण एका विभागावर पैसा खर्च कराल तर शक्य आहे की दुसऱ्या आवश्यक विभागाकरिता आपल्याजवळ पैसा शिल्लक राहणार नाही. जर एका मोठ्या टी.व्ही.च्या खरेदीमध्ये आपण आपली बचत संपविली तर असे होऊ शकते की आधुनिक म्युझिक सिस्टिम, आकर्षक सोफा वा लॅपटॉप, कॉम्प्युटरसाठी पैसा शिल्लक राहणार नाही. कोणतेही सामान खरेदी करण्यापूर्वी स्वतःचे स्वतःलाच विचारा की ते फक्त आकर्षण आहे की पण प्रत्यक्षात आपल्याला याची गरज आहे का? तेव्हा विशेष मुद्यांना प्राधान्य द्या ज्या तऱ्हेने आपण स्वतःच्या वेळेला देता. त्याच तऱ्हेने बचत व खर्च यांनासुद्धा प्राधान्याच्या नियमात बसवा.

उपयोग फक्त नकलेचा :- आपण सगळे आपल्या आर्थिक स्थितीचे जिम्मेदार आहोत. आपल्या खर्चांची संपूर्ण जबाबदारी आपलीच आहे. भारत फक्त एक असा देश आहे जेथे अधिकांश खरेदी नगदी केली जाते. स्वतःच्या खर्चिक सवयीवर नियंत्रण मिळविण्यासाठी आपल्याला सतत एक किंवा दोन महिन्यांपर्यंत एक-एक रूपयाचा हिशेब कागदावर लिहावा लागेल. माझ्या कॉम्प्युटरमध्येसुद्धा जमा-खर्चांचे पूर्ण विवरण असते म्हणजे मला कळेल की माझा पैसा कोठे जात आहे? हा दृष्टिकोन स्वीकारून आपण अनावश्यक खर्च, ओव्हरड्राफ्ट व क्रेडिट कार्डांच्या चक्रातून सुटका करून घेऊ शकता. अशा सामानाची खरेदी कधीही करू नका ज्याचा उपयोग क्वचित होतो. प्रत्येक बिल सावधपणे पाहा कारण त्यात बेरीज, वस्तू वगैरेची चूक होऊ शकते. मी कित्येक वेळा हॉटेलमध्ये अशी चूक होताना पाहिली आहे. दृष्टीस आणून दिल्यावर ते क्षमायाचना करून मोकळे होतात. या निरीक्षणामुळे आपण हेसुद्धा जाणाल की ही खरेदी टाळता येणे शक्य होते का? जे आपण खर्च नाही केले तीच आपली बचत आहे.

कर्जाचा भार :- व्यक्तीगत रूपाने मी उधारीच्या बोज्याखाली दबणे पसंत नाही करणार. तोच पैसा व्याजाच्या रकमेसकट फेडावा लागतो. कधी-कधी घर किंवा कारच्या खरेदीसाठी कर्ज घेणेसुद्धा गरजेचे होते. 1978 मध्ये मी बंगलोर येथे घर बांधण्याकरिता कर्नाटक सरकारचे 7.5 टक्के व्याज दराने कर्ज घेतले आणि भविष्य निधीतून ते ताबडतोब चुकविले. कित्येक जणांनी माझी ही कृती मूर्खपणाची असल्याचे सांगितले पण माझी समजूत होती की कर्जामुळे माझी

झोप उडाली होती. कर्जफेडीनंतरच मी समाधानी झालो. मला कोणाचे पैसे देणे नाहीत एवढे मला पुरेसे होते. तणावमुक्त असण्यासाठी कर्जमुक्त असणे आवश्यक आहे.

काही लोक असेही आहेत जे स्वतःच्या मागणीमुळे विवश होऊन कर्जाखाली दबतात. खरेदीच्या हौशी लोकांनासुद्धा हा रोग ताबडतोब लागतो. आपण स्वतःच आपले डेबिट किंवा क्रेडिट कार्ड नियंत्रित करायचे आहे. आणीबाणीच्या स्थितीसाठी क्रेडिट कार्ड ठेवा. कार्ड असे घ्या जे सगळ्या ठिकाणी स्वीकारले जावे. लक्षात राहू द्या की खर्च खिशातून जास्त होऊ नये. व्यक्तिगत मी क्रेडिट कार्डाचा उपयोग करीत नाही आणि एवढाच पैसा खर्च करतो जेवढा मला परवडतो.

बचत करा :- आपण आपल्या उत्पन्नाच्या कमीतकमी 20 टक्के बचत केली पाहिजे. तो पैसा आपला पगार किंवा उत्पन्नातून आपोआप वजा होऊन खात्यात जमा झाला पाहिजे, अथवा दुसऱ्या खात्यात जमा व्हावा. जमा झालेला एक पैसासुद्धा आपले उत्पन्न आहे. या दृष्टिकोनामुळे आपण एक सुरक्षित आर्थिक भविष्य मिळवू शकता. कल्पना करा की आपल्या खात्यात दहा लाख रूपये वा यापेक्षा जास्त पैसा जमा आहे. यामुळे आपण स्वतःला आनंदी व परिपूर्ण समजाल. हे काही अशक्य नाही. स्वतःच्या पैशाचा आदर करणे शिका. मोठ्या वस्तूंची खरेदी त्रासाचे कारण होत नाही कारण आपण त्याचा नफा-नुकसान पाहून असतो. नेहमी मोठ्या हॉटेलमध्ये रात्रीचे भोजन वगैरे आपल्या आर्थिक स्वातंत्र्याला अडथळे ठरू शकतात. आर्थिक स्वातंत्र्याचा मार्ग आपल्यासाठी मोकळा आहे. आपण फक्त आपलेपण व जीवनाची जबाबदारी घ्यायची आहे. आपल्याला चांगल्या आवडी व सवयीमुळे सुधारणेद्वारा चालू आर्थिक स्थितीला नियंत्रित करणे शिकावे लागेल. स्वतःला सशक्त करण्याचे साधन हेच बनू शकते. आपल्याला फक्त बचत करण्याच्या मानसिकतेचा सराव करावा लागेल. आर्थिक ध्येयाची प्राप्ती आपोआप स्वतःच होते. आपण हे करू शकता. जर आपण याच्या निवडीविषयी सावध राहाल तर.

●●●

दृढपणा स्वीकारा

निश्चयी किंवा हट्टी असणे कोणाला म्हणतात? अगोदर काही वस्तूंची व्याख्या ठरविली पाहिजे जेथे आपण हट्टी बनू शकता हे जास्त चांगले होईल. हट्टी किंवा दृढनिश्चयी होण्याचा अर्थ हा नाही की आपण आरडा-ओरडा करावा, दुसऱ्यांना दोष द्यावा, अपशब्द वापरावेत वा कोणाला तरी भीती दाखवावी. दृढनिश्चयी असल्यानंतर आपण इतरांचे अधिकार हिरावून न घेता स्वतःचे ठाम समर्थन करणे. याचा अर्थ उघड आहे की स्पष्ट शब्दांत स्वतःची भावना व्यक्त करणे. याचा अर्थ आहे की आपण इतरांच्या भावना आणि अधिकाराबरोबरच स्वतःच्या भावना, पर्याय आणि आवश्यकतेचे प्रामाणिकपणे केलेले प्रकटीकरण. याला नेहमी एखादी सकारात्मक प्रतिमा व आत्मविश्वासाशी जोडले जाते.

आपल्या अधिकांश व्यक्तीगत पद्धती व प्रणाली युवावस्थेतच तयार होतात. त्याच्यावर परिवार व वातावरणाचा प्रभावसुद्धा पडतो. बालपणी जर आपल्यावर भरपूर बंधन होते आणि मोकळे बोलण्याचीसुद्धा परवानगी नव्हती तेव्हा संभवतः मोठे झाल्यावर आपणही तेच रूढीवादी विचार स्वीकारावेत. शक्य आहे की आपण स्वतःऐवजी इतरांवर जास्त एकाग्र असाल. आपल्या समाजात लैंगिकतेचे उदाहरण दिले जाऊ शकते. जास्त प्रमाणात त्याच स्त्रिया चांगली म्हणून गौरव करण्यास पात्र ठरते जी लैंगिक विषयाचा विचार करीत नाही आणि ना तर स्वतःच्या पतीबरोबर शयनगृहात या विषयी चर्चा करते. परिणामस्वरूप दाम्पत्त्य जीवनात असमाधानी होत जाते. स्वतःचे स्वतःला विचारा की आपल्याला जीवनात काय हवे आहे? आपल्याला आपल्यामध्ये एक विश्वास निर्माण करावा लागेल जो समर्थन देऊ शकेल. या भावनेने विवश होऊन आपण इच्छा नसतानाही बोलू शकता आणि इच्छा असल्यावर मदतीची मागणी करू शकता. आपले मूल्य आणि विश्वासालासुद्धा आपली चूक कबूल करण्याची क्षमता असली पाहिजे.

नकारात्मक प्रश्नांचा लोट नेहमी आपल्या दृढ वाक्यांना साधारण बनवितो. जर आपण 'न' द्याल तर त्याचा अर्थ 'न'च असावा. आपण संक्षिप्त रूपात 'न' म्हणण्याचे कारणसुद्धा सांगू शकता. त्यावेळी जास्त लाज वाटण्याचे कारण नाही. एकदा गृहमंत्रीच मला एखाद्या अशा पदावर नियुक्त करू इच्छित होते जेथे ते स्वतः दहा वर्षे काम करून चुकले होते. मी त्यांना स्पष्ट पण नम्र शब्दांत सांगितले की असे करणे नियमांच्या विरुद्ध आहे. मंत्री म्हणाले की त्यांच्यावर दडपण आणले जात आहे. पण मी माझ्या मतावर दृढ होतो की त्यांच्या म्हणण्याप्रमाणे वागणे माझ्याकरिता योग्य नव्हते. जर सरकारची इच्छा असेल आदेश देऊ शकतात. जरी मी मंत्र्यांच्या भावनेचा अपमान करू इच्छित नव्हतो तरीसुद्धा मी माझे मत मांडले आणि ते माझ्याशी सहमत झाले. दृढ होण्यासाठी हे आवश्यक आहे की स्वतःच्या बोलण्यावर ठाम राहा.

दृढ प्रतिज्ञा व आत्मविश्वासाचा आपसांत संबंध असतो. एक व्यक्ती जिच्यामध्ये आत्मविश्वासाची उणीव आहे, स्वतःच्या बाबतीत बोलण्याचे धाडस करीत नाही. आत्मविश्वासाची उणीव त्याला आक्रमकसुद्धा करू शकते. आम्ही असे भरपूर लोक पाहिले आहेत जे पदोन्नती न झाल्यामुळे भ्रमित होतात आणि स्वतःच्या कनिष्ठावर ओरडू लागतात. हेच वागणे त्यांना आणखी नीच पातळीवर नेते. कित्येक वेळा जुन्या आठवणीमुळे अनेक लोक इतरांच्या नाराजीच्या भीतीने स्वतःची गोष्ट बोलूच शकत नाहीत. असे वागणे असल्यानंतरसुद्धा आपले सहयोगी व भागीदार आपला दृष्टिकोन गंभीरतेने घेत नाहीत. मिटींगमध्ये असा दृष्टिकोन नेहमी आपल्याला वरिष्ठांच्या दृष्टीने अयोग्य सिद्ध करतो.

जर आपण आपले म्हणणे नाही मांडले तर शक्य आहे की दुसरेच याचा फायदा घेतील. यामुळे आत्मविश्वास मोडेल आणि आपणसुद्धा स्वतःच्या योग्यतेबाबतीत संदिग्ध व्हाल. काही लोक विनाकारण क्षमायाचना करीत असतात. विनाकारण क्षमा मागून आपण स्वतःला लहान बनवू नका. कोणतीही अडचण आली तरी मित्र व सहकाऱ्यांचे समर्थन अवश्य घ्या. सर्वात अगोदर तणावजन्य परिस्थिती व जिम्मेदारीपासून दूर राहा. निरंतर सरावाने आपली दृढता बळकट करा, वाढवा. जर आपण कधी स्वतःच्या म्हणण्याच्या समर्थनात उभे राहा न राहाल तर संकोचाऐवजी विचार करा की आपण कोठे चुकलो? आणि अशा स्थितीत पुढील वेळी आपण काय कराल? इच्छित परिणाम होवो वा ना होऊ द्या प्रयत्न अवश्य

करा आणि स्वतःला प्रोत्साहन देत राहा. भूतकाळातून बाहेर पडून भविष्याच्या नवीन प्रशस्त मार्गावर निघा. स्वतःच्या हृदयातून घृणा मिटवून ते प्रेमाने काठोकाठ भरा. तेव्हाच आपण स्वतःला पूर्णपणे स्वतंत्र अनुभवाल.

जरी आपण आपल्या व्यवहाराविषयी सावध नसाल तरीसुद्धा इतर आपल्याला दृढ व्यवहाराचा सहजपणे शोध घेतात. कधीही आपल्या बाकीच्या विषयात जाणून घेण्याचा संकोच करू नका. आपल्याच स्वतःचे आणि आपल्या भविष्याचे मोल ठरवायचे आहे. कधी-कधी आपल्याला स्वतःचे स्वतःला प्रोत्साहन दिले पाहिजे. स्वतःला फूल भेट देऊन, शुभेच्छा संदेश देऊन, आलिंगन देऊन किंवा आपल्या एखाद्या आवडत्या स्थळी फिरून किंवा चांगल्या भोजनाची मेजवाणी देऊन आपण हे असे करू शकता. यासाठी आपल्याला लाजिरवाणे व्हायचे नाही आणि याविषयी कोणाला काही बोलायचे नाही. अशा गोष्टींमुळे निश्चितपणे आपला आत्मविश्वास दृढ होईल. दुसरे इतरसुद्धा आपले तेवढेच मोल लावतील जेवढे आपण आपले ठरवता. आत्मविश्वासाच्या उणीवामुळे स्वतःला शिकार बनू देऊ नका. कित्येक लोक अर्धजागृत रूपात स्वतःच्या नीचपणाचे उदाहरण ठेवतात. आपला स्वर तार्किक आणि मोठा असेल तर चांगले. वाक्य संपेपर्यंत आपला स्वर संवादायोग्य राहावा याचा प्रयत्न करावा. दुसऱ्यांचे म्हणणे ऐकताना वा काही काम करताना सतत हसणे, डोके हलविणे व डोळे मिचकावणे अशा सवयी टाळा. बोलणाऱ्याच्या डोळ्यांत पाहा. एक उत्सुक्तापूर्ण प्रतिमा तयार करा. लक्षात असू द्या की आपल्या चेहऱ्यावरील भाव आपल्या बोलण्याशी मिळते असावेत. विषयाची गंभीरता व वेळेची अनुकूलता अनुसार स्वर यथायोग्य लहान वा मोठा ठेवा. दुसऱ्यांचे म्हणणे लक्षपूर्वक ऐका. जर एखादे स्पष्टीकरण हवे असेल तर प्रश्न अवश्य विचारा. आपण आपले विरोधी मतसुद्धा प्रस्तुत करू शकता. जसे की मला माफ करा परंतु मी यावेळी आपल्याशी सहमत होऊ शकत नाही. स्वतःचे कमकुवत संभाषण प्रभावी बनवा, म्हणजे आपल्या बोलण्याचा प्रभाव पडू शकेल.

●●●

स्तुती करणे शिका

दुसऱ्यांच्या प्रशंसेत लपलेले यशाचे रहस्य :-

स्वतःचे जीवन एका आनंदी क्षणांत बदला. दररोजचे जीवन व आनंद यात खूप समान वैशिष्ट्ये आहेत. जीवन नवीन आणि चांगल्या दृष्टिकोनाशी जोडण्यासाठी आणि काही तरी नवीन करण्यासाठी आपण आनंदाच्या शोधात असतो. काही तरी भव्य करून स्वतःचे जीवन थोडे वेगळे बनवा आणि सर्वांपेक्षा वेगळे जगा. स्वतःच्या माहितीत सतत भर घालीत राहा. जर आपल्यामध्ये नेहमी नवीन काही शिकण्याची इच्छा नसेल तर आपले जीवन एक बेचव दिनचर्या/दैनंदिनी बनून राहील. आपल्याला जीवनात थोडासा आनंद आणावाच लागेल. जीवन, आयुष्य फार लहान आहे. भरकटून आपण ध्येयापर्यंत कधीही पोहोचणार नाही.

जीवनात तणाव व बौद्धिक परेशानी येतच असते. यशस्वी लोकांच्या जीवनातसुद्धा असे घडते. जर ते काही विशेष नसेल तर आपण हे दुसऱ्या दिवशी, पुढील महिन्यात किंवा पुढील वर्षात कोणत्या रूपात घ्याल. स्वतःविषयी प्रामाणिक राहा. आपल्या जीवनावर तणाव, निराशा व उद्वेग वरचढ होऊ देऊ नका. स्वतःला हा प्रश्न अवश्य विचारा की इतरांशी आपले वागणे कसे आहे? आपण अशा लोकांपैकी आहात का ज्यांना कोणी मित्र नसतात. जीवनात आपली भूमिका व अपेक्षांचा शोध घ्या. जोपर्यंत आपण आपल्या इच्छांना क्रमवार स्वरूप देत नाही तोपर्यंत आपण येणाऱ्या परिस्थितीला बळी पडत राहाल. कोणतीही उपलब्धी मिळविण्यापूर्वी स्वतःच्या महत्त्वाकांक्षा ओळखा. सतत हे प्रयत्न करा की ज्या समस्यांना आपण तोंड देत आहात त्या कशाही प्रकारांनी मिटू शकतील का?

याविषयी स्वतःच्या जबाबदारीकडे तोंड फिरवू नका. यामुळे आपण समजून घ्याल की आपण आपलेच मित्र आहोत अथवा शत्रू? आपल्याला कळेल की आपल्या मूल्यांवर दुसऱ्यांना आनंद तर देत नाही ना? अडचणीविषयी सावध असणें हेच त्याचे अर्धे उत्तर आहे. जीवन एक आनंददायक प्रवास समजा. तेव्हाच आपण आपला मूळ चेहरा पाहू शकाल. कोणताही मनुष्य एकटा द्वीप नसतो त्यामुळे यशस्वी संबंध हाच यशाचा मूलमंत्र आहे. एवढ्यापर्यंत की लोकशाहीत प्रधानमंत्र्यालासुद्धा स्वतःच्या पक्षाचे समर्थन घ्यावे लागते म्हणजे देशाचे शासन चांगल्या पद्धतीने चालू शकेल. याच तऱ्हेने अपराधाला पायबंद घालण्यासाठीसुद्धा पोलिस वरिष्ठ अधिकाऱ्यांना स्वतःच्या टीमची मदत घ्यावी लागते. सी.बी.आय संचालकाच्या रूपात मी नेहमी टीकेची उपेक्षा केली आणि स्वतःचे कर्तव्य बजावले. जर टीका दमदार असती तर मी स्वतःमध्ये सुधारणा करीत होतो किंवा ती उपेक्षित करतो.

आपल्या चेहऱ्यावर नेहमी मुक्त हास्य ठेवा. इतरांशी मित्रासारखे राहण्याचा प्रयत्न करा. नेहमी स्वतःविषयी बोलण्याऐवजी दुसऱ्यांना पण बोलण्याची संधी द्या. संपर्कसुद्धा जीवनात विशेष भूमिका पार पाडतात. व्हिझिटिंग कार्डचे देणे-घेणे केल्यानंतर असे अवश्य लिहा की आपण त्या गृहस्थाला कशाविषयी भेटलो होतो. माझ्याशी कित्येक वेळा असे घडले की त्या लोकांशी भेटल्यानंतर त्यांचे कार्ड अवश्य घ्यावे. मी नेहमी माझ्याजवळ कागदांचे सर्व तुकडे ठेवतो ज्यावर विशेष गोष्टींची नोंद करून ठेवतो.

सारखी आवड असल्यानंतर आपण ते पत्ते स्वतःच्या ई-मेल यादीमध्येसुद्धा समाविष्ट करू शकता. जर काही लोक आपल्याला आवडले, आपल्यासाठी लाभदायक असतील तर त्यांना अवश्य नियंत्रित करा. अशी अपेक्षा बाळगा की ते आपल्याशी संपर्क साधतील. जर असे लोक आपल्याला दुसऱ्या एखाद्याच्या मेजवानीत भेटले तर त्यांच्याशी यजमानाप्रमाणे वागा. याप्रकारे आपला चेहरा एक सुंदर हास्याने चमकता, तेजस्वी राहील. शिखरापर्यंत पोहोचण्यासाठी आपल्याला दुसऱ्यांची मदत व मार्गदर्शनाची आवश्यकता असते. काही लोक आपल्याला सतत पुढे जाण्याची प्रेरणा देत असतात. एखादी व्यक्ती विशेष वा

समूहाला उच्च स्थानी नेण्याची सर्वात चांगली पद्धत होईल की त्यांची स्तुती करावी. स्तुतीमध्ये अफाट शक्ती आहे. या गोष्टीकडे लक्ष ठेवा की ही खरी असावी. असे होऊ नये की ही तोंडदेखली मखलाशी वाटेल. जेव्हा आपण एखाद्याची खरी स्तुती करता तेव्हा ती निश्चितच इतरांना प्रभावित करते. आपण सर्वांनाच स्तुती आवडते. आणि प्रशंसकांला कधी विसरत नाही. स्तुती करताना फक्त सकारात्मक बाजूंनाच उचलून धरावे लागते.

लोकांची विविध प्रकारांनी स्तुती करता येते. आपले यश व आरामदायक जीवन संबंध विकसित व पोषण करते. संबंध तोडणे फार सोपे असते, पण स्तुती व प्रेमाचे दोन शब्द बोलून ते जोडू शकता. संबंधातील सुधारणाद्वारे आपण दुसऱ्यांचे जीवनसुद्धा प्रभावित करू शकता. मोबदल्यात कसलीही इच्छा नसताना दुसऱ्यांचे जीवन प्रोत्साहित करा.

प्रशंसेचे मार्ग प्रत्येक व्यक्तीकरिता वेगवेगळे असतात. पण एक वेळ जरी ही मखलाशी वाटली तरीही स्वतःचा अर्थ, महत्त्व घालविते. आपण आपले वरिष्ठ, सहकारी व मित्रांची स्तुती करू शकता. त्यांचा आनंद, कठोर कष्ट, जबाबदारी किंवा इमानदारीच्या वैशिष्ट्यांना उंची देऊ शकता. या तऱ्हेने आपली प्रशंसा स्वीकारली जाईल, मान्य होईल.

आपण फुलांचे गुच्छ, कार्ड वा एखाद्या भेटवस्तूद्वारा स्वतःच्या भावना व्यक्त करू शकता आणि शब्दांद्वारे स्तुतिसुमने अर्पण करू शकता. हा आपल्यासाठी एक शक्तिशाली उपाय आहे. यातून हीच भावना दिसून येते की आपण दुसऱ्यांची पर्वा करता व त्यांच्या संबंधाचे मोल जाणता. आपले हेच प्रयत्न सहकाऱ्याला मित्र बनवू शकतात. भरपूर उत्सुकता असू द्या. मित्रता स्वीकारणे म्हणजे आपण सर्व काही मानावे असे नाही. आक्रमक व स्वतःच्या बोलण्यावर दृढ असणे यात फरक आहे. ही मर्यादा सांभाळलीच पाहिजे. जीवनाच्या प्रत्येक पातळीवर होणाऱ्या परिवर्तनापासून शिका. ही काही जादू नाही परंतु हे आपल्यासाठी एकदा आजमावले पाहिजे.

●●●

आत्मविश्वास कायम राहू द्या

हे एक त्रिकालाबाधित सत्य आहे, लोकांनी आपल्याकडे यावे व त्यांना आपल्या अडचणी सांगाव्यात, अधिकांश लोकांना आवडते. परंतु असे लोक फक्त स्वतःच्याच कामाला प्राधान्य देतात तेव्हा यात कोणतेही आश्चर्य वाटण्याचे कारण नाही, की परिवार व मित्र ताबडतोब त्यांच्याकडे तोंड फिरवतील. जर असे होत आहे तर आपल्या संबंधांचे समाधान आपल्यालाच करावे लागेल. दुसऱ्यांना अशी जाणीव होऊ देऊ नका की आपण फक्त स्वतःसाठी जगणाऱ्या स्वार्थी लोकांपैकी एक आहात. चांगल्या संबंधांचा पुढाकार आपल्यालाच घ्यावा लागेल. लक्षात ठेवा की जेव्हा आपण आपले काम करण्याकरिता एखाद्या दुसऱ्याला 'ना' म्हणता तेव्हा त्याचा अर्थ होईल की आपण स्वतःच्या गरजासाठी 'हो' म्हणत आहेत.

अभद्र बनू नका :- एक मूळ सत्य नेहमी लक्षात ठेवा की, स्वतःचे मनोवांछित मिळविण्यासाठी आपण अभद्र झाले नाही पाहिजे, व्यक्तिमत्वात बदल करू नयेत. चांगल्या सवयी विसरू नयेत आणि आपल्या प्राथमिकता लक्षात ठेवायच्या आहेत. महत्त्वाकांक्षा पूर्ण करण्याचा अर्थ हा नाही की आपण गर्विष्ठ, स्वार्थी व अहंकारी व स्वकेंद्रित व्हावे. जर आपण इतरांना सन्मान द्याल तर आपणसुद्धा सन्मानायोग्य व्हाल. आपल्या याच वागण्याचे कौतुक, स्तुती होईल. राग येणे, क्रोधित होणे आपल्या आरोग्यासाठी नुकसानदायक आहे. आपल्याला भेटणारे, मित्र व परिवारावर राग दाखवू नका. उदाहरणार्थ, एकदा वाईट जलवायूमुळे माझी तब्येत खराब होती. माझे नियंत्रण गेले आणि खराब ड्रायव्हिंगसाठी चालकाला वाईट रीतीने रागावलो, जेव्हा की तो गाडी चांगली चालवीत होता. घराची अस्तव्यस्तता पाहून मी माझ्या मुलीवर नाराज झालो होतो. तेव्हा मला जाणीव झाली की मी चूक करीत आहे. निराश अवस्था आपल्याला अप्रसन्नता देते. नेहमी आनंदी राहण्याचा प्रयत्न करा.

स्वतःचे स्वप्न व महत्त्वाकांक्षा नेहमी स्वीकारा व जगा. जे हवे आहे त्यापेक्षा कमीमध्ये समाधानी राहू नका. परंतु हे अवश्य लक्षात ठेवा की आपले वागणे इतरांना कसे प्रभावित करते.

स्वतःवर विश्वास ठेवा :- यशाच्या मार्गात आत्मविश्वास कायम ठेवा. याच्या बळावर आपण सर्व काही मिळवू शकता. जर आपल्यात न्यूनगंड असेल तर नक्कीच आपल्या आशा व अपेक्षासुद्धा कमकुवत होतील. आपला मानसिक कल फार महत्त्वाचा असतो. स्वतःचे मित्र बना आणि आत्मविश्वास वाढविण्याचे सर्व प्रयत्न आजमाऊन पाहा. कित्येक वेळा व्यक्ती स्वतःला अपमानित करते. ते हे जाणत नाहीत की अशा शब्दांचा त्यांच्या जीवनावरही नकारात्मक प्रभाव पडतो. न्यूनगंड निर्माण होतो. हे जाणून घेण्यायोग्य सत्य आहे की अधिकांश लोक स्वतःच्याच न्यूनगंडामुळे जीवन दुःखदायक बनवितात. ही अवस्था असाध्य नाही. आत्मविश्वासाद्वारे या स्थितीला नियंत्रित केले जाऊ शकते.

आपल्यासाठी विचार करण्यास थोडा वेळ अवश्य काढा. यामुळे आपल्या जीवनातील वैशिष्ट्यांमध्ये निश्चितपणे सुधारणा येतील. घर किंवा कार्यालयात असे वातावरण अवश्य बनवा जेथे हलके संगीत ऐकणे वा पहुडण्यासाठी थोडा वेळ मिळू शकेल. इतरांना हे सांगण्यात संकोच करू नका की आपण स्वतःसाठी काही वेळ मिळवू इच्छिता म्हणजे स्वतःची गमावलेली शक्ती परत मिळविता येईल. हा वेळ आपल्याला भरपूर चैतन्य व शक्ती देईल.

आत्मविश्वास वाढविण्याचा दुसरा उपाय आहे की आपण वर्तमान अपयशालाच सत्य मानू नका, येणारा उद्या नवीन शक्यतांनी पुरेपूर असेल. जर आपण आपल्यासाठी अविश्वासामध्ये घेरलेले आहात तर सकारात्मक विचारांचा आधार घ्या. या तऱ्हेने आपण स्वतःचा गमावलेला विश्वास परत मिळवाल. अनेक लोक जाणतात की त्यांना कोठे जायचे आहे तरी पण ते तेथपर्यंत पोहोचत नाहीत. आपल्या मार्गातील अडथळे सर्वप्रथम ओळखा. स्वतःची भीती ओळखा. अपयशाने निराश होऊ नका. याऐवजी जाणून घ्या की कोणती वस्तू नकारात्मकपणे प्रभाव पाडीत आहे. स्वतःच्या अपुरेपणाच्या मुळापर्यंत जा आणि त्याचे कारण शोधा आपल्यासोबत. आपल्याकरिता नेहमी चांगलेच बोला. जर आपली प्रवृत्ती धार्मिक असेल तर गीता, कुराण, गुरु ग्रंथ साहिब वा बायबलचे वाचनसुद्धा हरवलेला आत्मविश्वास परत मिळू शकतो. आपल्या उणीवा विसरू नका व त्यावर ताबा मिळवा.

स्वतःचे स्वतःला पसंत करणे शिका :- ज्या तऱ्हेने आपण आपल्यासंबंधी, आई-वडील व सहकारी हवे असतात त्याच तऱ्हेने स्वतःच्या संगतीचासुद्धा आनंद घ्या. आपल्या जीवनातील विशेष अनुभव, यश व अपेक्षा अवश्य लिहा. स्वतःच्या पाच सफलता, असफलता व महत्त्वाचे धडेसुद्धा लिहा. या तऱ्हेने आपण जाणू शकता की आपण काय गमावले आहे, काय मिळविले आहे आणि प्रत्यक्षांत आपल्याला काय हवे आहे किंवा होते. यशापर्यंत जाणाऱ्या उपक्रमावर स्वतःला एकाग्र करा. स्वप्नातसुद्धा स्वतःला अपयशी समजू नका. जे काही आपण पाहतो, ऐकतो व विचार करतो त्याचा आपल्या आयुष्यावर नाटकीय प्रभाव पडतो. जेव्हा आपण दुसऱ्यांचे वागणे वा आपल्या घटनांवर नियंत्रण नाही मिळवू शकत तेव्हा त्यांच्यावर प्रतिक्रिया व्यक्त करणे तर आपल्या हातात आहे. आपल्याला स्वीकारावे लागेल की आपणच आपल्या विश्वाचे रचनाकार आहोत. तेव्हाच आपण हे करू शकाल. आपल्या जीवनात परिवर्तनासाठी जिम्मेदार व्हा. कधीही परिस्थिती वा दुसऱ्या व्यक्तीसाठी दोषी ठरवू नका. हाच परिस्थिती निपटण्याचा एक मार्ग आहे.

बेंजामिन फ्रँकलीन एकदा म्हणाला होता -'There are two ways to acquire wisdom; You can either buy it or borrow it. By buying it, you pay full price in terms of time and cost to learn the lessons you need to learn. By borrowing it, you go to those men and women, who have already paid the price to learn the lessons and get their wisdom from them.'

माझ्या मते यश मिळविण्यासाठी स्थापित तंत्र व पद्धतींनाच उपयोगात आणले पाहिजे. यशस्वी व्यक्तींच्या जीवनातून शिका, सुरुवातीपासून काम केल्यामुळे आपला वेळ व्यर्थ घालवू नका. कोणाचेही जीवन एवढे मोठे नाही की त्याने सुरुवातीपासून आरंभ करावा आणि शेवटपर्यंत स्वतःचे प्राप्य मिळवा.

लिखित साहित्याच्या माध्यमातून आपण ही बुद्धिमत्ता मिळवू शकता. एवढी की प्रत्यक्ष जीवनातसुद्धा आपण सल्लागारांची मदत घेऊ शकता. आपण आपल्या मार्गदर्शकाच्या योग्यतासुद्धा पूर्णपणे पारखून घ्या. यशस्वी लोकांचे बोलणेसुद्धा लक्षपूर्वक ऐका. आपले कार्य नेहमी चांगल्यासाठी झाले पाहिजे. कोणाचेही अनुसरण करण्याऐवजी स्वतःचा मार्ग स्वतः तयार करा. हे जीवन आपले आहे आणि निर्णय आपल्यालाच घ्यायचा आहे की ते आपण कसे जगू इच्छिता?

●●●

कला शिस्तीची

आपणास आपली ओळख व आत्मविश्वास बनविण्यासाठी स्वतःच्या जीवनाची जिम्मेदारी घ्यावी लागते. आपण सतत याविषयी जाणून घेतले पाहिजे की आपण स्वतःचे स्वतःला मजबूत कशा प्रकारे करू शकतो. स्वतःमध्ये सुधारणा करण्यामुळे आपले संबंधसुद्धा सुदृढ होतील. लहानशी सुधारणा वा समायोजनसुद्धा आपल्या आशा व इच्छामधील अंतर कमी करू शकतो. यामुळे आपले निर्णयसुद्धा प्रभावित होतात. फक्त एकच व्यक्ती आहे जिच्या बाबतीत आपण आश्वस्त राहू शकता आणि ती व्यक्ती आपणच आहात. आपले काम व बोलण्याची शैली आपले जीवन बदलू शकते. विलियम फिदरच्या अनुसार "If we don't discipline ourselves, the world will do it for us." हे वाक्य जुने झाले तरी आजसुद्धा तेवढेच खरे आहे. अनुशासनच आपल्याला प्रत्येक क्षेत्रात दक्षता व निपुणता प्रदान करते. हे सत्य कोणीही नाकारू शकत नाही की शिस्त हीच संघटनेचे मूळ तत्त्व आहे.

जर आपण काही चांगले मिळवू पाहत आहा तर शिस्तीपेक्षा चांगला पर्याय नाही. जर लोकांना हे सांगितले की दीर्घकालीन ध्येयप्राप्तीसाठी त्यांना आज त्याग करावा लागेल तर ते हा त्याग आनंदाने करतील. अधिकांश लोक अनुशासन यामुळे स्वीकारू शकत नाहीत कारण ते याचे मूल्य जाणत नाहीत. हे असे आहे समजावे की पोलिस हजर असताना कोणी गुन्हा करू शकत नाही. मनुष्य अशी जोखीम घेण्यासाठी तयार होत नाही. संभवतः आपण सगळे याच कारणामुळे रहदारीच्या नियमांचे उल्लंघन करीत नाही.

सत्य असे आहे की अनुशासनाअभावी आपण आपल्या महत्त्वाकांक्षा व आदर्श प्राप्त करीत नाही. हे तत्त्व जीवनात प्रत्येक जागी लागू होते. ते हॉटेल असो वा कार्यक्षेत्र, घर असो की सामाजिक समारंभ. ही शिस्तच आपणास परिणाम नियंत्रित करण्यास शिकविते. अनुशासनाअभावी आपण अनुत्पादक अडचणी व लहान-लहान

आकस्मितता या अडवू शकत नाही. याच्याशिवाय आपण त्या उपक्रमावर लक्ष एकाग्र करू शकत नाही जे संभवतः आपल्या व्यवसायात सर्वाधिक महत्त्वाचे असतात. याच्याच बळावर आपण जीवनात स्वतःच्या आवश्यकता निश्चित करू शकतो.

जर आपण शिस्तभोक्ते आहात तर आपण स्वतःच निवडलेल्या ध्येयापर्यंत सहज पोहचू शकता आणि दुसऱ्या मागणीकडे दुर्लक्ष करू शकता. स्वयं अनुशासनाच्या सरावाचा अर्थ आहे अनेक अडचणींना 'ना' म्हणणे, ज्यांचा आपल्या उद्देशांशी दूरपणेसुद्धा काही देणे घेणे नाही. अनुशासनाविषयी श्रद्धा व्यक्त करण्याचा अर्थ आहे कोणत्याही मूल्यांवर निवडलेल्या मार्गावर चालण्याची प्रतिबद्धता. खऱ्या अर्थाने याचा अर्थ आहे की जे विद्यार्थी व्यर्थ गप्पागोष्टी वा टीव्ही पाहण्याचा आनंद घेत नाहीत ते एका चांगले भविष्य किंवा नोकरी मिळवू शकतात. यानुसार आई-वडिलांनासुद्धा मुलांसमोर एका आदर्श जीवनाचे उदाहरण प्रस्तुत करावे लागेल. याचा अर्थ होईल की मुले अथवा नातवांवर अर्धवट व्यवहारांचे नियंत्रण करणे.

सुकरात म्हणतात की दर्शनाचा उद्देश एकच आहे - प्रत्येक मनुष्याला मोठे करणे. आपण सगळे जीवनात याचीच इच्छा करतो. अरस्तू मानतात की प्रत्येक वस्तूचा एक उद्देश असतो. त्यांचे मानणे आहे की आपल्याला एका मनुष्याच्या रूपात चांगले जीवन जगण्याचा प्रयत्न करावा लागेल. निरीक्षणाच्या आधारावर ते म्हणतात - 'We are what we repeatedly do. Excellence, then, is not an act, but a habit.' आपल्या सवयीच आपल्याविषयी खूप काही सांगतात. यातच अपरिचित, मित्र व सहकारी आणि सदस्यांना भेटणे आणि त्यांच्याशी वागण्याची सवय समाविष्ट आहे. जीवनात अशी एक सवय विकसित केली पाहिजे ज्यामुळे आपले जीवन फुलेल आणि उत्पादकतेत वृद्धी होईल. आपल्याला या विषयी विचार करावा लागेल की आपण लोकांना स्वतःविषयी कोणता संदेश देऊ इच्छिता. आता आपण आपल्या सवयीत बदल करून असे करू शकता ज्यामुळे आपला मोठेपणा सिद्ध होईल. मोठेपणाचा सराव करण्यासाठी आपल्याला काही काम सातत्याने करावे लागेल. आपण असा कोणताही विषय निवडू शकता ज्यात आपल्याला सुधारणा करायची आहे.

आपल्याला स्वतःचे नैपुण्यसुद्धा वाढवावे लागेल. शिक्षण हे एक निश्चित माध्यम होऊ शकते. येथे भरपूर करमणूक व उपक्रम आहेत. निर्णय आपल्याला करायचा आहे की आपण अधिकांश वेळ कशावर घालविणार आहोत. हे शिक्षण

आहे वा गप्पबाजी, जसे की भारतात अधिकांश व्यक्ती करतात. एकदा मी माझा गाव जलालाबादच्या प्रवासादरम्यान एका मनुष्याला विचारले की तो काय करीत आहे? तो म्हणाला की तो वेळ घालवीत आहे. अनेक लोक असे आहेत ज्यांना अजूनही कळत नाही की आपल्या वेळेचा निर्माणात उपयोग कसा करावा. करमणुकीच्या जगाने वाचनाची सवय संपुष्टात आणली आहे. एक दिवस असासुद्धा येईल जेव्हा कोणीही हे माहीत करून घेण्यासाठी वृत्तपत्र वाचणार नाही की जगात सगळीकडे काय होत आहे? मी त्याला माझे व इतरांचे जीवन सुधारण्याचा सल्ला दिला. तो म्हणाला तो एवढा म्हातारा आहे की काहीही नवीन शिकू शकत नाही. अशीच विचारसरणी अधिकांश लोकांच्या मनात असते. फक्त काही लोकच ओळखू शकतात की ते आपल्या वेळेचा सदुपयोग कशा प्रकारे करतील.

तरी हे एक सत्य आहे की महत्त्वाकांक्षी जीवनात सतत काही ना काही प्राप्त करण्यासाठी तत्पर असतात. माझा अनुभव आहे की एकाच जीवनात सर्व काही मिळविता येत नाही. आपल्यावरच हे अवलंबून असते की आपण कमीत कमी वेळात जास्तीत जास्त माहिती कशी मिळवू शकतो. आपण आपली व्यावसायिक आवड, वाचन सवय, पाककला आणि अंतर्गत सजावट हे छंद कधीही पूर्ण करू शकता. एवढ्यापर्यंत की वृद्धावस्थेमध्येसुद्धा आपण संभाषण कला फुलवू शकता. इतरांविषयी नकारात्मकता व वाईट बोलणे टाळा. आपल्या पुढाकाराने एखाद्याचे जीवन सावरले जाऊ शकते. आपले खाणे-पिणे, काम करणे, गप्पा करणे, झोपणे, टी.व्ही. पाहणे, धूम्रपान करणे वा वाया घालणे या सरावावर हे अवलंबून असते. आपल्यात आपले जीवनात पुरेसे परिवर्तन करण्याची क्षमता आहे. आपल्या आरंभानेच अर्धे काम शक्य होईल. करणे वा ना करणे दोन्ही शक्ती आपल्याच हातात आहेत. अधिकांश लोक सगळे सत्य जाणल्याशिवाय एखादी व्यक्ती किंवा विषयाबाबतीत स्वतःचे मत ठरवितात. ते स्वतःच्याच विचारसरणी व विश्वासाबरोबर लढत असतात.

वाद करण्याऐवजी चिंतनावर लक्ष द्या. इतरांशी समोरासमोर लढण्याऐवजी रचनात्मकतेकडे एकाग्र व्हा. स्वतःचा स्वभाव शांत ठेवा. जीवनात असे अनेक लोक भेटतात जे आपल्याला उत्तेजना देतात. याचे उत्तर आपल्याच आधारावर असू शकते. एका विद्वानाने सांगितले आहे - 'एक शिक्षित मेंदू हाच विचारांना स्वीकारल्याशिवाय अंगीकारू शकतो.'

●●●

अव्यवस्था टाळा

मला माझे शयनकक्ष, स्टडी व घरात पसरलेल्या अव्यस्थेबरोबर नेहमीच लढावे लागते. दररोज येणारे टपाल माझ्या घरात, झोपणे व जेवणाच्या खोलीत अस्ताव्यस्त पडलेले असते. त्याचबरोबर वृत्तपत्रसुद्धा जे घरातील लोक स्नानगृहात नेऊन तेथेच विसरतात. अशाच प्रकारांनी आपणा सर्वांच्या घरात अव्यवस्था पसरलेली असते जी आपल्याला सहन करावी लागते. मला वाटते की समस्या गुंतागुंतीची होण्यापूर्वी जर तिचे निराकरण केले तर जास्त वेळ लागत नाही.

कोणतेही काम त्वरेने निपटण्याशिवाय कोणताही पर्याय नसतो. हीच पद्धत आपल्या घरीपण परिणामकारक होऊ शकते जर आपल्या घरातील वस्तू अदृश्य वा गुप्त नाही ठेवल्या तर. आपण जॅम वा हवाबंद पदार्थांचे रिकामे काचेचे जारसुद्धा उपयोगात आणू शकता. अशा तऱ्हेने ठेवलेल्या सामानाला जागाही कमी लागते आणि ते शोधण्यास आपल्याला त्रास पण होणार नाही. आपण कार्यालयातसुद्धा पेपर क्लिप वगैरे साहित्य वेगळ्या वेगळ्या डब्यात ठेवू शकता. असे जार घर व स्वयंपाकघरासाठीसुद्धा बहुउपयोगी असू शकतात. ते आकर्षक पद्धतींनी टेबलावर ठेवा. काचेचा जारावर लेबल लावण्याचीसुद्धा आवश्यकता नाही. कार्यालयात विषयांनुसार क्रमाने ठेवलेल्या फाइल्स एका व्यवस्थितपणाचे रूप दाखवितात. आपल्याला फक्त दररोज आठ ते दहा मिनिटे या कामासाठी द्यावे लागतील. मी हे काम झोपण्यापूर्वी करतो म्हणजे दुसऱ्या दिवशी काम सुरू करायला त्रास होत नाही.

संघटितपणे जीबन जगण्यासाठी आपल्याला शिस्तपालन करावे लागते. अव्यवस्था पसरण्यापूर्वी ती आवरा.

आपणा सर्वांना बिल भरावे लागते. जर आपण क्रेडिट कार्डाचा उपयोग करीत असाल तर तपासून पाहा की देण्याची रक्कम वजा केली आहे का? मी पाहिले आहे की अनेक हॉटेल्स वा दुकानात ते देण्याच्या रकमेत चुका करतात. विचारल्यानंतर ती कॉम्प्युटरची चूक आहे असे सांगतात. आपण घेतलेल्या वस्तूचे पैसे नगदी देणे हे सर्वात चांगले. प्रत्यक्षात मी अनेक वेळा टेलिफोन बिलसुद्धा आगाऊ भरतो म्हणजे ते पुढील बिलात सामावले जावे. यामुळे माझे बजेटसुद्धा संतुलित होते.

टॅक्स आणि विम्याची कागदपत्रे वेगळ्या फाईलमध्ये ठेवा. फाईलमध्ये ठेवल्यानंतर काळजी करण्याची गरज कमी होते. जो कागद कामाचा नाही तो त्वरित फेकून देण्याबाबतीत ठाम राहा. जर एखादा दस्तावेज सहा महिने उपयोगात नाही आला तर तोसुद्धा फेकून देण्यात संकोच करू नका. वेळोवेळी कॉम्प्युटरजवळ ठेवलेले फोल्डर तपासून पाहत जा. कमीत कमी दर पंधरा दिवसांनंतर हे अवश्य करा. ज्या व्यक्तिगत व व्यावसायिक पत्रांना उत्तर द्यायचे आहे ती पत्रे वेगळी ठेवा. दुसरे दिवशी सकाळीच स्वतःच्या सहायकाकडून त्या पत्राचे उत्तर टाईप करून घेतो आणि सही करून पाठवून देतो. माझ्या कॉम्प्युटरमध्ये एक वेगळा फोल्डर आहे -- 'वर्ष 2003 किंवा 2004 मध्ये पाठविलेले पत्र'. जर काही जास्त विशेष असेल तर मी ते कॉम्प्युटरमध्ये संबंधित फाईलमध्ये टाकतो. कित्येक वेळा काही कामे माहिती अभावाने अर्धवट सोडावी लागतात. लक्षात ठेवा की माहिती मिळताच आपण ते बाकी काम पूर्ण करायचे आहे. काही कॉम्प्युटरमध्ये असे प्रोग्रामसुद्धा असतात, आपल्याला फक्त योग्य माहिती त्यात भरावी लागते.

नको असलेले टपालसुद्धा अव्यवस्थेसाठी कारण असते. माझ्याकडे अशी अनेक पत्र-पत्रिका येतात ज्यांची मी वर्गणीसुद्धा देत नाही. जर ते माझ्या पसंत वा आवडीचे नसतील तर मी ते रद्दीवाल्याला देतो. पश्चिमी देशांत जेथे रद्दी/कचऱ्याच्या समस्येने गंभीर रूप धारण केले आहे, त्यांना रद्दीवाल्याविषयी माहीतच नाही. या रद्दीपासून सुटकेसाठी हजारो रूपये खर्चावे लागतात. भारतात कचरा सहजपणे विकता येतो आणि मी नेहमी रद्दीवाल्यांची सेवा घेतो. दर पंधरवड्यात

पत्रिकामधून आवश्यक माहिती घेतल्यानंतर मी त्या विकतो.

माझ्या टपालात दागदागिने व भोजनाच्या भरपूर याद्या येतात. तरी मी चांगल्या हॉटेलचे कार्ड सांभाळतो म्हणजे एखाद्या वेळी मी माझ्या कुटुंबासह तेथील भोजनाची चव घेऊ शकू. नियमित निवडीसाठी मला फक्त पाच ते दहा मिनिटे लागतात पण सगळे काही व्यवस्थित रीतीने पार पडते. स्वतःची दक्षता वाढविण्यासाठी आपण आधुनिक तंत्रांचासुद्धा उपयोग करू शकता.

आपण आपल्या आऊट बॉक्समध्ये अगोदरच पाठविण्याचे टपाल-ई-मेल तयार ठेवू शकता. पद्धत कोणतीही स्वीकारा परंतु उद्देश हाच असावा की आपले काम व जीवन योग्य जोखडावर टिकू शकेल.

हे लक्षात असू द्या की याकरिता सतत सरावाची आवश्यकता असते. आपण फक्त वेळेची बचतच करू शकाल असे नाही तर कामामध्ये स्पष्टपणा व क्रमबद्धता येईल. कार्यक्षेत्र व्यवस्थित असेल तर आपण दुसऱ्या विषयावर गांभीर्याने विचार करू शकाल. प्रत्येक उपलब्धी किंवा पातळी आपल्या जीवनाच्या पद्धतीवरच अवलंबून असते. सत्य हे आहे की आपण जगाला जे देतो, परतफेडीत तेच मिळवितो. सकारात्मक विचारच सकारात्मक प्रतिक्रिया प्राप्त करतात. जे काही काम कराल प्रेमपूर्वक करा परंतु संघटित राहा.

●●●

स्वतःचे मूल्य ओळखा

आपण आपले नियम, आदर्श व श्रद्धांविषयी नेहमी जागरूक नसतो. एखाद्या दबावात सापडल्यानंतर घटना व अन्य व्यक्तीविषयी वागण्यामुळे त्याला ओळखू शकतो. ही आपल्या मूल्यांच्या ओळखीची सरळ सोपी पद्धत आहे. आपले कामच दर्शविते की आपण कोणत्या गोष्टींना महत्त्व देतो. ही आपली इच्छा किंवा अपेक्षा नसते की आपण आपले योग्य मूल्य नियम व आदर्शांना व्यक्त करू. आपल्या पूर्वकाळाशी संबंधित काम व निवडीचे प्रतिबिंब फक्त दाखवू शकते की कोणी आपल्याला जास्त आनंद दिला. हे आवश्यक नाही की सर्व व्यक्तींचे मूल्य व गरजा एक सारख्या आहेत. कुटुंब, आरोग्य, यश व कारकीर्दीशी संबंधित मूल्ये असू शकतात. परंतु गरजा क्रमबद्ध नसतात. काही लोक आपले आरोग्य किंवा कारकीर्दीला प्राधान्य देतात. आपण स्वतःच्या मूल्यांना किती थारा देता हे आसपासच्या वातावरणावर अवलंबून असते. प्रत्यक्षात पूर्वकाळातील प्रभावामुळे आपले व्यक्तिमत्त्व आकार घेते. याच्याच प्रभावाने आपण दुसऱ्याकडून सतत स्तुती किंवा मान्यता मिळवितो.

आपल्या दृष्टिकोनाची निवड व्यक्तिमत्त्वाचे वैशिष्ट्य फुलविते. एकी, प्रेम, साहस, प्रामाणिकपणा व जिम्मेदारीचा स्वीकार करणे आणि जीवन मूल्यांसोबत समयोजन केल्यानंतर जगल्यामुळे आपण अपवाद आणि प्रसंशनीय पात्र बनू शकता.

आपली पातळी हीच आपल्या व्यक्तिमत्त्वाला उंचावते. उच्च मूल्ये व आदर्शांशी संबंधित व्यक्ती निश्चितपणे उच्च स्थानी असतो.

या विचारांना कामाचे स्वरूप देण्यासाठी आपल्याला दोन कामे करायची आहेत: लक्षात ठेवा की आपले काम शब्दांपेक्षा जास्त प्रभावशाली आहे. जगाला दाखवून द्या की आपण कोठे व कोणत्या स्थानावर आहात. जर आपणाला सर्वांसमोर आपले अस्तित्व दाखवायचे असले तर जाणून घ्या की दडपणाखाली येऊन आपण कसे वागता? आपण पाहायचे आहे की याच परिस्थितीमध्ये दुसऱ्या वेळी लोक काय करतात? असे लोक ज्यांचे आपले मूल्य जुळत असेल त्यांच्याशी साम्य टिकवून ठेवा. काही व्यक्ती त्वरित, वेगाने आपले वागणे व कर्तव्य निश्चित करून स्तुतीयोग्य बनतात. याच अंतर्ज्ञानाच्या बळावर ते कोणत्याही स्थितीची चांगली-वाईट बाजू ओळखतात. मी मानतो की हे वैशिष्ट्य विधात्याकडूनच दिले जाते. आपल्याला जे पाहिजे ते मिळविण्यासाठी स्वतःच्या स्वाभाविक बुद्धीवर विश्वास ठेवला पाहिजे. पण त्याचबरोबर नाण्याच्या दोन्ही बाजूंवरसुद्धा लक्ष ठेवले पाहिजे. कोणत्या तरी एकाच मुद्यावर स्वतःचे भाग्य शोधू नका. जीवन व कार्यात पूर्ण संघटित दृष्टिकोनाला कोणताही पर्याय नाही. अंतर्ज्ञान आपल्यासाठी एक उपाहार आहे, ज्याला अनुभव व बुद्धिमत्ता आकार देतात.

संघटित जीवन हेच एक वरदान आहे. याला आजपासूनच आरंभ करा. कार्यारंभापूर्वी त्याची योजना तयार करा. प्रत्यक्षात वर्तमान आणि भविष्याचे नियोजन अगोदर होणे फार आवश्यक आहे. येणाऱ्या उद्यासाठी आजच एक यादी तयार करा आणि काम व मनोरंजनाचा वेळ वाटून घ्या. सकाळी उठल्यानंतर स्वतःची डायरी व कॅलेंडर पाहा म्हणजे आपण दिवसासाठी मानसिक रूपाने तयार व्हाल. आपल्याला दिवस व तासाच्या प्रत्येक क्षणाची उत्पादकता पाहावी लागेल. या

तऱ्हेने आपण शेवटच्या क्षणाच्या गोंधळापासून सुटका करून घ्याल. मिळविण्याची फक्त एकच पद्धत आहे, सतत परिश्रम. जरी दररोज असे नाही झाले की आपण पूर्ण विश्रांती घेऊ शकलो. आपण स्वतःच निश्चित करा की आपली ऊर्जा टिकविण्यासाठी आपल्याला किती विश्रांती आवश्यक आहे. त्या अवधीत पूर्ण विश्रांती घेण्याचा प्रयत्न करा. अर्धवट निद्रा आपल्या कार्यक्षमतेवरसुद्धा परिणाम करते. मीसुद्धा अवेळी झोप टाळतो. मी एका रात्रीत सात तासांची झोप घेतो, जी माझ्या शरीरासाठी पुरेशी आहे आणि या तऱ्हेने मी कोणत्याही योजनेकरिता स्वतःला ऊर्जायुक्त अनुभवतो. झोपेचे ताससुद्धा प्रत्येक मनुष्याच्या हिशोबी वेगळे असतात.

आपल्या भोजनाचे प्रमाण आणि वैशिष्ट्यांवरसुद्धा आपली दक्षता अवलंबून असते. शरीरासाठी भोजनाचे तेच महत्त्व आहे जे की कारसाठी पेट्रोलचे. जड नाश्ता माझे पोट पण जड करतो, आणि हलका नाश्ता मला लवकर परत भूक लागण्याचे कारण बनतो. याकरिता मी जंग फूडऐवजी आरोग्यदायी नाश्ता पसंत करतो. फळ व दुधासोबत केलेला नाश्ता पोषणयुक्त असतो. स्वतःच्या देहाकडे अवश्य लक्ष द्या. आपण स्वतःच शोधा की आपल्याकरिता कोणते भोजन आरोग्यदायक व ऊर्जायुक्त आहे. आपल्याला यासाठीसुद्धा एक योजना तयार करावी लागेल. आपल्याला दिवसाच्या सुरुवातीला अशा बाबींवर लक्ष दिले पाहिजे ज्या आपल्याशी संबंधित आहेत.

आपल्याला कोणतेही एक काम सुरू केल्यानंतर ते संपविल्यानंतरच दुसरे काम हातात घेतले पाहिजे. प्राधान्यांची कामे अगोदर पूर्ण करा. यादीमध्ये खूप कामे समाविष्ट करू नका. दिलेल्या कामाविषयी व्यवहारी व्हा. आपल्याला लक्ष ठेवावे लागेल की कठीण व गुंतागुंतीचे काम जास्त वेळ घेतात. जर आपण अशी कठीण कामे करू शकला नाहीत तर मनोधैर्य हरवू शकते, ढासळू शकते. जर

असे दररोज होऊ लागले तर आपल्याला आपल्या यादीतील आवश्यकतांवर परत एक नजर टाकावी लागेल.

जर आपले काम लवकर संपले तर त्याचा अर्थ आहे की आपल्याजवळ अजून काम करण्याची गुंजाईश आहे. लहान-मोठ्या विविध कामांचा मेळ लावल्यामुळे हालचाली उत्साहपूर्ण असतात. अव्यवस्थित व घाणेरड्या वातावरणात काम करण्याचा अर्थ आहे आपल्यासाठी तणाव विकत घेणे. मला माझ्या साफ-स्वच्छ लिहिण्यात काम करणे अतिशय आवडते. पूर्ण संघटित कार्यक्षेत्र आपल्या तणावाला अर्धे कमी करते. जेव्हा काम करीत असता तेव्हा एकाच विषयावर एकाग्र राहा. बाकी सामान यथास्थान पडून राहू द्या. तेव्हाच आपण पूर्ण उत्पादनाची अपेक्षा ठेवू शकता. चारही बाजूंनी जमलेले कागदांचे ढिगारे निराशा व अप्रसन्नतेचे कारण बनतात. कामाचे एक चांगले वातावरण आपली दक्षता व यशाकडे पहिले पाऊल असेल.

●●●

लाभदायक धडा

आपण आपले काम सरल सहज करू शकता म्हणजे ते दक्षतापूर्वक केले जाऊ शकते. निश्चित व महत्त्वपूर्ण कामांना वेळेप्रमाणे करण्याचे प्रयत्न करा. आपण सकाळ, दुपार, संध्याकाळ किंवा रात्री केल्या जाणाऱ्या कामांचा वेळ निश्चित करू शकता. उदाहरणार्थ आपल्यापैकी अनेक लोक सकाळी-सकाळी काम करणे पसंत करतात, जेव्हा टेलिफोनची घंटी वाजणे वा मुलांच्या गोंधळाची शक्यतासुद्धा नसते. काही लोक सकाळी फेरफटका मारण्याला प्राधान्य देतात. मी त्या लोकांपैकी एक आहे जे पाऊस चालू असला तरी व्यायाम बंद करीत नाहीत.

आपण या दिनचर्येत लवचिकपणा ठेवला पाहिजे म्हणजे दुसऱ्या एखाद्या प्रसंगासाठी वेळ काढला जाऊ शकतो. कोणत्या ना कोणत्या अनपेक्षित घटनांमुळे आपल्याला स्वतःच्या दिनचर्येत बदल करावा लागतो. चांगले हे होईल की आपण आपली कार्यक्षमता व स्थितीमध्ये नियमितपणा आणावा. स्वतःचे कार्यक्षेत्र स्वच्छ ठेवा. टेबलावर फक्त तेच सामान राहू द्या जे आपल्याला दररोज लागते. बाकी शिल्लक वस्तू खण, शेल्फ वा फाईलमध्ये ठेवा. आसपासचे फर्निचरसुद्धा व्यवस्थित पद्धतीने ठेवले पाहिजे. ज्या सामानाची आवश्यकता असेल ते आपल्या जवळपास राहावे.

रात्री झोपण्यापूर्वी पंधरा मिनिटे अवश्य काढा ज्यामुळे पसरलेले सामान आवरता येईल. या कामाकरिता गजराचे घड्याळ आपल्याला आठवण करून देऊ शकते. जर आपण पंधरा मिनिटे नाही काढू शकत तर पाच मिनिटांनी सुरुवात करा. म्हणजे जीवनात संघटन येईल. अट फक्त एवढीच आहे की हे सातत्याने

केले पाहिजे. याच नियमाचे पालन केले तर आपल्या जीवनात विलक्षण परिवर्तन घडून येईल. प्रत्येक व्यवसायात कागदांची आवक-जावक तर असलेच, या कार्यवाहीला सहज व सोपे बनविण्यासाठी आपण कोणतीही पद्धत स्वीकारू शकता.

जर एखादा कागद कामाचा नाही तर तो त्वरित फेकून द्या. कागद हाती येताच त्यावर कार्यवाही करा. जर एखाद्या कागदाला जास्त तपासण्याची आवश्यकता असेल तर इतर कागदांबरोबर सांभाळा.

स्वतःच्या सुविधेनुसार कोणतीही पद्धत स्वीकारा. मी माझे सगळे महत्त्वाचे कागद टेबलाच्या खणात ठेवतो. जर एखाद्या कागदाची आवश्यकता असेल तर तो सहजपणे हातात येतो. जर एखादे उत्तर द्यायचे असेल तर मी किंवा माझा मदतनीस ते कॉम्प्युटरवर टाईप करून पाठवितो. संपत्ती संबंधित दस्तावेज, जे जास्त महत्त्वाचे आहेत ते मी माझी यादी व कॉम्प्युटरमध्ये नोंद करून ठेवतो. माझा कॉम्प्युटर ला त्या अर्धवट कामांची आठवण करून देतो. आपल्या उत्पादक वेळेच्या दरम्यान मी ती कामे सर्वात अगोदर करण्याचा प्रयत्न करतो जे माझ्या यादीमध्ये सर्वप्रथम आहेत. स्वतःच्या दैनंदिन यादीची तपासणी करीत राहा. भांडणात वेळ नष्ट करू नका. जर झालेच तर भांडणाचे कारण शोधा. स्वतःच्या कामाच्या जीवनाला साधारण करून आपण ताबडतोब यश मिळवू शकता.

समृद्ध घरांमध्ये नेहमी कार पार्क करण्यासाठी गॅरेज असतात. मी नेहमी पाहिले आहे की लवकरच ते रद्दी-भंगार ठेवण्याची जागा बनतात. जेथे कारचे जुने भाग, जुने फर्निचर व तुटके-फुटके सामान ठेवले जाते. जे सामान बेकार आहे ते फेकून द्या, जाळून टाका किंवा दान करा. हे आपल्या घराच्या ऊर्जेवर परिणाम करते. यामुळे आपली भरपूर जागा मोकळी होईल. ढीग वाढण्यापूर्वीच ते मिटविण्याची कार्यवाही करा. जर एखादी नवी वस्तू घेतली असेल तर जुन्या वस्तूंचे नियोजन करा. जर आपण पाहिले तर ते उपयोगात आणले जाऊ शकते. अन्यथा खूप सामान बंद डब्यांमधून दुर्लक्षित राहते.

भिंतीत हूक अथवा ब्रॅकेट बसवून आपण बरेच सामान ठेवू शकता. ते स्वच्छ,

मजबूत व टिकाऊ असते. सामान ठेवण्याची जागा आपल्या घराच्या व्यवस्थेवर अवलंबून असते. या पद्धतीने आपण भिंतीवरील सामान वेळेवेळी काढू अथवा बदलू शकता. काचेचे पॅनेलसुद्धा सहायक ठरू शकतात. त्याकरिता आपल्याला विशेष काहीही करावे लागत नाही, फक्त ते भिंतीवर लटकायचे आहेत. माझ्या स्नानगृहातसुद्धा दोन आहेत, ज्यांच्यावर दररोजच्या कामांच्या लहान-लहान वस्तू ठेवल्या आहेत. आपले जीवन व्यवस्थित करण्यासाठी कोणत्याही विशेष दक्षतेची आवश्यकता नाही. बाह्य क्षेत्रात तर हे काम करण्यासाठी खूप लोकांची गरज लागते पण घराच्या देखभालीसाठी किंचित व्यवहारी बुद्धी व नियोजन करणे अत्यावश्यक आहे.

●●●

योग्य वेळेची निवड

यशप्राप्तीकरिता निष्ठा, ध्येयाबद्दल एकाग्रता व कटिबद्धता असणे अत्यावश्यक आहे. यापेक्षा मोठे काहीच नाही. इतर लोकांबरोबर चांगल्या व मधुर संबंधात पुढाकार यश निश्चित करते. हे लक्षात ठेवा की आपला संवाद-संभाषण सहज व परिणामकारक असावे. हेसुद्धा लक्षात ठेवा की कोणती बाब आपल्याला अस्वस्थ करते. असे तेव्हाच होऊ शकते जेव्हा आपण एक लहरी मनुष्य असाल वा दुसरे कमी-हीन ठरवीत असतील किंवा आपल्यात त्यांच्या अकारण मागण्यांना ना म्हणण्याची हिंमत असेल. जोपर्यंत आपण आपल्या अस्वस्थतेचे कारण शोधणार नाही, आपण ते दूर करू शकणार नाही. स्वतःचे स्वतःला विचारावे की कोण आपल्या जीवनाचे सूत्र सोपविण्यास अडवीत आहे. आपण ओळखा की कोणत्या मागण्या आपला वेळ घेत आहेत. त्या परिवार, मित्र, संबंधित लोकांची मागणी आहे का? या विश्लेषणाचा फायदा म्हणजे आपण आपल्या वेळेचा उत्तम सदुपयोग करू शकाल. जास्त परिणाम मिळविण्यासाठी आपल्याला दिवसाच्या अशा सर्वाधिक योग्य वेळेची निवड करावी लागेल, जेव्हा आपली कार्यक्षमता अधिक प्रभावशाली असते. काही लोक सकाळी काम करणे पसंत करतात, काही दुपारी तर काही रात्री. जर आपल्याला तशा वेळेची माहिती असेल तर त्यावेळी आपण प्राथमिक कामे पार पाडू शकता.

पीटर ड्रकरच्या म्हणण्यानुसार - 'योग्य पद्धतीने काम करण्याऐवजी योग्य काम करण्याला जास्त महत्व आहे.' योग्य काम करण्यामुळे आपण स्पष्ट मानसिकता,

दक्षता व एकाग्रता मिळविता. समस्या सोडविण्यासाठी प्रामाणिकपणे आत्मपरीक्षण करा ज्या तऱ्हेने एक डॉक्टर रोग्याच्या शरीराची वास्तविक स्थिती, दशा जाणून घेतल्यानंतर इलाज, उपचार करू शकतो. त्याच प्रकारे प्रामाणिकपणे आत्मपरिक्षण करा.

आपण जीवनात जे काही कराल, स्वतःसाठी वेळ अवश्य काढा. हे नक्कीच कठीण आहे परंतु अशक्य नाही. अनुत्पादक काम, हालचाली जसे की गप्पा मारणे वा खरेदीमधून वाचविलेला वेळ आपला होऊ शकतो. बिनमहत्त्वाच्या कामांसाठी 'ना' करण्यानेसुद्धा वेळेची बचत करता येते. दैनंदिन व डोक्याची/बौद्धिक कामांची यादी वेगळी करा. मध्ये-मध्ये पाच ते वीस मिनिटांची मोकळीक अथवा विश्रांती असावी. म्हणजे आपली कार्यक्षमता ताजीतवानी राहावी. वाचनासाठी काही वेळ अवश्य काढावा. व्यायाम किंवा स्वतःला समाधान देणाऱ्या अन्य उपक्रमांत सहभागी व्हा. वाटेल ते असले तरी एक वेळचे भोजन कुटुंबीयांसोबत करावे. दर आठवड्याला एखादा असा उपक्रम असावा ज्यामध्ये संपूर्ण परिवार सहभागी असावा. अशा प्रकारे कौटुंबिक जीवन आनंदमयी असेल.

कित्येक लोकांची काम करण्याची जागा अव्यवस्थित असते. फक्त इच्छा असूनही स्थिती चांगली होत नाही. यासाठी आपल्याला मेहनत करावी लागते. वस्तू तात्पुरत्या इथे-तिथे ठेवणे बंद करा. अव्यवस्थितपणाचे मुख्य कारण तेच असते. हे आपल्यावर वरचढ होऊ देऊ नका. मी माझ्या खोलीतून फालतू कागद व सामान तोपर्यंत हटवितो की जोपर्यंत कोपरा न कोपरा साफ, स्वच्छ होत नाही. काही वस्तू फेकून द्यायला नको वाटतात म्हणून मी यासाठी बुधवार व शनिवार हे दिवस निश्चित केले आहेत. या दोन दिवसांत मी हे काम करतो. नेहमी टेबलाजवळून उठतानासुद्धा मी दोन-तीन फालतू कागद फेकतो.

आपल्याजवळ भरपूर आधुनिक उपकरणे आहेत. त्यांचे समग्र दिशा-निर्देश वाचणे आणि एका वेगळ्या फाईलमध्ये ठेवणे हे सर्वात चांगले असते. वापरानंतर

ते परत जागच्या जागी ठेवा. वेळो-वेळी लक्षसुद्धा दिले पाहिजे. आपण तुटक्या खिडक्यांच्या कारखान्याची कथा ऐकलीच असेल. जेव्हा पहिली खिडकी मोडली तेव्हा मालकाने त्याची पर्वा केली नाही. लोक सहज येऊ जाऊ लागले आणि हीच सवलत लक्षात ठेवून लोकांनी एक-एक करून सगळ्याच खिडक्या मोडल्या. असे यामुळे झाले की कोणीही ती पहिली खिडकी बसविण्यासाठी पाऊल उचलले नाही.

हेच सत्य जीवनाच्या इतर क्षेत्रांतसुद्धा लागू होते. लहान-लहान अडचणींच मोठे रूप धारण करतात. यामुळे जर आपण टेबलवर पत्र ठेवलेले पाहिले तर किंवा वृत्तपत्र पडलेले दिसले तर ते ताबडतोब आवरा, उचलून ठेवा. लक्षात राहू द्या - 'Every big problem was at one time a small inconvenience or a nuisance or a disturbance.'

सकाळी उठताच स्वतःचा बिछाना आवरा. घरात कपडे मग ते आपण धूत असाल किंवा नौकर ते एका जागी ठेवा. कामाला अथवा शाळेत जाणाऱ्यांचे डबे एका ठराविक वेळेत, ठराविक जागी ठेवले पाहिजेत म्हणजे ते घेण्यास सोपे होईल. अधिकांश मध्यमवर्गीय कुटुंबीयांजवळ कार किंवा स्कूटर आहे. स्वतःच्या कॅलेंडरवर त्याच्या देखभालीची तारीख अवश्य लिहा. म्हणजे आपण ती विसरणार नाही. उत्साही वातावरणात भेटवस्तूंची देवाण-घेवाण एक साधारण बाब आहे. जन्मदिवशी पाठविलेले कार्ड आपण नेहमी अगोदरच खरेदी करतो. कित्येक वेळा भेटवस्तू एकसारख्याच असतात. एक तर आपण त्या दान करा वा दुसऱ्याला भेट म्हणून द्या. फक्त लक्षात राहू द्या की ही भेटवस्तू त्याच व्यक्तीला मिळू नये ज्याने आपल्याला ती दिली आहे.

कुटुंब, मित्र व शेजाऱ्यांसोबत घालविलेला वेळ प्रेम व बंधुभाव मजबूत करतो. कुटुंबाव्यतिरिक्त मित्रांनासुद्धा थोडा वेळ द्या. मित्र आपले सहायक असतात. सामुदायिक उपक्रमांमध्ये सहभागी होताना फक्त महत्त्वपूर्ण उपक्रमांतच

भाग घ्या. जीवनात सतत काही ना काही करीत राहा. कल्पना करा की बारा लोक एका अंधाऱ्या खोलीत उभे आहेत. त्यांना सांगण्यात येते की जो खोलीच्या मध्यभागी असलेल्या खुर्चीवर पडलेली एक लाख रूपयांची बॅग शोधील, ते पैसे त्याचेच होतील. काही लोक बसल्या जागी अंदाज करीत राहतील पण काही उठून शोध घेण्यास चालू करतील आणि शोध लावणारे ते प्राप्त करू शकतील.

कोणत्याही तणावाच्या परिस्थितीत दात-ओठ खाण्याचा काय फायदा? मुक्त भावनेने त्याचे उत्तर शोधा आणि प्राप्त संधीचा फायदा घ्या. आपण निश्चितपणे त्यात यशस्वी व्हाल. कोणतीही समस्या डोईजड होऊ देऊ नका. भूतकाळ विसरून पुढे चला, विजय आपलाच आहे.

●●●

मार्गदर्शन घ्या

कित्येक वेळा आपण असा विचार करून आश्चर्यचकित होतो की काही व्यक्ती त्यांच्या जीवनात मनोवांछित यश कसे मिळवितात? भाग्य नेहमी त्यांना योग्य वेळी मदत करते का ? याविषयी येथे त्यांचे रहस्य प्रकट केले आहे. ते फार चांगले संवादपटू असतात कारण काम करून घेण्यासाठी वार्तालापाची कला येणे व त्यात पारंगत असणे आवश्यक आहे. सर्वांत मोठी अडचण हीच आहे की काही लोक स्वतःच्या या दुर्बलतेला स्वीकार करीत नाहीत. आपल्या दैनंदिन जीवनात बहुधा हे नेहमी असे घडते. माझा मित्र महेशला विस्मरण किंवा चुकीच्या संभाषणामुळे अनेक वेळा रेल्वे वा विमान सोडावे लागले आहे. योग्य संवाद व वार्तालाप आपसांत संबंधित आहे. जर आपण एक चांगले श्रोता असाल तरच सांगितलेली गोष्ट ऐकू शकता. अति बोलणे वा अति कमी बोलणेसुद्धा अनेक वेळा संभाषणाला अवघड करते. एक चांगला संवादकर्ता होण्यासाठी आपल्याला एक चांगला वक्ता किंवा श्रोता बनावे लागेल. असे कधीही समजू नका की समोरचा मनुष्य आपल्याला चांगल्या तऱ्हेने समजू शकतो. आपण या नियमाचे पालन करू शकता, जो पोलीस किंवा सैन्यात वापरला जातो. तेथे स्पष्टपणे विचारले जाते की सर्वांनी आदेश ऐकला किंवा नाही? श्रोत्यांना कोणताही प्रश्न किंवा संशय मिटविण्याचा पूर्ण अधिकार आहे. व्यवहारी दृष्टीने असे करणे शक्य नाही परंतु आपण मित्र वा सहयोग्याला शेवटी स्वतःच्या बोलण्याचा निष्कर्ष परत सांगू शकता. दुसऱ्यांना समजून घेणे अथवा समजावणे दोन्हीही प्रयत्न व एकाग्रता यांची मागणी करतात. यामुळे गैरसमज होण्याची शक्यतासुद्धा कमी होते. स्वतःच्या

संभाषण क्षमतेमध्ये नेहमी सुधारणा करा. हे तेव्हाच शक्य होईल जेव्हा आपण स्वतःच्या बोललेल्या शब्दांवर पूर्ण लक्ष ठेवा.

नैसर्गिक अंतर्ज्ञान :- ईश्वराने आपल्यापैकी प्रत्येकाला नैपुण्य, स्वनात्मकता व योग्यता भेटवस्वरूप दिली आहे. यश मिळविण्याकरिता स्वतःमध्ये लपलेली प्रतिभा उजेडात आणणे आवश्यक आहे, जे आपल्या ईश्वराकडून वरदान म्हणून मिळाली आहे. ते लोक जे यशस्वी आहेत त्यांनी स्वतःच्या नैसर्गिक क्षमता ओळखल्या व जोपासल्या. अधिकांश लोक यांना ओळखण्यात असमर्थ असतात. आणि हळू हळू ही प्रतिभा लुप्त होते. अनेक लोक भीतीमुळे हिचा उपयोग करीत नाहीत. यशस्वी व्यक्ती स्वतःची सृजनात्मकता चांगल्या कामांसाठी वापरतात. कोणतीही व्यक्ती स्वतःच्या काम करण्याची नैसर्गिक पद्धतीच्या माध्यमातून स्वतःची रचनात्मकता ओळखू शकते. तेव्हा आपल्याला मिळालेल्या माहितीला आपल्या क्षेत्रात उपयोगात आणले पाहिजे. हे मानवी संबंध अथवा कला किंवा सभ्यतेच्या क्षेत्रात होऊ शकते. या पद्धतीने प्राप्त ज्ञान व माहितीद्वारे आपण स्वतःची क्षमता व योग्यतेचा विस्तारसुद्धा करू शकता. यशाच्या मार्गात येणारे अडथळे दूर करू शकता. मी स्वतःविषयी जाणतो की मी दुपारी चांगल्या पद्धतीने काम करतो. कारण मला सकाळी उठणे कठीण वाटते. म्हणून मी कधीही नाश्त्याचे निमंत्रण स्वीकारीत नाही आणि मुख्य काम दुपारी आखतो.

आवडण्यायोग्य बना :- यशस्वी व्यक्तीच्या जीवनाचे अमोल रहस्य हे आहे की त्याच्यात सर्व काही आवडण्याची योग्यता असते. ते स्वतःच्या या योग्यतेचा पूर्ण उपयोग करणे जाणतात. मुलांच्या रूपात आपल्यातसुद्धा ती योग्यता असते परंतु वेगवेगळी परिस्थिती, निराशा व बुद्धिभ्रंश आपल्याला दुःखी व रुक्ष बनवितो. एक बाब निश्चित आहे की यश निराश आणि दुःखी व्यक्तीजवळ कधीही जात नाही. सकारात्मक, प्रामाणिक, वाखाणण्यायोग्य व संवेदनशील असल्यामुळे आपण दुसऱ्यांचे सहकार्य व समर्थन स्वतःकडे आकर्षित करतात. जर सर्व काही नियोजित पद्धतीने चालू नसेल तरीसुद्धा सकारात्मक राहण्याचा प्रयत्न करा.

यशस्वी व्यक्ती होण्यासाठी आपल्यात हे गुण असणे अत्यंत जरुरी आहे.

आपल्या रुक्ष, चिडचिड्या सवयी व वागणे ओळखा आणि त्यात सावधपणे सुधारणेचा प्रयत्न करा. या दिशेने जर तीन-चार आठवडे सातत्याने प्रयत्न केले तर त्यात पुरेशी सुधारणा होऊ शकते.

बुद्धिमत्ता, त्वरित विचार क्षमता :- बुद्धिमत्ता व तीव्र विचार क्षमता या आधारावर आपण सहजपणे ध्येय गाठू शकता. आपण सगळे या गुणांचा भरपूर फायदा घेऊ शकतो. अपुऱ्या विचाराच्या पुढे जाऊनच या विषयी विचार करता येतो. याचे पहिले पाऊल आहे की आपण आपल्या योग्य जागा ओळखा आणि तेथे पोहचण्याचे प्रयत्न करा. बुद्धिमत्ता व क्षमतेचे गुण मिळविण्यासाठी स्वतःचे स्वतःला सतत कार्यप्रवण करा की आपल्या सफलतेमध्ये कोणत्या अडचणी येत आहेत. असे हे यामुळे होते की आपण स्वतःची मानसिक संकुचित अवस्था व चुकीच्या मतप्रणालीसोबत कामाची पुनरुक्ती करीत आहात. जर आपण एकच काम एकाच पद्धतीने करीत असाल तर कधीही वेगळे परिणाम प्राप्त होणार नाहीत. त्वरित विचार क्षमता आपल्याला ऊर्जा देते. रुढीवादातून बाहेर पडून यशाच्या शिखरापर्यंत पोहचण्यासाठी नव्या व चांगल्या पद्धती शोधता.

सक्षमता :- पराजयाचे एक मुख्य कारण आहे जीवनातील अहम्, क्षेत्रात असंतुलन होणे. अति व कमी काम करणे, सगळा वेळ करमणूक वा थोडा कुटुंबाला देणे, मानवी संबंधाविषयी उपेक्षा वा आरोग्याची लापरवाही वा अत्याधिक खाणे-पिणे किंवा स्वगत भाषणाच्या रूपात होऊ शकतो.

संतुलन व समानतेची स्थिती एक अशी आदर्श स्थिती आहे जेथे आपण जीवन संतुलित रूपात प्राप्त करतो. यामुळे नवीन संधी मिळण्याचा मार्ग आणखी सहज होतो. आपण जेथे आहात आणि जेथे पोहचू इच्छित आहात यामधील अंतर सहजपणे पार करू शकतो. जर आपण या गुणाचा सराव नाही केला तर जास्त प्रभाव संवादित करू शकणार नाही आणि सध्याच्या परिस्थितीमध्ये स्वतःच्या भूमिकेविषयी संदिग्धच राहाल.

अंतर्गत मार्गदर्शक :- यशस्वी लोक सतत स्वतःची स्वतःला पृच्छा करतात की ते जीवनाच्या सध्याच्या चांगल्याकडे जाण्यासाठी काय करू शकतात?

ते स्वतःलाच हा प्रश्न नेहमी विचारतात की जे जीवनात काम करू इच्छितात आणि ध्येयापर्यंत जाण्यासाठी त्यांना कोणत्या योग्यता व क्षमता विकसित केल्या पाहिजेत. जोपर्यंत आपण सगळे हे प्रश्न व यांच्या उत्तरांविषयी सावध होत नाही तोपर्यंत आपण यशस्वी आणि आनंदी होऊ शकत नाही. या जिज्ञासेच्या अभावी आपण सतत चुकीची कारणे आणि पद्धतींनीच चूक काम करीत राहू. पूर्व नियोजित पद्धतीने काम केले तर चूक होण्याची शक्यता आपोआपच कमी होते. कित्येक वेळा आपला अंतर्गत मार्गदर्शक निवड करण्यात मदत करू शकतो. आपल्या अंतरात्म्याचा स्वर ओळखणे हे केंव्हाही चांगले असते. यश हा निरंतर चालणारा प्रवास आहे. या प्रवासादरम्यान मध्येच थांबून विश्रांती घेण्याचा विचार सोडून द्या. हा तर निरंतर पोषण व प्रयत्नाची मागणी करतो.

●●●

एक अविस्मरणीय अनुभव

अनेक वेळा आपण भविष्यासाठी सांभाळून कागदांच्या भाराखाली दबतो. यामध्ये इंटरनेटमधून प्राप्त झालेले साहित्य, शाळा वा कॉलेजचे काही दस्तावेज आणि काही रोचक वृत्तपत्रांची पाने वा त्यांचे कात्रण सामील असू शकते. माझ्याजवळ आजसुद्धा ते फोटो आहेत जे सन् 1965 मध्ये वर्तमानपत्रांत प्रसिद्ध झाले होते. एवढे कागद सांभाळून ठेवण्यात त्रास असा होतो की कित्येक वेळा गरज पडल्यानंतर जुनी कागदपत्रे सापडत नाहीत. स्वतःचे कागद आणि जीवन व्यवस्थित करणे-ठेवणे यासाठी खालील सूचनांकडे लक्ष द्याः-

1. नोट पॅडः- आपण कोठेही असाल, आपल्याजवळ एक लहान डायरी व पेन अवश्य पाहिजे. जेव्हा मेंदूत एखादा विचार येईल तो लिहा यामुळे आपल्या मेंदूवर सगळे लक्षात ठेवण्याची जिम्मेदारी राहणार नाही आणि एखाद्या विशेष मुलाखतीची वेळसुद्धा लक्षात राहील. मी नेहमी स्वतःजवळ मायक्रो कॅसेट रेकॉर्डर ठेवतो. आणि त्यात आवश्यक बोलणी टेपसुद्धा करतो. नंतर काम सुरू करण्यापूर्वी ते परत एक वेळ ऐकतो. या पद्धतीने आपण ती सगळीच कामे करू शकाल जी आपण वेळेआभावी व विस्मरणामुळे करू शकत नव्हता.

2. टेलिफोन :- टेलिफोन संभाषणाच्या सशक्त माध्यमांपैकी एक आहे. माझा एक सहकारी मित्र याला सांमाजिकता निभावण्याचे यंत्र म्हणतो. तो दुसऱ्याशी टेलिफोनवर बोलताना अर्धा तास तरी फोन बंद करीत नाही. अधिकांश लोक त्याच्या या दीर्घ स्वगत भाषणामुळे चिडतात. एक दिवस मी कोठे जाण्यासाठी तयार होत होतो की त्याच्यासाठी फोन आला. मी त्याला स्पष्ट शब्दांत सांगितले की मला बाहेर जायचे आहे आणि उशीर होत आहे पण त्याने त्याकडे लक्ष दिले नाही. मला चांगल्या तऱ्हेने माहीत होते की तो सतत बोलत राहील आणि मला

फक्त हो-हो एवढेच म्हणायचे आहे. मी माझ्या नौकराला फोनजवळ उभा केले जो सतत 17 मिनिटांपर्यंत बोलणे ऐकून जी, जी हो वगैरे म्हणत राहिला. या दरम्यान मी कपडे व बूट घातले, पगडी बांधली आणि एक कप चहासुद्धा घेतला. तेव्हा मी नौकरापासून फोन घेतला व मित्राला सांगितले की माझी पत्नी माझी वाट पाहत आहे, मला जावेच लागेल. त्याला कधीच कळाले नाही की त्या दिवशी फोनवर माझ्या नोकराशी बोलत होता.

स्वतःचे फोनवर बोलणे थोडक्यात आटपा. आपण फोनसाठी वेळ निश्चित करावा आणि तसेच वागा. आपण फोन पलीकडे असलेल्या व्यक्तीला कमी वेळेबाबतीत सांगू शकता. या तऱ्हेने आपण फोन कॉल लवकर संपविण्याची दुविधा व तणावांपासून सुटका करून घेऊ शकता. या पद्धतीने फोन करणारासुद्धा ताबडतोब आपल्याशी बोलेल ज्यासाठी त्याने फोन केला होता.

अनेक प्रसंगी आपल्याला प्रवासादरम्यान व फोनवर दुसऱ्याच्या आगमनापर्यंत वाट पाहावी लागते. यावेळेचा आपण सदुपयोग करू शकतो. मीटिंगमध्ये वरिष्ठांची वाट पाहणे असो वा यजमानाला तयार होण्यासाठी लागणारा वेळ या काही क्षणांत आपण एखादी योजना बनवू शकता, काही वाचन करू शकता वा आसपासच्या सफाईकडे लक्ष देऊ शकता. एखादा मित्र वा परिवारातील सदस्याची प्रशंसा अवश्य करा. प्रशंसा करण्यास उशीर करू नका. स्वतःच्या दैनंदिन यादीमधील कामे टाळू नका. सर्वात कठीण व नीरस काम सर्वप्रथम करा. या कामाला आपण सोयीनुसार लहान-लहान भागांत विभागू शकता.

'मला पाहिजे' किंवा 'मला वाटते' वाक्यांचा उपयोग जास्त प्रमाणात करू नकाः- या वाक्यामध्ये लवचिकतेला फार कमी प्रमाणात वाव आहे. यापेक्षा दुसऱ्यांच्या भावनांची तारीफ करा. कोणत्याही दुसऱ्या भाषेऐवजी 'माझा सल्ला आहे' अशा वाक्यांच्या उपयोगाने आपण इतरांच्या भावना प्रोत्साहित करू शकता. तरी स्वतःचे विचारसुद्धा नम्रतापूर्वक प्रस्तुत करण्यास मागे हटू नका. असे एखादे काम जे करण्यासाठी आपल्याजवळ वेळ नाही ते इतरांना वाटून द्या किंवा एकाद्याची मदत घ्या.

कागदाच्या एका तुकड्याचा उपयोग एकाच वेळी करा मग तो वाचन करण्यासाठी असो वा लिहिण्यासाठी किंवा एखाद्या दुसऱ्या कामासाठी, यानंतर तो कचराकुंडीत टाकून द्या. स्वतःच्या टेबलावर कागदाचा असा ढीग साठू देऊ नका जो नंतर आवरण्यासाठीची योजना मेंदूत असावी.

एक पद्धत किंवा प्रणाली स्वीकारा :- एका प्रभावी प्रणालीआभावी आपण सगळे वस्तू शोधण्यास भरपूर वेळ वाया घातवितो. स्वतःचे कार्य व जीवनशैलीनुसार काम करण्याची पद्धत स्वीकारा. आपल्याला आपल्या वेळेची बचत करता येईल.

आनंदी मोके हातातून निसटू देऊ नका:- असे निश्चित करा की आपण आपले मनोरंजन, विश्रांती व आनंदाकरिता काही थोडा वेळ अवश्य काढू. हे तीस मिनिटांचे वाचन-लेखन किंवा एक चांगले स्नानसुद्धा होऊ शकते. स्वतःकरितासुद्धा मुलाखतीचा वेळ निश्चित करा आणि हा रद्द करू नका. वाटल्यास 15-20 मिनिटे फिरण्याचा वेळ असला तरी ते पूर्ण अवश्य करा.

अनिश्चिततेला आमंत्रित करा:- अनिश्चिततेमध्ये भरपूर रोमांच व मजा लपलेली आहे. तेव्हा तर ती लोकांना शोध-संशोधनासाठी प्रेरित करते. अशा क्षणी उद्वेग एक मोठी अचडण बनतो. 'टाईम' मॅगझिनने यू.एस.ए. ला 'America the anxious' म्हटले आहे. हे भारतासारख्या देशाला एकदम लागू पडते. जगात अतिवेगामुळे अनिश्चिततेमध्ये नाटकीय पद्धतीने वृद्धी झाली आहे, मग ते युद्ध असो की आतंकवाद असो किंवा चांगल्या नौकरीचा शोध. हे आपल्यावर अवलंबून असते की आपण जीवनासमोर आलेली परिस्थिती कशी सांभाळतो? जर आपली इच्छा असेल तर एक समृद्ध, समाधानकारक व शांती आणि उद्देशपूर्ण जीवन मिळवू शकतो.

हृदयाला मुक्त ठेवा :- याचा अर्थ आहे की हृदयाला इच्छेप्रमाणे मुक्त राहू द्या. ज्या वस्तूवर आपले नियंत्रण नाही, त्या त्याच रूपात स्वीकारा. वस्तू विविध रूपात मिळणे व स्वीकारण्याची इच्छा हीच आपल्यासाठी दुःख व त्रासाचे कारण बनते. आपण सर्वांनाच आरोग्य हवे आहे. परंतु अनेक वेळा जीवन आपल्याला हे सगळे देत नाही जे आपल्याला पाहिजे. एका चांगल्या जगाची कल्पना आपण स्वतःलाच साकारावी लागेल. जेव्हा आपले स्थितीवरचे नियंत्रण गेले तर आपल्याला आपल्यात विश्वास निर्माण करावा लागेल की आपण वाईटपणा हा चांगुलपणात बदलण्याची क्षमता बाळगून असतो. कधीही स्वतःला जीवन व स्थितीकडून पराजीत मानू नका.

●●●

प्रभावी संभाषण

आपली चर्चा व वार्तालापाचा मुख्य उद्देश बहुमुखी असू शकतो. जर हा व्यवसायिक संवाद किंवा चर्चा असेल तर उद्देश स्पष्टपणे संवादित झाला पाहिजे म्हणजे निश्चितपणे ध्येय प्राप्त केले जाऊ शकते. जर हा सामाजिक वार्तालाप असेल तर आपण आपली चांगली छाप पाडू इच्छितो. जर आपण एखाद्याला मुलाखत देत असू तेव्हासुद्धा ही बाब खूप महत्त्वाची ठरते कारण मुलाखतकर्ता आपल्या योग्यतेची पारख करू इच्छितो. चांगल्या बोलण्याच्या कलेचे जाणकार प्रत्येक सामाजिक समारंभात स्तुतियोग्य ठरतात. विचारांच्या देवाण-घेवाणासाठीसुद्धा संभाषणाची कला परिणामकारक असणे आवश्यक आहे. अशा व्यक्तीबरोबर चर्चा/गप्पा करताना सगळेच आनंदी असतात. कोणत्याही बाजूने आनंदप्राप्ती हाच मुख्य उद्देश असला पाहिजे. माझा स्वर्गीय मित्र बुटासिंह संभाषणाच्या कलेत एवढा पारंगत होता की त्याच्या सोबत घालविलेला प्रत्येक क्षण मला जिवंत वाटायचा. विनोद व स्पष्टपणा त्याच्या स्वभावातच होता जेव्हा की हेसुद्धा लक्षात घेण्यायोग्य सत्य आहे की तो फक्त नावालाच सुशिक्षित होता आणि मानवीय स्वभावाचा एक गूढ जाणकार होता.

संवादांद्वारे आपण विचार संपादित करतो ज्यामुळे लोक आपल्या जास्त निकट येतात. चर्चा किंवा संवादामुळे दुसऱ्या व्यक्तीला चांगल्या रूपाने जाणता येते. व्यवसाय असो अथवा विक्री, वार्तालाप एक अमूल्य कला आहे ज्याद्वारे आपण

स्वतःला व्यक्त करू शकतो. एक चांगला संभाषणपटू दुसऱ्यांचा विश्वास व समर्थन प्राप्त करण्यात यशस्वी राहतो. संवादाद्वारे कोणत्याही व्यक्तिमत्त्वाच्या अनेक बाजूंची ओळख करून घेता येते. जर आपण बोलण्याच्या कलेत निष्णात असाल तर योग्य प्रश्न विचारून दुसऱ्या व्यक्तीच्या कोणत्याही घटनेसाठी जबाबदारी निश्चित करू शकता.

चांगली संवाद क्षमता मित्रता वाढविते. याच साधनाद्वारे व्यक्ती स्वतःचे विचार स्थापन करतो. या विषयात फिल्म उद्योगाचे उदाहरण देता येते. जेथे नायक नायिका फक्त संभाषण व मौखिक वाचन आणि प्रदर्शन क्षमतेच्या बळावर यश मिळवितात. याच तऱ्हेने टीव्ही व रेडियोवरसुद्धा वाचन क्षमता हीच एखाद्या व्यक्तीला चांगली अथवा वाईट प्रस्तुतीचे कारण बनते. संभाषण परिणामकारक बनविण्यासाठी विनोद व प्रकटीकरण कलेव्यतिरिक्त त्या विषयाची सखोल माहिती असणेसुद्धा आवश्यक आहे. हेसुद्धा आवश्यक होते की आपण एक चांगला वक्ता असण्याबरोबरच चांगला श्रोतासुद्धा व्हावे. प्रत्यक्ष जीवनात असे होते की बहुधा आपण इतरांची तमा न बाळगता स्वतःचे अनुभव व्यक्त करू इच्छितो. हे असे वागणे म्हणजे काहीसे वृत्तपत्र वाचण्यासारखे आहे, जेथे वाचक जेव्हा इच्छा होईल तेव्हा वृत्तपत्र वाचतो. वार्तालापाची कला साध्य झालेली असल्यामुळे आपण एक चांगले मध्यस्थ बनू शकता. घरी असो वा बाहेर मनुष्याला नेहमीच मध्यस्थाची भूमिका पार पाडावी लागते. घरी वा कार्यालयात जाण्यासाठी कोणत्या वाहनाचा उपयोग करावा? आपण काय खावे? कोणाला निमंत्रण द्यावे? अशा प्रकारचे निर्णय नेहमी घ्यावे लागतात. संभाषण कला परिणामकारक बनवून आपण कोणत्याही क्षेत्रात यश मिळवू शकता.

आपण चांगले शब्द, विचार व मतांशी संबंधित प्रश्न विचारून चर्चेला सुरुवात करू शकतो. या दरम्यान दुसऱ्यांनासुद्धा बोलण्याची संधी द्या. सन 1968 मध्ये

माझ्या नौकरी दरम्यान जेव्हा आम्ही सगळे दुपारी भोजन वेळी एकत्र येत होते तेव्हा माझा एक सहकारी सतत बोलत राहायचा. दुसऱ्या कुणालाही तो बोलण्याची संधी देत नसे. परिणामी एका प्रभावशाली बैठकीचा अकाली शेवट झाला, कारण होते तोच एक मनुष्य फक्त. आपले बोलणे संवादाची देवाण-घेवाण असले पाहिजे, एकट्याचे भाषण नाही. या परिणामकारक संभाषणासाठी आपल्याला निपुणता आणावी लागेल त्यासाठी काही सल्ला/सूचना-- आधुनिक काळात स्वतःसाठी काम करायचे असो वा संघटनेसाठी, निश्चित कालावधीचे पालन करावे लागते. ई-मेल, फोन व टपाल वगैरे इतर व्यवधानेसुद्धाअपेक्षित असतातच, जरी हस्तक्षेप काही क्षणांचा असला तरी एकाग्रता भंग पावते. आपल्याला या हस्तक्षेपापासून सुटकेचा शक्य तो प्रत्येक प्रयत्न केला पाहिजे. जर आपण याकडे लक्ष नाही दिले तर आपल्या संपूर्ण दिवसाची योजना मातीत मिळू शकते.

एक डायरी घ्या. एक यादी तयार करा की आपण कोणत्या तारखेपर्यंत कोणते काम पूर्ण करणार आहोत. आपली यादी प्रधान्यांनुसार द्या. प्राधान्याची कामे अगोदर करा. केलेले काम यादीमध्ये काटा. काम संपविल्यानंतर टेबल साफ-स्वच्छ करा. स्वतःचे कार्यक्षेत्र नेहमी या समाधानी भावनेने सोडा की आपण आपल्या वेळेचा जास्तीत जास्त उपयोग करून पुरेसे काम केले आहे.

दिवसा आपले जरुरी व अनावश्यक कामांच्या आधारावर काम करण्याचा विचार वाईट नाही. हा दृष्टिकोन परिणामकारक राहील. आधुनिक काळाची मागणी वाढत चालली आहे. आपल्याला स्वतःचे आणि इतरांशी केलेले वचन निभवावे लागते.

व्यवधान तर आवश्यकच आहे पण ही सतत चालणारी हस्तक्षेपाची प्रक्रिया थांबविणे अति जरुरी आहे. आपल्या बाकी कामांची आठवण हीच चालू कामावर एकाग्र होऊ देत नाही. फक्त स्वतःच्या गरजा ओळखा. आवश्यक कामांकडे

सर्वात अगोदर लक्ष द्या. खऱ्या ओळखीसाठी आपला दृष्टिकोनसुद्धा तसा असणे आवश्यक आहे. नियोजन फक्त दिवस व आठवडे नाही तर वर्षांसाठी करणे आवश्यक आहे. नेहमी आपल्याला दीर्घकालीन नियोजनासोबतच अल्पकालीन नियोजनावरसुद्धा लक्ष द्यावे लागते. नियोजनच स्वच्छ, सुंदर प्रतिमा उभी करू शकते. जर आपण याकडे लक्ष दिले नाही तर अनावश्यक कामात गुंतून पडाल. नियोजन दीर्घकालीन असो वा अल्पकालीन आपल्या दृष्टिकोन उचित असला पाहिजे.

●●●

नैपुण्याची कला

आपल्याला ठाम विश्वास हवा की आपल्याला सध्यापेक्षा चांगले जीवन जगण्याचा हक्क आहे. लहान आरंभापासूनच फक्त असे करणे शक्य आहे. जीवनात काहीही मिळविण्यासाठी ऊर्जेची आवश्यकता असते, जेवढी जास्त ऊर्जा आपण तेवढ्याच जास्त क्षमतेने काही तरी मिळवू शकू. आपला प्रयत्न नेहमी हाच असावा की आपण जास्त ऊर्जा मिळवू शकू. चांगल्या आरोग्यासाठी चांगले खाणे-पिणे असणे अत्यंत आवश्यक आहे. चांगल्या पोषणानेच ऊर्जा प्राप्त होते.

माझे निरीक्षण असे आहे की जेव्हा मी बराच वेळ पाणी किंवा अन्य द्रव पदार्थ घेत नाही तेव्हा स्वतःला निस्तेज अनुभवतो. द्रव पदार्थ म्हणजे माझ्या म्हणण्यातले सॉफ्ट ड्रिंक अभिप्रेत नाही जे बाजारात भरपूर प्रमाणात उपलब्ध आहे. डॉक्टर आपल्याला एका दिवसात दोन लिटर द्रव पदार्थ, सात ते आठ तासांची गाढ निद्रा आणि कमीत कमी पंचेचाळीस मिनिटांच्या व्यायामाचा सल्ला देतात. दीर्घ श्वासोच्छवास करणेसुद्धा तणाव कमी करण्याचा एक सुलभ उपाय आहे. मी सकाळी फिरण्याबरोबरच दीर्घ श्वासोच्छवास करायचे विसरत नाही.

ऊर्जा पातळीत परिवर्तन करून जीवनस्तरात सुधारणा करू शकता. जर आपण दिवसअखेरपर्यंत एखादे सार्थक काम नाही करू शकलात तर स्वतःला असमाधानी अनुभवता. आपल्याला सावधानतेने पाहावे लागेल की आपण आपला वेळ कोठे व कसा घालवायचा? बऱ्याच काही गोष्टी अशा आहेत की ज्यात आपल्या ऊर्जेचे नुकसान होऊ शकते. भांडखोर पती अथवा पत्नी, निरुत्साहित आणि चिडखोर वरिष्ठ, भांडखोर शेजारी वा तणावपूर्ण संबंध आपली ऊर्जा वाया घालवू शकतात. घर व कार्यक्षेत्रात बहुधा कोलाहलाचे वातावरण आढळून येते. आपल्याला अशी

पुस्तके, जुने कपडे व कागद आणि असेच सामान फेकून द्यायची सवय करा म्हणजे काम करण्याचे टेबल साफ-स्वच्छ राहील. आपल्याला भूतकाळापेक्षा वर्तमानात जगले पाहिजे.

विलासपूर्ण जीवनात अशा वस्तू येतात ज्या आपले खाणे-पिणे, घर कपडा, रोजच्या गरजा वस्तू व्यतिरिक्त आहेत. काही मध्यमवर्गीय अशा वस्तू देखाव्याकरिता उधार आणि हप्त्यांवर खरेदी करतात. जेव्हा ते वेळेचे वेळी हप्ते भरू शकत नाहीत आणि स्वतःचे उत्पन्न कमी समजतात तेव्हा जीवनात तणाव व उद्वेग वाढतो.

हे मात्र निश्चित आहे की अशा वस्तू आपले जीवन बदलू शकत नाहीत. आपल्या घरात एक चांगली व्यायाम करण्याची जागा व वजन करणारे यंत्र असणे शक्य आहे. पण अशा वस्तू व्यायाम करण्याची प्रेरणा नक्कीच देत नाहीत. एक डिजिटल डायरी अथवा कॉम्प्युटरच्या मदतीने आपण वस्तू टाळण्याच्या या सवयीतून सुटका करू घेऊ शकता.

आपल्याला काय हवे ते ठरविण्यासाठी भरपूर वेळ द्या. शंभर टक्के एकाग्रता हीच फक्त आपल्याला ध्येयाजवळ घेऊन जाते. असे समजा की आपण सर्वांपेक्षा चांगले काम करीत आहात. यामुळे आपल्याला चांगल्या ऊर्जेची प्राप्ती होते. अर्धवट कामात आपणास समस्या निर्माण होऊ शकतात. फक्त वर्तमान योजनांवरच पूर्ण लक्ष केंद्रित करा. आपण ई-मेल व फोनचे आन्सरिंग मशीन काही वेळा नंतरसुद्धा तपासू शकता. इतरांयी वार्तालाप करते वेळीसुद्धा यात तंत्राचा स्वीकार करावा. दुसऱ्यांना अडथळे दिल्याशिवाय ऐकून घेण्याची सवय करा. निर्धनतासुद्धा एक असे ध्येय आहे ज्यामुळे आपल्या ऊर्जेचा क्षय होतो. जोपर्यंत कोठे चांगली नौकरी मिळत नाही, जेथे कोठे काम करीत आहोत तेथे पूर्ण एकचित्ताने काम करा. भारतात तशा रोजगाराच्या संधी कमीच आहेत. स्वतःच्या प्रत्येक कामात आनंद शोधा. आर्थिक नियोजनाद्वारे आपण यावर काबू मिळवू शकता.

अधिकांश युवावर्ग कर्जाविषयी विचार करीत नाही पण हे प्रत्यक्ष वा अप्रत्यक्षपणे आपल्यावर परिणाम अवश्य करतो. अनेक वेळा कर्ज घेण्यासाठी आपण विवश असतो. जर असे असेल तर त्याला आर्थिक योजनेचा एक भाग बनवा. कर्ज घेताना तपासून पाहा की व्याजाचा दर काय आहे, आणि आपल्याला

परतफेड केव्हा करायची आहे. जर आपण क्रेडिट कार्ड वापरीत असताल तर त्या ऐवजी डेबिट कार्ड वापरा. ज्याचा अर्थ आहे की आपण बँकेचा नाही, स्वतःचाच पैसा खर्च करीत आहात. स्वतःच्या कर्जफेडीविषयी तत्पर राहा.

स्वतःचे प्रत्यक्ष उत्पन्न दररोज होणाऱ्या खर्चांविषयी प्रामाणिक राहा. तरच आपण कर्ज व तणावमुक्त जीवनाचा आनंद घेऊ शकता. जेव्हा मी उधार घेतो किंवा देतो तेव्हा स्वतःला अस्वस्थ अनुभवतो. माझे स्वतःचे मत असे आहे की माझ्यासाठी अनेक व्यक्तिगत कौटुंबिक समस्या निर्माण होऊ शकतात. म्हणून त्या निपटणे हाच माझा पहिला प्रयत्न असतो. सन 1978 मध्ये मी घर बांधण्याकरिता ऐंशी हजार रूपयांचे कर्ज घेतले. मानसिक शांती मिळविण्यासाठी मी ते भविष्य-निधीतून पैसा काढून, मुदतीपूर्वी फेडले. माझा मित्र म्हणाला की मी त्या पैशावर व्याजाची रक्कम कमावली असती. परंतु माझे उत्तर हेच होते की कर्ज जेवढ्या लवकर फिटेल तेवढेच चांगले असते. कर्जदार होणे माझ्या जीवन तत्त्वांच्या विरोधी होते.

या योजना लक्षात ठेवून जेथे आपला पैसा वाढू शकतो. सन 1990 मध्ये अनेक कंपन्या व बँकांनी अशा योजना आपल्या ज्यात एकदा जमा केलेल दोन हजार पाचशे रूपये जे की पंचवीस वर्षांनंतर एक लाख रूपये होतील. काही काळानंतर योजना ठप्प झाली पण मी स्वतःची बचत करीत राहिलो. कारण मी दरमहा स्वतःच्या पगारातून शंभर रूपये वाचवीत होतो. बचत नेहमीच लाभदायक असते. मासिक खर्चांत कपात करा व उत्पन्नात 10 ते 20 टक्क्यांपर्यंत बचत अवश्य करा. जर आपण एखादे कर्ज घेतलेले असेल तर वेळोवेळी बाकी परतफेडीची पाहणी करा.

आपल्याला वेळोवेळी याचा अनुभव आला असावा की आपली आर्थिक स्थिती कशी आहे? आपण स्वतःमध्ये खर्च करण्याच्या वाईट सवयी आहेत का? संपत्ती स्वतःची काळजी घेईल असे आपण समजतो का? एक गोष्ट सत्य आहे की आर्थिक स्वातंत्र्य हेच प्रत्यक्षात स्वतंत्र बनविते. संपत्ती आपल्यासाठी अनेक बंद दरवाजे उघडते. आर्थिक स्वातंत्र्य व सुरक्षित जीवन मिळवू इच्छितो तर वेळो-वेळी वित्तीय व्यवस्थेकडे लक्ष द्या आणि आवश्यकता पडल्यानंतर त्यात परिवर्तन करा.

●●●

कर्जमुक्त राहा

सक्रिय जीवनाच्या शेवटी येईपर्यंत आपण सर्वांना आरामदायक जीवनाची इच्छा होते. अशा स्थितीमध्ये आपण कोणावर तरी अवलंबून राहण्याऐवजी आपण आपली देखभाल करण्याची इच्छा ठेवतो. सर्व लोकांची इच्छा असते की मृत्यूनंतर मुलांसाठी काही तरी ठेवून जावे. एका नियोजित पद्धतीने असे लक्ष्य पूर्ण करता येते. मी काही एखादा आर्थिक सल्लागार नाही पण आपल्याबरोबर काही अनुभव वाटून घेऊ इच्छितो ज्यांचा मला फायदा झाला. भारतात आर्थिक सल्लागार एकाहून एक सरस योजनांचा सल्ला देऊ शकतात. या विषयी अगोदरच सल्ला घेतला पाहिजे म्हणजे आपण करामध्ये सूट वा वरिष्ठांना दिलेले अधिकार प्राप्त करू शकू.

ताबडतोब बचत सुरू करा. जरी आपण दरमहा आपल्या उत्पन्नाच्या दहा टक्के जरी बचत करू शकला तरी करा. चक्रवाढ व्याजाचे सूत्रसुद्धा एकमेव आहे. जर आपण हे कंपाउंड व्याजदराने ठेवले तरी आपण वाढणाऱ्या संपत्तीपैकी थोडी मिळवू शकतो. बचतीचा अर्थ आहे आपले स्वतःचे कुटुंब व मुलांची सुरक्षितता. वीस ते तीस वर्षांत कंपाउंड व्याज भरपूर वाढते. सर्वप्रथम आपल्याला जीवनात शिस्त आणावी लागेल. म्हणजे आपण आपल्या उत्पन्न-खर्चांवर नियंत्रण व संतुलन करू शकू. आपण स्वतःच स्वतःशी वचनबद्ध व्हावे लागेल की आपण उत्पन्नापेक्षा कमी खर्च कराल. या विषयात चुका करून सुधारण्यापेक्षा जाणत्या व अनुभवी लोकांचा सल्ला घेण्यात काही वाईट नाही. शेवटी आपल्यालाच चांगल्याची निवड करायची आहे. सर्व माहिती एकत्र जमा केल्यानंतरच एखादा निर्णय घ्या. लक्षात ठेवा की कोणतेही काम करण्याची फक्त एकच पद्धत नसते, त्यामुळे जर आपल्याला

एखाद्याचा सल्ला नाही आवडला तर स्वतःच्या बुद्धीनुसार निर्णय घ्या. उधारीच्या चक्रात अडकू नका. हे आपले भविष्य, बँक बचत, मानसिक व शारीरिक आरोग्यासाठी घातक ठरू शकते. जर आपल्या जीवनात आपण कर्जाला स्थान नाही दिले तर आपण शांत व आनंदी राहाल हे तेवढेच सत्य आहे.

मोठ्या प्रमाणात लोक असेही म्हणू शकतात की कर्जाअभावी ते कधीही नवीन मॉडेलची कार वा घराची खरेदी करू शकत नाहीत. जर कर्ज घ्यावेच लागले तर स्वतःच्या उत्पन्नाचे एकूण हिशोब पाहून निष्कर्ष काढा की आपण विना कोणत्याही मानसिक दबाबाच्या दरमहा कर्जहप्ता फेडू शकतो का ? जर आपले उत्पन्न कर्जफेडीस अक्षम असेल तर या बाबतीत दोन वेळा अवश्य विचार करा. अनेक वेळा कर्ज देणाऱ्या बँक अथवा कंपन्या परतफेड नाही झाली तर वस्तूंचा ताबा घेतात. अशा प्रकारे आपली अर्धवट फरतफेड व वस्तू दोन्हीला आपल्याला मुकावे लागेल. लक्षात ठेवा की कर्ज कधीही आपले जीवन सुखी होऊ देणार नाही.

व्यक्तिगत मीसुद्धा जास्त खर्च करणे पसंत करतो. नगदी खरेदी करून मी उधारीच्या दडपणापासून दूर राहतो. प्रत्यक्षात कर्ज देणाऱ्या बँकांची कमतरता नाही. शक्य तेवढ्या सर्व प्रयत्नांनी लोकांना कर्ज घेण्यासाठी उद्युक्त करतात. मला एकदा टेलिफोनवर एका बँक कर्मचाऱ्याने सांगितले की आमची बँक आपल्याला पैसा देऊ इच्छिते. मी त्याला धन्यवाद देऊन विचारले की बँक कशामुळे पैसा देऊ इच्छिते? त्याने सांगितले की हा पैसा आपल्याला सवलतीच्या अटीवर कर्ज रूपात दिला जाईल. मी उत्तर दिले की मला आपल्या पैशांची आवश्यकता नाही. यामुळे माझ्या मागील फोनचा ससेमिरा बंद झाला. आपणसुद्धा अशा समस्या मिटविण्यासाठी कोणत्याही युक्तीचा अवलंब करू शकता.

युवा वर्ग उत्साही तर वृद्ध लोक थोडे रूढीवादी असतात. माझ्या एका निकटवर्तीयाने धोके पत्करून भरपूर पैसा कमावला तर दुसरीकडे एक वृद्ध.जो एकदम याविरोधी आहे. युवा ताबडतोब, अति वेगाने श्रीमंत होऊ पाहातात. आणि वृद्ध पैसा सुरक्षित ठेवण्यावर विश्वास ठेवतात. युवा व्यक्तीच्या समोर फार मोठे आयुष्य असते तरीही हे खरे आहे की तो कोणताही धोका नुकसान होण्याची

पर्वा न करता संपत्ती वाढवू इच्छितो. यामुळेच ते एवढे आक्रमक असतात. जीवनात चढ-उतारसुद्धा भरपूर येतात. पण संपत्ती सुरक्षित ठेवण्याचा हा काही चांगला मार्ग नाही. धोके पत्करण्यात वाईट काही नाही पण याचीसुद्धा एक मर्यादा असणे आवश्यक आहे.

उत्पन्न प्राप्तीसाठी विमासुद्धा एक चांगले साधन आहे. जर आपण विम्याचा काळ जिवंत राहिलात तर आपण जमा केलेल्यापेक्षा जास्त रक्कम मिळवू. जर आपण नाही राहिलात तरी आपले नातेवाईक एक चांगली रक्कम मिळवू शकतात. जीवन, आरोग्य, अपंगत्व, घरगुती वस्तू व वाहन वगैरेंचा विमासुद्धा उपलब्ध आहे. याचे नियोजन आपला आर्थिक सल्लागार रक्कम गुंतविण्याचे सुरक्षित मार्ग सांगू शकतो. भारतात व कित्येक अन्य ठिकाणी याबद्दल कमिशनसुद्धा मिळवितात. अनेक ठिकाणी ते आपल्या गुंतवणूकदारांनासुद्धा थोडा वाटा देतात. याशिवाय पैसा दुप्पट करण्याचे अनेक उपाय आहेत परंतु एखाद्या अनुभवी व्यक्तीच्या सल्ल्याशिवाय यात हात घालू नका.

बचत म्हणजेच उत्पन्न. हीच बचत विचारपूर्वक गुंतवणूक केली तर मनाप्रमाणे जीवनशैली जगू शकता. पण याचा अर्थ हासुद्धा नाही की आपण गरज पूर्ण न करता एखाद्या याचकाप्रमाणे जगावे. पण आपला पैसा आपल्या जीवनशैलीशी संबंधित आहे त्यामुळे याविषयी ज्ञान करून घेणेसुद्धा आवश्यक आहे, म्हणजे आपल्याला निश्चितता राहील की आपण योग्य ठिकाणी पैसा गुंतविला आहे. जर आपण दरमहा या विषयी थोडी माहिती प्राप्त केली तर बचत, गुंतवणूक, व्याजदर, स्टॉक म्युच्युअल फंड आणि कंपाउंड व्याजाविषयी जाणून घेणे अवघड नाही. शेवटी पैसा व जीवन आपले आहे. आपलाच निर्णय यात परिणामकारक ठरू शकतो.

माहितगार लोकांतर्फे पैशाविषयी सल्ला घ्या. आपण अर्थशास्त्राचे विद्यार्थी नसाल तरी आपल्याला समजून घ्यावे लागेल की धन वाढणे कशा प्रकारचे असते. हेच जीवनात यश व अपयश, जय व पराजयादरम्यान फरक करते. निर्णय घेणे फक्त आपल्या हाती आहे. माझ्या मते आपण एक चांगले जीवन जगण्याकरिता या विषयी अवश्य विचार केला पाहिजे. जे काही कराल ते पूर्ण समरस होऊन तन्मयतेने करा.

●●●

वचनबद्ध वागा

जर आपण एखादे काम करीत आहात तर शंभर टक्के लक्ष त्यावरच केंद्रित ठेवा. जर आपण कामासाठी कटिबद्ध नसाल तर आपण आपला वेळ, पैसा व प्रयत्न व्यर्थ वाया घालवीत आहात. कोणताही संबंध वा उपक्रमाचा निर्णय आपणावर अवलंबून असतो. मनाविरुद्ध काम करण्यासाठी स्वतःवर अन्याय करू नका. अर्धवट मनाने केलेल्या कामांचे चांगले परिणाम होत नाहीत हे लक्षात असू द्या. स्वतःचे स्वतःशी भांडण किंवा विनाश्रद्धा केलेले काम आपल्यासाठी तणावाचे कारण होऊ शकते. जे काही काम कराल त्यासाठी कटिबद्ध राहा. आणि यासाठी आपलेच प्रयत्न असावेत व कोणताही बाह्य दबाव असू नये.

एखादे काम स्वीकारले नाही किंवा त्याचे टीकाकार असला तरी आपण त्याविषयी कटिबद्ध राहू शकणार नाही. एखाद्याला खुश करायचे म्हणून मनाविरुद्ध काम करू नका. ज्या कामात पूर्ण आनंद मिळेल, समाधान मिळेल असे काम करा. हेच यश व कुचंबणा यातील फरक आहेत. व्यायाम, आरोग्य व पोषणाला नेहमी प्राधान्य द्या. दक्ष व निपुण राहण्यासाठी एक चांगली जीवनशैली असणे आवश्यक आहे. जीवनशैलीची निवड व्यक्तिगत किंवा व्यावसायिक असू शकते. यशस्वी व्यक्ती आपल्या आरोग्याकडे दुर्लक्ष करीत नाहीत. काम जर आपल्या इच्छेनुसार होत नसेल तर या विषयात आपल्यालाच लक्ष द्यावे लागेल. लक्षात असू द्या की शिखरापर्यंत पोहचण्याचा मार्ग एकचं नसतो. एकाग्र भावनेने आव्हानांचे नव्या संधीमध्ये परिवर्तन करून स्वतःचे ध्येय व आनंदाकडे आगेकूच करा. योग्य संधीपेक्षा उपयुक्त दुसरे काही असू शकतच नाही. स्वप्ने साकार करण्यासाठी योग्य

संधी मिळविल्या पाहिजेत. जीवनात आपल्याला जे काही पाहिजे त्याकरिता स्पष्ट राहा. स्वतःच्या पूर्ण क्षमतेचा उपयोग करून महान कार्य करा. विल रॉजर्स म्हणतो, -- 'शक्य आहे की आपणास सर्वांपेक्षा खटकणारी, वाईट वाटणारी बाबच आपल्यासाठी मोठी सिद्ध होईल.'

जीवनात आपणा सर्वांनाच कष्ट करावे लागतात. जर एखादी दुर्घटना घडली तरी त्या वाईट घटनेचे आपण चांगल्यामध्ये परिवर्तन करू शकतो. निवड आपण स्वतःच करायची आहे की आपण कठिणाईला वरचढ होऊ देणार नाही. स्वतःला परिस्थितीचे बळी ठरविण्यापेक्षा स्वतःला आनंद व समर्पणासाठी तयार करा. सगळे विश्व व लोकांना स्वतःच्या उणीवांबद्दल दोषी ठरवू नका. जर सातत्याने भयंकर संकटांना तोंड द्यावे लागत असेल तर या स्थितीत आत्मपरीक्षण करून स्वतःला चिंतामुक्त करा. जीवन विविध रंग आणि रूपांत आपल्या समोर येते. आपल्यालाच आपल्या जीवनाची जबाबदारी घ्यावी लागेल. मर्यादा प्रत्यक्षात आहे वा काल्पनिक हे अवश्य पारखून पाहा. स्वप्न साकार होण्यामध्ये कोण अडथळे निर्माण करीत आहे? की आपण स्वतःच पराभवाच्या धास्तीने आपल्या चारी बाजूंनी भिंती उभ्या केल्या आहेत का? अनेक वेळा आपण स्वतःची समजूत घालून घेतो की हे काम आपल्या आवाक्यात नाही आणि त्यावर विश्वाससुद्धा ठेवतो. बहुधा आपण स्वतःला संघर्षातून वाचवू पाहतो. या उलट आपण असा का विचार करीत नाही की आपणास जे हवे आहे ते एक ना एक दिवस अवश्य मिळेल. अडचणीतून मुक्त होण्याचा उपाय का शोधीत नाहीत? बंदी, परवानगी यात अडकण्याऐवजी त्यातून बाहेर पडण्याचा मार्ग शोधा. आपणच स्वतः प्रयत्न करून त्यातून बाहेर पडू शकता. जेव्हा आपण तन-मनाने स्वतःचा आनंद व जगण्यासाठी प्रयत्न कराल तर निराशा व अपयशाची भीती आपल्याला स्पर्शसुद्धा करू शकणार नाही. सकारात्मक दृष्टिकोनामुळे आपण स्वतःच्या इच्छेपेक्षा जास्त पैसा कमावू शकता. व्यक्तिगत आणि कौटुंबिक पातळीवर आपल्याला अनपेक्षितरीत्या पैशांची आवश्यकता भासू शकते. स्वतःच्या आरोग्याचा तपासणीने आपण शोधू शकता की आपण एखाद्या आजाराने ग्रस्त तर नाही? आपण कोणत्या प्रकारची व्यक्ती आहात? आपण ईर्षाळू,

उत्सुक, रागीट, मित्रहीन, वाईट आई-वडील, मद्यपी किंवा दुराचारी आहात? या पद्धतीने आपल्या जीवनात परिवर्तन येऊ शकते. यासाठी भरपूर साहस पाहिजे पण याशिवाय आपण काय आहात काय आहात हे जाणूही शकणार नाहीत?

जीवनाचे सूत्र, लगाम हातातून जाण्याचे कारण शोधा. या स्थितीमध्ये आपल्याला आपली जिम्मेदारी स्वीकारावीच लागेल. काही लोक दुसऱ्यांना खुश करण्याच्या प्रयत्नात स्वतःसाठी परेशानी निर्माण करतात. माझा एक मित्र सुशील एखाद्याला खुश करण्यासाठी काहीही करू शकतो. मग वाटल्यास एखाद्याला मध्यरात्री सोडणे व आणण्यासाठी रेल्वे स्टेशन वा विमानतळावर जायचे असो तो नेहमी तयारच असतो. यानंतर त्याची तक्रार आहे की त्याच्याकडे स्वतः आणि कुटुंबासाठी वेळच मिळत नाही. जेव्हा तो कलकत्त्याला गेला तेव्हा त्याला धक्काच बसला. त्याचे ते तथाकथित मित्र जे अनेक दिवस त्याचाकडे मुक्काम ठोकायचे त्यांनी भेट घेण्याचेसुद्धा टाळले. तेव्हा त्याला जाणवले की त्याचा फक्त वापर केला जात होता. या पद्धतीने त्याला स्वतःच्या जीवनाला चांगल्या पद्धतीने पाहणे-समजून घेण्याची संधी मिळाली. स्वतःची जीवन मर्यादा ओळखा. त्यातील अडथळ्यांविषयी प्रामाणिक राहा जे स्वप्नापर्यंत पोहचण्यासाठी अडवितात.

या विषयी पूर्ण स्पष्ट राहा की समस्या सोडविण्यासाठी आपण काय करू इच्छिता? जोपर्यंत आपण आपल्या गरजांविषयी जागरूक नाही राहाल तर समस्येचे उत्तर मिळणार नाही. हेच यश प्राप्तीकडे पहिले पाऊल असू शकते.

सगळ्या पर्यायांतून योग्य निवड करून त्यावर स्वतःचे लक्ष एकाग्र करा व तिसरी निवडसुद्धा दुर्लक्षित करू नका. वाईट सवयींचा त्याग करा. जीवनाची प्रत्येक बाजू सुधारा म्हणजे भविष्यात पश्चात्तापाची शक्यता राहणार नाही. याच पद्धतीने जीवनाचा लगाम आपल्या हातून निसटू जाऊ शकतो. कोणत्याही समस्येच्या शक्य उत्तरांच्या शोधात नित्य राहा. दुसऱ्यांना सुधारण्याऐवजी स्वतःमध्ये सुधारणा करा. स्वतःचे मत व विचारसरणीचे थोडे समायोजन करून आपण स्वतःच्या इच्छा व संधी मिळवू शकता.

●●●

व्यवहारी बुद्धिमत्ता

कोणतेही काम करा, सुरक्षिततेचे सत्य दुर्लक्षित करू नका तरच आपण इच्छित दिशेकडे वेगाने वाटचाल करू शकाल. तेव्हाच आपली स्वप्ने मूर्त स्वरूपात येऊ शकतील. आपल्यासाठी चांगले हे होईल की कमीत कमी धोक्यांचा सामना करीत असताना स्वतःच्या महत्त्वाकांक्षा ओळखा. कोणत्याही कठीण प्रसंगाला तोंड देण्याकरिता आपल्याला माहिती, आकडे व सत्याची आवश्यकता असते. ज्या विषयावर आपले ज्ञान सखोल असेल त्या विषयात आपण जास्त निपुणतेने निर्णय घेऊ शकाल. स्वतःच स्वतःला प्रश्न विचारा की आपण या संबंधी काय जाणता? हे एका कागदावर लिहा. विशेष प्रसिद्ध साहित्य वा इंटरनेटद्वारा आपण एखाद्या विषयाची माहिती मिळवू शकता. आपल्याला कोणत्याही प्रकारची माहिती मिळू शकते. उदाहरणार्थ जर आपण गाडी वा घराची खरेदी करू इच्छिता तेव्हा आपण वर्तमानपत्राचा आधार घेऊ शकता, ज्यामध्ये या प्रकारच्या जाहिराती असतात. त्या आपल्याला मूल्य, लाभ, हानी, स्थान आणि इतर विषयांची चांगली माहिती देऊ शकतात. तसे तर फक्त जाहिरातींच्या आधारावर राहणे ठीक होणार नाही कारण नेहमीच यावर लिहिलेले असते की अटी लागू आहेत. या अटी कोणत्याही जाहिरातीमध्ये उघड केलेल्या नसतात. जर आपण एखादी वस्तू खरेदी करीत आहात तर आपल्याला 25 ते 50 टक्के एवढी रक्कम कर साहित्य वा पोहोचविण्याच्या रूपात द्यावी लागते. आर्थिक, सामाजिक, तांत्रिक आणि इलेक्ट्रॉनिक क्षेत्राच्या आपल्या-आपल्या भाषा व शब्द आहेत. उदाहरणार्थ, बँकिंग आर्थिक क्षेत्रात, फिक्स्ड डिपॉझिट, फ्लोटिंग इंटरेस्ट रेट, स्टॉक एक्सचेंज, स्टॉक

मार्केट, फॉरवर्ड प्राईजिंग, बाँड वगैरे सामान्य भाषा आहे. कोणत्याही क्षेत्रात गुंतवणुकीपूर्वी आपल्याला धोका कमी करीत असताना सुरक्षिततेकडे लक्ष दिले पाहिजे. दुसऱ्यांचा सल्ला घेणे वाईट नाही परंतु निर्णय मात्र स्वतः घ्या. प्रत्येक व्यक्ती प्रत्येक क्षेत्रात विशेषज्ञ असावा हे आवश्यक नाही. मी फक्त एकाच वेळी स्वतःच्या मर्जीविरुद्ध आर्थिक सल्लागाराच्या सल्ल्याने पैसा गुंतविला. मला माझ्या मूळ रकमेच्या 60 टक्के रक्कम गमवावी लागले. अन्यथा माझे सर्व निर्णय दोन्ही बाजूंची तपासणी करूनच घेतले जातात. परिणाम नेहमी चांगले असावेत आणि असमाधानाचे कोणतेही कारण नाही. आर्थिक सल्लागार असो वा दलाल, नाव काहीही असू द्या या विषयी त्याचा स्वतःचासुद्धा स्वार्थ असतो. कारण त्याला वाढीव दराने दलाली मिळते. आर्थिक क्षेत्रात यश मिळविण्यासाठी आपण या क्षेत्रातील जाणकार लोकांना भेटा वा वृत्तपत्रांतून माहिती मिळवा. जर कोणी तांत्रिक भाषेत आपल्यावर प्रभाव टाकण्याचा प्रयत्न करीत असेल तर त्याच्या जाळ्यात फसू नका.

आपल्या उत्पन्नाचा भविष्यातील मनातच आराखडा तयार करा. या विषयातील यशस्वी लोकांशी चर्चा करा. लक्ष द्या की त्यांनी हे सगळे कशा पद्धतीने केले. तेव्हाच आपल्याला कळेल की आपली निवड चांगली होती किंवा नाही. वृत्तपत्र, इंटरनेट, कार्यशाळा, टी.व्ही. किंवा रेडिओसुद्धा आपल्या माहितीचे स्त्रोत बनू शकतात. ते प्रत्यक्षात प्रसारित होणाऱ्या कार्यक्रमांत दर्शकांकडून प्रश्न मागवितात. निःसंकोचपणे आपण प्रश्न विचारा. जोपर्यंत आपल्या मनाची खात्री होत नाही दुसऱ्याच्या बोलण्याला सहमती देऊ नका. तरच आपण क्षेत्रातील विशेष माहितगार बनू शकता जर आपण विना माहितीची टीव्ही किंवा म्युझिक सिस्टिम खरेदी केली तर आपण कधीही समाधानी राहू शकणार नाही. अशा प्रकारे पूर्ण माहिती घेतल्याशिवाय पुढे पाऊल टाकू नका. एका सुरक्षित भविष्याकरिता आपल्याला पूर्ण विचार करूनच पावले टाकावी लागतील.

●●●

समाधानी जीवनाकरिता

बहुतांश यशस्वी लोक परंपरावादी नसतात. ते कधीही या गोष्टीची चिंता करीत नाहीत की इतर लोक काय म्हणतील. ते साधारण लोकांप्रमाणे समर्थनाची इच्छा करीत नाहीत. एका साधारण मनुष्याचा केंद्रबिंदू फक्त स्वतःचे काम असते. आपल्या यशाच्या मार्गात येणारी उणीव वा वाढ जास्त गांभीर्याने घेत नाही. अशाच लोकांना आपल्या कामाचा ताबडतोब निकाल पाहिजे असतो. यशाचे इच्छुक फक्त आजचा नाही तर उद्याचा व्यापार करतात. ते येणाऱ्या भविष्यातील मोठ्या लाभांकरिता नेहमी लहान फायद्यांकडे नेहमी डोळेझाक करतात. बहुधा हेच एक व्यवहारी कारण आहे की अधिकांश लोक भविष्याकरिता काहीही शिल्लक ठेवीत नाहीत. मोबाईल फोन, टी.व्ही. उपकरणे, म्युझिक सिस्टिम किंवा कार इत्यादीसाठी ते पाहताच मिळविण्यासाठी उत्सुक होतात.

जर आपण निवृत्तीनंतर आर्थिक यश मिळवू इच्छित असाल तर आपल्याला दरमहा एक निश्चित बचत योजना बनवावी लागेल. सन 1966 मध्ये माझ्या विवाहप्रसंगी माझे उत्पन्न मासिक रु.740 होते. त्या काळात आय.पी.एस.च्या प्रथम श्रेणी अधिकाऱ्याचे वेतन जास्तीत जास्त 3000/- रु. दरमहा आणि कमीत कमी वेतन रु.440/- होते. माझ्यासारख्या अधिकाऱ्याला रु.20/- दरमहा बचत करणेसुद्धा कठीण होते. कारण माझ्या उच्च मध्यम खर्चांत कपातीला फारसा वावच नव्हता. पण माझ्या पत्नीशी विचार-विनिमय केल्यानंतर मी काही खर्च कमी करण्याचे वचन दिले. यापूर्वी मी दर महिन्याला एक-दोन रेकॉर्डची खरेदी करीत असे पण आता मी ते बंद केले. एवढे की त्या काळात कर्ज प्राप्तीच्या सुखसोयी नसल्यासारख्याच होत्या. एकदा मला फियाट खरेदी करायची होती, तीची किंमत त्या काळी रु.17,450/- होती. मी सरकारी कर्ज घेतले. ज्यात रु.2000/-

कमी पडत होते. स्टेट बँक ऑफ हैदराबाद, बीदर येथील व्यवस्थापकाने मला स्पष्ट शब्दांत कल्पना दिली की माझे वेतन कर्जफेडीकरिता पुरेसे नव्हते. तेव्हा मी निर्णय घेतला की मी माझ्याच उत्पन्नातील थोड्या भागाची बचत करील. सगळीकडे कर्ज प्राप्तीच्या सगळ्या सुखसोयींमध्ये आजची पिढी विशेषतः 25 ते 55 वर्षा दरम्यानच्या वर्गाचे भविष्याबद्दलचे विचारसुद्धा अस्वाभाविक वाटतात. यशस्वी होण्याकरिता आपणास स्वतःलाच विचारावे लागेल की आपण फक्त वर्तमानातच जगायचे आहे की भविष्याकरितासुद्धा आपली काही तरी जिम्मेदारी आहे. यश व चालू समाधानी जीवनाला चारी बाजूंना पसरलेले सामान व कर्जाशी व्याख्येत करता येत नाही.

यश आपल्याला सक्रिय योगदान मागते. यशस्वी लोकांच्या जीवनाच्या अभ्यासाने कळते की ते स्वतःच्या आरोग्याची पूर्ण काळजी घेत होते. नियमित व्यायाम आणि सहा ते आठ तासांच्या भरपूर झोपेला प्राधान्य देतात. माझा स्वतःचासुद्धा अनुभव असा आहे की शांत वेळ फक्त पाहाटेच असते. सकाळी पाच ते साडे सात वाजण्यादरम्यान चारही बाजूंना शांती असते आणि कोणत्याही प्रकारची गडबड नसते. नेहमी हीच वेळ अशी असते की तोपर्यंत ताजे वर्तमानपत्रसुद्धा आलेले नसते आणि ना तर आपल्या मनात टी.व्ही. चालू करण्याचा विचारसुद्धा येत नाही.

बहुतांश लोकांना सकाळी लवकर उढण्याचा निर्णय नक्कीच अव्यवहारी वाटेल. कारण अधिकांश लोकांना दिचर्येत व्यायामासाठी वेळ नसतो. व्यायामाला उपेक्षित करताना ते गतिमान, गडबड-गोंधळाच्या आधुनिक जीवनाचे आभार मानतात. व्यायामाने आपण जीवनशैली आणि कार्यशैलीत दक्षतेचा अनुभव घेतो.

जर आपण थोडे जास्त प्रयत्न केले व स्वतःवर विश्वास ठेवला तर स्वतःशी संबंधित क्षेत्रात सफल होऊ शकता. साधारण मनुष्याकडून जास्त काही मिळविण्याचा हाच उपाय आहे. त्या कार्यात निष्णात होण्याकरिता आपण उच्च शिक्षित असणे जरुरी नाही. आमची घरातील मोलकरीण रीता तीन घरी काम करते आणि माझ्या सहायकापेक्षा जास्त कमाई करते. तिची मुले चांगल्या शाळेत शिक्षण घेत आहेत. तिच्या घरी फ्रिज, टी.व्ही. व टेलिफोनच्या सुखसोयी आहेत, फक्त यामुळे की ती नेहमी कामात असते.

●●●

स्वप्ने होतील साकार

विचार, नियोजन व संघटनेत लागलेला वेळ कधीही व्यर्थ जात नसतो. स्वतःचे काम व जीवन अशा प्रकारे संघटित करा म्हणजे आपण जास्तीत जास्त उपलब्धी मिळवू शकाल. नियोजन अभावाचा अर्थ आहे की आपण हार होण्याची भूमिका तयार करीत आहात. स्वतःला संघटित करून आपण सगळ्या गरजांची पूर्तता करू शकता. माझा स्वतःचा अनुभव आहे की जर मी माझा वेळ व भेटीची योजना तयार नाही केली तर सगळेच उलटे-पालटे होऊ शकते. उदाहरणार्थ, एक दिवस मी एका पंचतारांगित हॉटेलमध्ये माझ्या चार सहकारी मित्रांसोबत दुपारचे जेवण घेत होतो. आम्ही आय.पी.एस. ट्रेनिंगच्या दरम्यानच्या आठवणी जाग्या केल्या व आपापले अनुभव ऐकवून-सांगून भरपूर आनंद घेतला. या कार्यक्रमासाठी एकूण दोन घंटे 46 मिनिटे वेळ लागला. तेव्हा मी एक ते दीड तासाचा वेळ ठरविला होता. या वेळाच्या पूर्ततेसाठी माझ्या एका मित्राने ठरविलेला रात्रीच्या भोजनाचा कार्यक्रम स्थगित केला म्हणजे मी बाकी कामावर स्वतःला एकाग्र करू शकू.

आपण आपले लक्ष्य सतत लक्षात ठेवले पाहिजे कारण तेच जीवनाला दिशा देते आणि वेळेचा योग्य सदुपयोग शिकविते. प्रत्यक्षात लक्ष्य खास, लवचिक व मापदंड युक्त असावे. तेच आपल्याला कळसावर किंवा गर्तेत पोहचविते. परंतु ते एवढे मामुलीसुद्धा असू नये की ते प्राप्त करण्यासाठी आपण आपाद मस्तक जोर लावावा. जेव्हा एका समृद्ध व्यक्तीला त्याच्या समृद्धीचे रहस्य विचारले असता त्याने उत्तर दिले की 'अगोदर आपण निश्चित करा की प्रत्यक्षात आपल्याला काय हवे आहे?'

आपणासमुद्धा इटालीचे अर्थशास्त्रज्ञ विलफ्रेड यांनी सुचविलेले 80-20 हे सूत्र स्वीकारले पाहिजे. त्यांचे म्हणणे आहे की 20 टक्के शोधातच हे रहस्य लपलेले

आहे. हे एक वेळ ओळखा, स्वतःच्या वेळेला प्राधान्य द्या म्हणजे आपण परिणाम करणाऱ्या उपक्रमांवर स्वतःला एकाग्र करू शकाल. जर आपण मर्यादा निश्चित केल्या तर जास्त चांगले होईल. कामाच्या वेळी परिवार किंवा मुलांकडे लक्ष देऊ नका. मी समजतो की टी.व्ही. किंवा टेलिफोन नसताना आपली कार्यक्षमता आश्चर्यजनकपणे वाढते. जे काम मी सकाळी दोन तासांत पूर्ण करतो ते टी.व्ही., टेलिफोन किंवा येणाऱ्यांच्या उपस्थितीत सहा तासातसुद्धा करू शकत नाही. जर एकदा आपण केंद्रीय मुद्यापासून भरकटलात तर तो परत मिळविणे अवघड असते.

आपणसुद्धा दैनंदिन कामांची एक यादी तयार केली पाहिजे. जी दररोज पाहून दुरुस्त करता येईल. आपण स्वतःसाठी कोणतीही परिणामकारक पद्धत अवलंबू शकता. कोणत्याही एका पद्धतीने काम करण्यापेक्षा दक्षता वाढविणारी प्रत्येक पद्धत अजमावली पाहिजे. प्रत्येक मनुष्याने कामात येणारे अडथळे व हस्तक्षेपांनासुद्धा पूर्ण वेळ दिला पाहिजे जी की एक स्वाभाविक प्रक्रिया आहे. काही सल्लागारांचे म्हणणे असे आहे की आपण फक्त 50 टक्के एवढीच योजना करा, बाकी वेळ संतुलनासाठी मोकळा ठेवा. तर माझे म्हणणे आहे की आपण पूर्ण दिवसाचे नियोजन केले पाहिजे आणि अकस्मात घटनेसाठी वेळ देण्यासाठी तयार राहिले पाहिजे. अनेक वेळा मला अनैच्छिक आगंतुकांना तोंड द्यावे लागते. मी त्यांना माझ्या स्टडीत वा दिवाणखान्यात भेटण्याऐवजी घराची लॉन किंवा दरवाजात भेटणे मी पसंत करतो. जर काही माझे वा त्याच्याशी संबंधित एवढे की माझे निकटवर्तीय प्रियजनसुद्धा या बाबतीत पूर्णपणे सावध आहेत. आपण स्वतःच्याच अनुभवांनी हस्तक्षेप वा अडथळ्यांचा प्रकार ओळखू शकता. आपण दिनचर्येनुसार योजना तयार करू शकता. स्वतःचे मुख्य गरजेच्या कामासाठी जास्त प्रमाणात वेळ जपून ठेवा.

त्यागाची कला शिका :- लहान व क्षुल्लक कामांवर लक्ष देऊ नका ज्याचा आपल्याला कोणताही दीर्घकालीन लाभ होणार नाही. असे काम आपण एकटे करू शकणार नाही. त्यात इतरांची मदत अवश्य घ्या. मदत घेण्यासाठी संकोच करू नका. मला एक लेखक म्हणून भरपूर लिखाण काम करावे लागते. जर मी दिवसातून फक्त आठ तास टायपिंग करीत राहिलो तर मी टायपिस्टच बनेल. यामुळे माझा सहायक दिसलेले काम टाईप करतो आणि आंकडे-संख्यांचा शोध घेतो. अशा पद्धतीने कामाचे वाटप करण्यामुळे माझ्या कामाच्या गुणवत्तेत सुधारणा

झाल्या. याच प्रकारे घरात दररोज ताजी फळे आणि भाज्यांची आवश्यकता असते. जर मी दररोज या कामासाठीसुद्धा वेळ काढला तर माझा खूप वेळ व्यर्थ जाईल. म्हणून या कामाकरिता नौकर आहे व त्याच्याकडे हे काम सोपविले आहे.

कामे दोन प्रकारची असतात. एकात अल्पकाळ परिणाम दिसतात जसे की वाजणाऱ्या टेलिफोनला उत्तर देणे किंवा दैनिक दीर्घकालीन परिणाम घडवतात, काम नैपुण्याने पूर्ण केले तर आपल्या प्रतिष्ठेत वाढ होईल. महत्त्वाच्या आवश्यकतांवर एकाग्र होण्यासाठी आपल्याला आवश्यक पण लहान कामावरुन लक्ष काढावे लागेल. स्वतःच्या यादीत मुख्य कामांवर काही तरी खूण, चिन्ह अवश्य करा. प्रत्येक कामासाठी वेळेची मर्यादा ठरवून घ्या. त्यामुळे हे महत्त्वाच्या कामांना आकस्मिक काम होऊ देणार नाही.

उशिरावर विजय मिळवाः- ॲलन या विषयात स्विस चीज (Swiss Cheese) प्रणाली स्वीकारण्यावर भर देतात. साधारणपणे याचा अर्थ आहे की जर आपण एखादे काम टाळीत आहात तर ते लहान-लहान भागात विभागून घ्या. जे काम त्यापेक्षा सोपे वाटेल ते अगोदर पूर्ण करा. मोठ्या कामांसाठी 25 ते 30 मिनिटांचा वेळ ठेवू शकता. थोडे-थोडे काम करूनसुद्धा आपण ते सहजपणे पार पाडू शकता. उदाहरणार्थ, गरमी चालू झाल्यानंतर आपल्याला थंडीचे कपडे आवरावे लागतात. हे मुळातच एक कंटाळवाणे काम आहे. मी एक खोके सोयीस्कर ठिकाणी ठेवतो. एका वेळी त्यात दोन वा तीन कपडे ठेवतो आणि या प्रकारे आठवड्यात माझे काम समाप्त होते. हीच प्रक्रिया थंडीला सुरुवात झाल्यावर परत केली जाते. या पद्धतीने जेव्हा मला फोन करण्यासाठी कॉम्प्युटरपासून नंबर घ्यावे लागतात तेव्हा मी अगोदर ते नंबर डायरीमध्ये लिहून घेतो आणि माझ्या सोयीच्या वेळेनुसार फोन करतो. दुसऱ्या शब्दांत हे काम नंबर शोधणे, लिहिणे व फोन करणे अशा तीन भागांत वाटले गेले.

'नाही' म्हणण्यात नैपुण्य आणाः- 'ना' हा एक लहान शब्द आहे पण आपण सगळेच तो उच्चारताना गडबडतो जेव्हा की आपल्याला चांगल्या प्रकारे माहीत आहे की आपल्या भविष्यकालीन योजनांवर चांगल्या प्रकारे परिणाम करू शकतो. जर आपण आपल्या ध्येयाविषयीं एकाग्र राहाल तर हे करणे सोपे होऊ शकते. या शब्दाचा उपयोग आनंदपूर्वक करावा म्हणजे आपण स्वतःशी संबंधित

विषयावर सहजपणे काम करू शकाल. अनेकजण मला फक्त आपल्या विवाह-समारंभातच नाही तर दूरच्या मित्रांच्या समारंभातसुद्धा आमंत्रित करतात. एकदा एक व्यक्तीने मला फक्त निमंत्रितच केले नाही तर जाण्या-येण्याचे तिकिट व पंचतारांकित हॉटेलमध्ये राहण्यासाठी जागा राखून ठेवली. मी त्या व्यक्तीला चांगल्या प्रकारे ओळखतसुद्धा नव्हतो. यजमानाशी ओळख नसणे व तीन दिवस व्यर्थ जाण्याच्या कल्पनेने मी हताश झालो. मी आभाराचे पत्र पाठवून निमंत्रण नाकारले. असे काही आवश्यक नाही की आपण आलेले प्रत्येक आमंत्रण स्वीकारावे. हे आपण ठरवायचे आहे की 'ना' म्हणण्यामुळे आपण विशेष कामाकरिता दिला जाणारा वेळ नष्ट तर करीत नाहीना.

पूर्णतावादी बनू नका:- पूर्णतेची इच्छा असणे वाईट नाही, पण आपला सगळा वेळ दैनिक चर्चेशी संबंधित कामांसाठी घालविणेसुद्धा मूर्खपणाचे आहे. पूर्णता आपल्या उशिराचे कारण होता कामा नये. प्रत्येक काम संपूर्ण पद्धतीने करण्याचा प्रयत्न अवश्य करा. पण आपण आपल्या आवश्यकता विसरल्या नाही पाहिजेत. जर आपण एक वेळ स्वतःच्या महत्त्वाच्या कामाविषयी श्रद्धेची भावना ठेवण्यास सुरू केले तर क्षुल्लक वस्तू व कामासाठी ना म्हणणे सहज शक्य होईल. पण लक्षात असू द्या की 'ना' म्हणणे सहज शक्य होईल. पण लक्षात असू द्या की 'ना' म्हणण्याची शैली आक्रमक असू नये.

स्वतःला प्रोत्साहन द्या :- आपण सर्वांनाच प्रेरणा व उत्साह हवा असतो. हा आपल्याला स्वतःकडूनसुद्धा मिळू शकतो. स्वतःचे छोटे यश व प्राप्तीचा आनंद साजरा करणेसुद्धा आपल्यासाठी प्रेरक होऊ शकते. मी वर्षातून एक वेळ स्वतःचे स्वतःला काही भेटवस्तू देतो.. माझ्याकडे आजसुद्धा कार्ड आहे ज्यावर लिहिले आहे:- जोगिंदरसिंगच्या 35 व्या वाढदिवसानिमित्त जोगिंदरसिंगतर्फे'. कोणत्याही कामाच्या समाप्तीनंतर स्वतःचे स्वतःला बक्षीस द्या. जग काहीही बोलू द्या परंतु स्वतःचे स्वतःला स्वीकारणे खूप अर्थाचे, महत्त्वाचे असते. मॅकगी कूपरच्या शब्दांत - 'जर आपण काम, क्रीडा वा विश्रांतीदरम्यान संतुलन साधायला शिकलो तर आपले जीवन जास्त निरोगी, आनंदी व समृद्ध होऊ शकते.'

●●●

विचार अवश्य करा

आल्बर्ट आईनस्टाईन म्हणतो:- 'जगात अचानक काहीही घडत नाही, परमेश्वर जुगार खेळत नाही.'

जीवनात स्वतःची भूमिका व महत्त्व जाणून घेण्याकरिता आपण त्याच तऱ्हेने दोन पावले मागे गेले पाहिजे ज्या तऱ्हेने एक चित्रकार स्वतः तयार केलेले चित्र निरखून पाहण्यासाठी कॅनव्हासपासून काही पावले मागे जातो. जीवनात सगळे काही परस्पर संबंधित आहे. आणि जे काही घडते त्यामागे काही ना काही कारण अवश्य असते. सावधपणा व तर्काने वाईटांवर चांगले, निराशा-दुःखांवर आनंद, क्रौर्यावर दया व गर्वावर बुद्धिमत्ता विजय मिळविते.

जीवनात समृद्धी व यश मिळविण्याकरिता काही निश्चित त्रिकालाबाधित नियम आहेत. मेंदूच्या ग्राह्यतेनुसार जीवनाविषयी एक ताजा दृष्टिकोन मिळवू शकता. स्वतःच्या अंतरात्म्याला ओळखा व प्रत्येक घटनेच्या दोन्ही बाजूंवर लक्ष द्या. प्रेम व दया आपणास जीवनातील नव्या गोष्टी, घटनांशी, बाजूंशी परिचित करू शकतात.

या शक्तिशाली ब्रह्मांडात सकारात्मक व नकारात्मक दोन्ही प्रकारची शक्ती अस्तित्वात आहेत. त्या अदृश्य आहेत. तरी आपण त्यांचा वास्तवात अनुभव घेऊ शकता. यशांसाठी आवश्यक आहे की आपण योग्य शक्तीबरोबर राहिले पाहिजे. यांच्या सहयोगाने आपण यश व आनंद आपल्याजवळ मिळवू शकतो. स्वतःच्या प्रकृत्तीशी मिळत्या व्यक्तींशी सहयोगाने तयार झालेल्या संघामुळे आपण ध्येय ताबडतोब प्राप्त करू शकता. स्वतःच्या विचारांवर नियंत्रण मिळविणे अति महत्त्वाचे आहे. खरे तर आपला मेंदू हाच आपणास स्वर्ग वा नरकाकडे घेऊन जाऊ शकतो.

त्याच पद्धतीने ज्ञानसुद्धा एक शक्ती आहे. ही त्याच्या उपयोगावर अवलंबून असते. या सृष्टीत नरक किंवा स्वर्गाची रचना हाच करू शकतो. आपले विचार हेच एखाद्या घटनेविषयी आपली पोहच ठरवितात. जगात असा कोणीही नाही ज्याला अडचणींचा

सामना करावा लागला नाही. आपले सर्वांचे जीवन अपयश आणी निराशांनी भरलेले आहे. माझ्या नौकरीच्या काळात मला स्टेट इंडस्ट्रियल सिक्युरिटी ॲक्ट मंजूर झाला होता पण अजून नियम तयार होणे बाकी होते. हे पद एक नीरस पद होते. मी ही नीरसता संपविण्याचा निश्चय केला. मी ऐच्छिक रूपाने स्वतःसाठी काम निवडले.

मी स्टेट इंडस्ट्रीजला व्यक्तिगत सल्ला देणे सुरू केले. या विषयात मी एक छोटीशी मार्गदर्शिका लिहिण्याचा विचार केला. नंतर मी त्या सर्व उद्योगांचा दौरा केला आणि उच्चाधिकाऱ्यांना उत्पादन वाढविण्याची पद्धत सुचविली. फलस्वरूप माझी नीरस दिनचर्या रोचक व महत्त्वपूर्ण झाली. जर माझी इच्छा असती तर या परिस्थितीत नकारात्मक विचारांनी मी भयभीत झालो असतो परंतु मी हे टाळले. आपण नेहमीच प्रत्येक परिस्थितीवर ताबा मिळवू शकत नाही, पण आपण आपल्या विचारांवर नियंत्रण ठेवून परिस्थितीविषयी स्वतःची प्रतिक्रिया व्यक्त करू शकतो. यामुळेच शेवटी आपल्या यशाची पातळी निश्चित होते. या झेपेमुळे आपण कधीही परिस्थितीचे बळी ठरणार नाही. आपल्या ध्येयांचा क्षमता व प्रतिस्पर्धेबरोबर चांगला ताळमेल असला पाहिजे. जीवन हा देण्या-घेण्याचा व्यवहार आहे. स्वतःच्या अमर्याद शक्तीचा उपयोग स्वतःवर अवलंबून असतो. सामना करण्याऐवजी सहकार्याची भावना स्वीकारा. संबंध असो वा कार्यक्षेत्र, जीवनाच्या प्रत्येक बाजूत विध्वसांच्या तुलनेत सृजन हाच आपला उद्देश असला पाहिजे. स्वतःला नायक समजून विजय मिळविण्याचा प्रयत्न करा. आपले बोलणे व कृत्य यात अंतर असता कामा नये. निराशापूर्ण शब्द 'नाही करू शकत' आपल्या शब्दकोशातून काढा आणि शक्ती व विजयाने भरलेले शब्द 'करू शकतो' स्वीकारा. संघर्षाला घाबरू नका, हा सामान्य जीवनाचा एक भाग आहे. नेहमी याची प्रतीक्षा करू नका की जहाज किनाऱ्याला लागेल आणि आपण उतराल. पाण्यात उडी मारण्याची हिंमतसुद्धा पाहिजे. बुद्धिमत्तापूर्व इच्छा व स्वप्नांची निवड करा. जर ज्ञानाचा योग्य उपयोग केल तर ही वास्तवात शक्ती तयार होते.

आपले संपूर्ण जीवन दैनंदिन निवडीवर अवलंबून असते. आपणापैकी प्रत्येक जण मोठ्या प्रमाणात स्वतःच्या नियतीवर नियंत्रण मिळवू शकतो. परंतु पूर्वापेक्षित असे आहे की आपण स्वतः अगोदर ठरवा की आपण स्वतःपासून कशाची अपेक्षा ठेवता? प्रत्येक निवड आपल्याला दुसऱ्या मार्गाकडे गेऊन जाऊ शकते. जर आपणास माहीत आहे की आपल्याला कोठे जायचे आहे आणि आपले ध्येय काय आहे तर आपण निश्चितपणे तेथे पोहचाल. जर आपल्याला आपले ध्येय माहीत नाही तर अशा एखाद्या मार्गावर जाल की तो कोठेही जात नाही. हे अशा प्रकारचे आहे की

योग्य जागी पोहोचण्यासाठी आपणास योग्य बस किंवा रेल्वे गाठावी लागते. काही काळापूर्वी मी माझे गाव-जलालाबादला गेलो होतो. त्यासाठी मला पंजाबमधून फिरोजपूरची ट्रेन गाठायची होती आणि तेथून जलालाबादपर्यंतचा प्रवास परत बस वा रेल्वेने करायचा होता. जर मी मुंबईची गाडी पकडली असती तर पाकिस्तान सीमेपासून जवळपास 5 कि.मी. अंतरावर असलेल्या जलालाबादला कधीही पोहचू शकलो नसतो.

ध्येयाबद्दल स्पष्ट असणे हेच आपल्याला त्याचेजवळ घेऊन जाते. या तऱ्हेने कोणतीशी प्राप्ती मिळविण्यासाठी हाच एक मार्ग आहे. हे एकदम खरे आहे की आदर्श दृष्टिकोन मार्गदर्शक ताऱ्यांची भूमिका निभावतात. त्याचे अनुसरण करूनच आपण ध्येयापर्यंत पोहचतो. आपण त्यांना मार्गदर्शकाच्या स्वरूपात निवडायचे आहे. तेच आपली नियतीशी भेट घडवून देतील.

एक असामान्य दृष्टिकोन व विचारसरणी एका साधारण मनुष्यालासुद्धा असामान्य बनवू शकतात. हे त्याला इच्छित दिशेने घेऊन जाण्याची क्षमता बाळगतात. मार्गात अडथळे तर येतीलच परंतु त्यामुळे डळमळीत होऊन आपण कोठेही पोहोचू शकणार नाही. जीवनात जिंकण्यासाठी कशाचा तरी त्याग करावा लागतो.

जेव्हा पाकिस्तान येथून शरणार्थींच्या स्वरूपात आलो तर आमच्याजवळ काहीही नव्हते. मी माझ्या वडिलांसोबत त्यावेळी गवत कापून पशू-प्राणी चारीत होतो, पण एक सत्य उघड होते की माझ्या वडिलांनी तो काळ तात्पुरता स्वरूपात स्वीकारला. दोन वर्षांच्या आतच आम्ही अडचणी सोडविल्या. शासनाने आम्हाला पाकिस्तानात सोडलेल्या संपत्ती बदली जमीन दिली. आम्हाला सन 1953 मध्ये धान्योत्पादनातून 13000 रु. रक्कम मिळाली. त्या काळात फियाट वा पद्मिनी प्रीमियर कार 6000 रु.त मिळत होती. पाकिस्तानातून आलेले अनेक शरणार्थी आज लक्षाधीश झाले आहेत आणि त्यापैकी एक स्वतंत्र भारताचा प्रधानमंत्रीसुद्धा झाला. कोणतीही दुर्घटना वा अपयश कायमस्वरूपी नसते. लक्षात असू द्या, जर परमेश्वर एक द्वार बंद करतो तर कोठे ना कोठे दुसरे द्वार अवश्य उघडतो. आपण मात्र विश्वास बाळगला पाहिजे की दुसरा दरवाजा उघडा आहे. तो दरवाज़ा शोधा म्हणजे आपण जीवनापासून इच्छित सुख मिळवू शकाल.

●●●

सशक्त व्हा

असे अनेक लोक आहेत ज़े इतरांच्या दृष्टिकोनामुळे स्वतःचा आत्मविश्वास गमावतात. खरे तर हे आहे की दुसऱ्यांच्या यशाला ते घाबरतात. जर ते कुणांच्या स्वप्नांवर टीका करीत असतील तर कळून चुकते की ते स्वतः कोठे पराभूत झाले. जेव्हा आपण आपला जोम, ऊर्जा व क्षमतांचा प्रसार करता तेव्हा काही व्यक्तींना स्वतःच्या अर्धवटपणाची तीव्र जाणीव होते. काही लोकांची ईर्षेमुळे इच्छा नसते की त्यांच्यापेक्षा खालील स्तराच्या व्यक्तीला हे प्राप्त होऊ नये, जे त्यांना इच्छा असूनही मिळत नाही. काही लोक ना तर स्वतः काही करतात ना ते इतरांना करू देतात. माझी कन्या रणदीपला कन्सल्टंसी नौकरीत अशाच अडचणींचा सामना करावा लागला काही आंतरराष्ट्रीय संघटनांमध्ये सल्लागारांना नियमित शासकीय कर्मचाऱ्यांपेक्षा जास्त वेतन मिळते. अशा समस्या त्यावेळी येतात जेव्हा सल्लागारांना शासकीय अधिकाऱ्यासोबत काम करावे लागते. जेथे भारत सरकारचे जास्तीत जास्त वेतनसुद्धा 21000/- रु. होते. तशा वेळी काही लोकांना कळते की त्यांच्या निम्म्या वयाची व्यक्ती त्यांच्यापेक्षा दुप्पट वा तीनपट वेतन मिळवीत आहे तेव्हा ते मत्सरी होतात. कित्येक वेळा तिला या बाबींचा त्रास झाला आणि सर्व काही सोडण्याचा तिने निश्चय केला. तिने मला पृच्छा केली तेव्हा मी म्हणालो की जे तुला नाकारतात त्यांच्यासमोर स्वतःची योग्यता सिद्ध करू नको. या तऱ्हेने ते आपल्यावर जास्त वरचढ होत जातील. ते वरिष्ठ असल्यामुळे आपल्यापेक्षा जास्त अधिकार बाळगतात. मी तिला तिचा आत्मविश्वास टिकवून ठेवण्याचा सल्ला दिला.

वास्तवात आपण असे दृष्टिकोन टाळून यश आणि ध्येयाकरिता परिश्रम करणे

आवश्यक आहे. जर आपला एखाद्या नकारात्मक व्यक्तीशी सामना झाला तर निश्चित करा की त्या दिवशी आपण तीन सकारात्मक विचारांच्या लोकांना अवश्य भेटाल जे आपल्याला प्रोत्साहन देऊ शकतील. यापेक्षा स्वतःच्या ध्येयापर्यंत पोहचल्यानंतर टीकाकारांच्या चेहऱ्यावर वसलेली गोंधळाची कल्पना अवश्य करा. स्वतःची ऊर्जा अशीच वाया जाऊ देऊ नका.

जर आपण अद्याप यशाची चव घेतली नाही तर आपल्या कामगिरीवर टीका करणाऱ्यांचीसुद्धा करतरता नसते. ते म्हणतील की आपण आपला वेळ नष्ट करण्याऐवजी पराजय स्वीकार करा. प्रत्यक्षात असे लोक कठोर व अपमानजनक असू शकतात. स्वतःला ते इतरांपेक्षा श्रेष्ठ समजतात. प्रत्येक मनुष्याला स्वतःच्या हिशोबाने जाणण्याचा किंवा विचार करण्याचा अधिकार आहे. पण आपल्याला एखाद्याला व्यक्तिगत प्रश्न विचारण्याचा अधिकार नाही. अशी परिस्थिती निर्माण झाल्यानंतर स्पष्ट शब्दांत चर्चा करण्यासाठी नकार द्या. एका प्रसंगी मी सी.बी.आय.चा संचालक म्हणून काही विचार-विमर्श करण्यासाठी प्रधानमंत्र्यांच्या गाडीत त्यांच्यासोबत होतो, सुप्रीम कोर्टाने माझ्यावर टीका केली होती, जी संपूर्ण देशात चर्चेचा विषय बनला होता. माझ्या एका मित्राने म्हटले की मी सुप्रीम कोर्टाचा निर्णय मान्य केला आहे. जरी मी व्यक्तिगत लोकांना तोंड देण्यास कचरत नव्हतो. मी उत्तर दिले की जर माझे डी.आय.जी. व एस.पी. त्यांना भेटू शकतात तर मीसुद्धा त्यांना भेटून बोलू शकतो. आणि मी परिपक्व असल्यामुळे एखाद्याला भेटून माझ्यावर काहीही परिणाम होणार नाही. मी सांगितले की सुप्रीम कोर्टाचा सल्ला माझ्याकरिता अंतिम आहे आणि मी या विषयावर जास्त बोलू इच्छित नाही.

आज आपल्याला वाटले की आपल्याला हीन ठरविण्याचा प्रयत्न केला जात असेल तर आपण स्पष्टपणे सांगा की हा विषय आता चर्चा करण्यासारखा नाही. अशा पद्धतीने आपण त्याचे तोंड बंद करू शकता. आपला स्वतःचा आत्मसन्मान आणि प्रतिष्ठा वाचविण्यासाठी लाजीरवाणे, मिंधे होण्यांची गरज नाही. हे आपले अमूल्य धन आहे जे व्यक्तिमत्त्वावर परिणाम करते.

सराव, अभ्यासानेच फक्त संपूर्ण मनुष्य बनतो. टीकेवर आपल्या प्रतिक्रियेचा

विचार करण्याऐवजी एका कागदावर लिहा की आपण भविष्यात त्यांना कसे तोंड द्याल. आपण अशा प्रतिक्रियांचे संभाव्य उत्तरसुद्धा लिहू शकता जे आपण नंतर उपयोगात आणू शकू. व्यक्तिगत मी यांची उपेक्षा करतो. जर समोरची व्यक्ती जरी या योग्यतेची नसली तरी पण मी सकारात्मक व मोकळा वागण्याचे प्रयत्न करतो. माझा दृष्टिकोन, काम व शक्ती हेच माझे आधार आहेत. आपली उपलब्धी कमी समजणाऱ्यांची कमतरता नसते. अशा स्थितीमध्ये त्यांना विसरण्यातच भलेपणा आहे.

आपण विनयाने सांगू शकता की मी या विषयावर बोलण्याच्या मनःस्थितीत नाही किंवा या विषयी मी बोलू इच्छित नाही, आपण दुसऱ्या एखाद्या विषयावर बोलू.

तेव्हा काही लोक असेही भेटतील की जे आपल्या चालू व्यवसायाची - त्यातील उत्पन्नाची माहिती करून घेण्याची उत्सुकता बाळगतात. ते सिद्ध करण्याचा प्रयत्न करतील की आपल्यासाठी दुसरा एखादा व्यवसाय चांगला राहील. आपण असे उत्तर देऊ शकता की सर्व काही चांगले आहे. जरी ते आपले उत्पन्न जाणण्याचा दुराग्रह सोडीत नसतील तर आपण त्यांना विचारा-आजपर्यंत तर आपण माझे उत्पन्न विचारले नाही, आता असे वाटते की आपण माझ्याकरिता एखादी चांगली नौकरी शोधली आहे.

एखाद्या नौकरीत निराश झाला तर आपण ती सोडू इच्छिता. ती सोडण्यापूर्वी विचार करा की आपण त्याच परिस्थितीमध्ये अडकत तर नाहीत ना. नव्या नौकरीचा अर्थ असेल की आपल्याला संबंध-संपर्कासाठी नवे समीकरण शोधावे लागेल आणि नव्या संधी शोधाव्या लागतील.

एकदा अवश्य विचार करा की नवी नौकरी आपल्याला आनंद देऊ शकेल का? आपल्या तक्रारी कमी होतील का? जास्त वेतन मिळण्याची शक्यता आहे का? किंवा आपण आपल्या कुटुंबासाठी व स्वतःसाठी जास्त वेळ काढू शकतो का? यामुळे आपले विचार स्पष्ट होतील. आपण दुसऱ्यावर अवलंबून राहण्याऐवजी आपले निर्णय स्वतः घेऊ शकाल. या पद्धतीने आपण शोध घ्याल की आपल्याला व्यक्तिगत, शारीरिक, आर्थिक वा भावनात्मक रूपाने काय लाभ मिळाला? कधी-

कधी काही मित्र किंवा नातेवाईक आपल्या प्रगतीमुळे घाबरतात. सनं 1961 मध्ये माझी आय.पी.एस.मध्ये निवड होण्यापूर्वी, माझ्या मित्राने मला स्वतःचे कठोर कष्ट व संपर्कांचे उदाहरण देऊन सतत हीन ठरविण्याचे प्रयत्न केले. मी त्या आधारावर त्यांच्याबरोबर स्वतःची तुलना करू शकत नव्हतो. कारण शेतकरी पार्श्वभूमीमुळे माझे वडील मॅट्रिक होते जे त्यांनी अनेक कठीण प्रसंगांना तोंड देऊन केले होते. मी माझ्या उद्देशाकडे परिश्रमपूर्वक जात होतो आणि टीकाकारांची मुळीच पर्वा करीत नव्हतो. उद्देश प्राप्ती हाच माझा बचाव होता. दुसऱ्यासारखे मी निराश झालो नाही. स्वतःच्या आणि माझ्या स्वप्नांच्या समर्थनार्थ मी ठाम उभा होतो आणि ते अत्यावश्यक आहे. यामुळे आपल्या मनात विश्वास निर्माण होतो की आपल्याला यश मिळविण्यासाठी कोणत्याही कृपेची गरज नाही. मी नेहमीच स्वीकार केला आहे की समर्थन व प्रोत्साहन चांगले पण ते आवश्यक नसते. आपले स्वतःचे प्रयत्नच जास्त सार्थक झाले पाहिजेत. जेव्हा मी कारकीर्दीच्या उंचीकडे वाटचाल करीत होतो तेव्हा टीकाकरांना जाणीव झाली की मी माझे इच्छित ध्येय प्राप्त करण्याची योग्यता बाळगून आहे. यशाची गोडी मधासारखी लोकांना स्वतःकडे आकर्षित करते. याच कारणामुळे लोक उगवत्या सूर्याला प्रणाम करतात, म्हणून आपणसुद्धा उगवत्या देदीप्यमान सूर्याप्रमाणे बना.

●●●

नवीन उंचीकडे

मनासारख्या संबंधाकडे पहिले पाऊल :- आपण सगळे आपला परिवार, व्यावसायिक, सहकारी किंवा मुलाखतकर्त्यांशी चांगल्या संबंधांची इच्छा व्यक्त करतो. जर आपल्या संबंधात परिवर्तन हवे असेल तर त्यांच्यात सुधारणेसाठी खालील सल्ल्यांचे पालन करा.

कोणतीही सुधारणा इतरांऐवजी स्वतःपासूनच सुरू होते. आपण इतरांमध्ये परिवर्तन घडविण्यापूर्वी पाहिले पाहिजे की समस्येचे मूळ आपण स्वतःतर नाही ना? प्रामाणिकपणे स्वतःचे विश्लेषण करून समजून घेण्याचे प्रयत्न करा की आपण एखादे इर्ष्यावाले पती, रुक्ष बोलणारे वडील किंवा दुःखी निराश दृष्टिकोन असणारे लोकांपैकी तर नाही. माझा एक निकटचा मित्र नेहमी गंभीर असतो. तो इतरांशी असा वागतो की जणू काही त्यालाच फक्त बुद्धीचा ठेका मिळाला आहे. मन, स्वभावाने चांगला असूनसुद्धा त्याचे फार थोडे मित्र आहेत. जेव्हा मी त्यांना म्हणालो की सुरजितचा स्वभाव चांगला आहे तर ते म्हणाले की तो चांगले बोलतच नाही आणि इतरांना हीन ठरविण्याची एकही संधी तो सोडीत नाही. त्याची नेहमीच इच्छा असते की मित्र त्याच्या विशेष स्वभावाची स्तुती करीत असावेत. पण तरीसुद्धा संधी मिळून तो वेळेवर मदत करीत नाही. एक दिवस मी त्याला म्हणालो की त्याने स्वतःचा दृष्टिकोन, वागणे बदलले पाहिजे. जरी मी त्याला गत पन्नास वर्षांपासून ओळखत होतो, त्याने हे ऐकून माझ्याकडे ठिणग्या उडविण्याऱ्या दृष्टीने रोखून पाहणे सुरू केले. परिणामस्वरूप मी त्याचा निरोप घेण्यातच त्याचे व माझे भले आहे, असे समजून घेतले.

म्हणून जे दुसऱ्यांशी असलेल्या आपल्या संबंधात सुधारणा करू इच्छितात त्यांनी स्वतःचेसुद्धा आत्मपरीक्षण केले पाहिजे. स्वतःची जीवनशैली व समस्या

आपल्यावर काय परिणाम करीत आहे हे जाणून घेतल्यानंतर आपण आत्म-सुधारणेची प्रक्रिया सुरू करू शकता. कठोर परीक्षा व प्रामाणिकपणाच्या अभावामुळे आपण हे काम करू शकणार नाही. फक्त याच पद्धतीने आपण स्वतःच्या समस्या सोडवू शकता. आपल्याला हेसुद्धा जाणून घ्यावे लागेल की आपल्या समस्या वाढविण्यात आपली भूमिका काय आहे? काही लोक आपला वेळ व पैशांच्या बळावर दुसऱ्यांना आनंदी करतात, आणि सगळा भार स्वतःच्या खांद्यावर घेतात. यु.के.मध्ये माझा एक मित्र 'अ‍ॅलेक्स' राहतो ज्यांचा जास्तीत जास्त वेळ हिथ्रो विमानतळावर जाणाऱ्या येणाऱ्या पाहुण्यांना आणणे व सोडणे यातच जातो. त्यापैकी काहींना तो स्वतःकडे ठेवून घेतो. एक गृहस्थ त्याच्या घरी दोन आठवडे राहिले आणि येता-येता 5000 पाऊंडसुद्धा त्याच्याकडून घेतले. कबूल केल्याप्रमाणे अ‍ॅलेक्सला भारत प्रवासाच्यादरम्यान पैसा परत मिळणार होता, परंतु जेव्हा तो भारतामध्ये आला तेव्हा त्या गृहस्थाने कारणे सांगून भेटण्यास नकार दिला. त्याचबरोबर पैसे परत करणेही विसरून गेला. अनेक प्रयत्नानंतर त्यातील काही रक्कम वसूल करता आली. माझ्या सोबत येते वेळी अ‍ॅलेक्सने ही घटना सांगितली. आपल्या दुःखासाठी तोच जबाबदार होता. त्याला स्वतःचे जीवन व पैशांच्या बळावर दुसऱ्यांना आनंद देण्याची काय गरज होती? त्याने अशा लोकांपासून सुटकेचा मार्ग मला विचारला. मी त्याला सांगितले की मी सर्वप्रथम भेटणाऱ्याबरोबर संपूर्णपणे आत्मीयतेने वागतो. मला या गोष्टीची पूर्ण जाणीव आहे की जगातील कोणताही मनुष्य सर्वांचा मित्र बनू शकत नाही. मित्रता ही एक दुहेरी प्रक्रिया आहे. मी माझ्यासाठी एक मर्यादा आखलेली आहे. मी दुसऱ्यासाठी फक्त एवढे करू शकतो की जरी त्यांनी प्रत्युतर नाही दिले तर मला पश्चात्ताप होणार नाही. परिणामस्वरूप मी दुसऱ्यांच्या वागण्यामुळे निर्माण होणारे तणाव, क्रोध, तिरस्कार औदासीन्य व निराशेपासून सुटका करून घेतो. मी स्वतःला इतरांवर लादत नाही व दुसऱ्यांनासुद्धा पैसा व बाजू घेण्याकरिता आपल्या वरचढ होऊ देत नाही. प्रत्यक्षात माझे प्रयत्न हेच असतात की जिम्मेदारी राहू नये आणि दुसऱ्यांचे चांगले कल्याण व्हावे.

मी त्याला हेसुद्धा स्पष्ट केले की इतरांसोबत आपल्या चांगल्या संबंधासाठी आपणास पूर्णपणे माहीत पाहिजे की आपण एखाद्या विशेष संबंधाकडून काय अपेक्षा ठेवतो. मी माझ्या संबंधांना बळी पडण्याचे टाळतो. लोक चांगल्या तऱ्हेने

ओळखतात की ते मला एक शिडी या रूपात वापरू शकत नाहीत. आपल्याजवळ पर्याय व निवडींची सोय आहे. आपण जे काही वागणे, व्यवहार स्वीकारू ते आपल्या जीवनाच्या दीर्घकालीन उद्देशपूर्तीसाठी चांगले असले पाहिजे. संबंधांत तणाव आणण्यापेक्षा त्यात सुधारणेचा शक्य आहे तो प्रत्येक प्रयत्न केला पाहिजे. जर काही संबंध संपुष्टात येणार असतील तर ते सांभाळण्यात काहीही चांगले नाही, ते संपू द्या. जीवनातील प्रत्येक विषयात निवड समोर येते. हे मनुष्य विशेषावर अवलंबून असते की तो असलेली निवड आणि पर्यायांचा कोणत्या स्वरूपात उपयोग करतो.

कोणतेही संबंध नाकारण्यापूर्वी उपलब्ध पर्यायांवर एक दृष्टी अवश्य टाका. त्याविषयी आपण काय विचार करता किंवा त्या जागी आपण काय ठेवू इच्छिता. आपले जीवन संपूर्ण निवडीच्या बळावरच आहे. जीवनाच्या प्रत्येक क्षणी अनेक निर्णय घ्यावे लागतात. एका कार्यमग्न व्यक्तीजवळ कुटुंबीयांसोबत बसून संबंध मजबूत करण्याचा किंवा काम करण्याची निवड आहे.

मी 4 जून 2004 रोजी पंजाबच्या फिरोजपूर जिल्ह्यातील अबोहर नावाच्या शहरात होतो. माझ्याकडे पर्याय होता की एक तर मी समारंभात दोन तास व्यतीत करावेत किंवा शहरातील लोकांबरोबर देशातून भ्रष्टाचार मिटविण्यासाठी चर्चा करावी. मी माझे देशाविषयीचे कर्तव्य पार पाडण्याचे ठरविले. मला स्वतःची दुपारची झोप मोडावी लागली पण जोपर्यंत आपण आपला वेळ मेहनत व स्वतःचे स्वतःला देत नाही तोपर्यंत आपण काहीही प्राप्त करू शकत नाही. आपले पूर्ण जीवन एक व्यापारच आहे ज्यात देणे घेणे चालूच राहते.

जीवन निरंतर चालू राहणारा अभ्यास आहे. यश म्हणजे एखादी जादू नाही. फक्त त्या नीतीचे पालन करणे महत्त्वाचे आहे. चाकावर संशोधन करण्यापेक्षा आपण एखादी नवीन सुरुवात करा. आपण काय मिळवू इच्छिता, ते प्राप्त करण्यासाठी पुस्तके, लेखक यांच्या चरित्राची व विचारांची मदत घ्या. फक्त लक्षात ठेवा की आपल्याला पाहिजे असलेल्या वस्तूंची यादी यासाठी सतत काम करा. एकाच पद्धतीने करायचा दुराग्रह करू नका. नवीन शोधाविषयी आग्रही राहा. लक्षात ठेवा की वागणे बोलणे व काम करण्याच्या पद्धतीमध्ये सुधारणा घडवून आपण स्वतःचा स्वतःमध्ये नावीन्याचा अनुभव घेऊ शकाल.

●●●

योग्य क्षणाची निवड

जर आपल्याला चांगले व श्रेष्ठ परिणाम हवे असतील तर इतरांसोबत सामंजस्याची वागणूक करून त्यांचे सहकार्य प्राप्त केले जाऊ शकते. अति कष्टाची वेळ आली तर मागे सरू नका. काम करण्याच्या पद्धतीमध्ये सिद्धांतवादी बनू नका. जर आवश्यक असेल तर आपण पूर्वीपेक्षा विपरीत आणि अनपेक्षित रूपातसुद्धा काम करू शकता. जॉर्ज बर्नार्ड शॉच्या म्हणण्यानुसार – 'जे स्वतःचा मेंदू, मन बदलू शकत नाहीत ते जगामध्ये काही ही बदलू शकत नाहीत.'

पराजयाची भीती हीच एकमेव मोठी भीती आहे. परिणामतः काही लोक चुकांच्या भीतीने कोणत्याही कामाचा आरंभदेखील करीत नाहीत. सुरक्षित राहण्याच्या प्रक्रियेत निष्क्रियता वाढत राहते. पराजयाची भीती बहुधा नेहमी या शब्दांतून प्रकट होते – असे की 'मी नाही करू शकत', 'मी नाही करणार'. भीती आपल्या शारीरिक हावभाव, हालचालींनीसुद्धा व्यक्त होते. हृदय गती वाढते, श्वास घुसमटू लागतो व बाथरुमलासुद्धा जावे लागते. 22 डिसेंबर 1960 रोजी जेव्हा माझी आय.पी.एस.साठी मुलाखत झाली, तेव्हा माझी दशा, स्थितीसुद्धा अशीच झाली होती. माझ्या व्यतिरिक्त चार अजून प्रतिस्पर्धी होते जे अगोदर दोन वा तीन वेळी मुलाखत दिलेले अनुभवी होते. त्यांच्या अगोदरच्या दोन-तीन अपयशांनी मी एवढा घाबरलो होतो की मला त्या दोन तासांत पाच वेळा बाथरुममध्ये जावे लागले. जरी मी यशस्वी झालो तरी अपयशाच्या फक्त कल्पनेने होणारे शारीरिक बदल मी विशेषपणे लक्षात घेतले होते.

अस्वीकाराची भीतीः– एका बाजूने भीतीसुद्धा आहे जी आपल्या कामगिरीमध्ये अडथळे निर्माण करते आणि गप्प बसण्यासाठी विवश करते, ती आहे अस्वीकृतीची भीती. लहान वयापासून ही वाढू लागते. जेव्हा आपल्याला कळते, समजून येते की आई-वडील काही गोष्टींसाठी आपल्याला पसंत करतात आणि काही गोष्टींवर मान्यता

देतात. उदाहरणार्थ माझ्या आई-वडिलांची इच्छा होती की मी प्रत्येक परीक्षेमध्ये यशस्वी व्हावे. त्यांचे प्रेम म्हणजे उघड-उघड एक तडजोड होती. त्यात अटींचे बंधन होते जे माझ्या उतीर्ण किंवा अनुतीर्ण होण्यावर अवलंबून होते. जर आपण त्यांच्या इच्छेनुसार वागलो तरच आपणास प्रेम व मान्यता मिळते. जर आपण त्यांच्याविरुद्ध वागलो तर प्रेम आणि मान्यता मिळत नाही. हेच नाकारणे आहे. परिणामतः मोठे झाल्यावरसुद्धा आपण आपण इतरांची मान्यता मिळविण्याचे सवयी होतो. आणि दुसऱ्यांचा आनंद मिळविण्यासाठी काहीही करतो. हा दृष्टिकोन पुढील वाक्यांत स्पष्ट दिसतो - 'मला करावे लागेल'. मला वरिष्ठांना आनंद करण्यासाठी कठोर परिश्रम करावे लागतील. जर असे लोक उच्च दर्जाची कामगिरी नाही करू शकले तर ते पराभव व नकाराच्या भीतीने भीतीग्रस्त होतात, असे 75 टक्के वृद्धांमध्ये होते. उच्च पातळीवर राहण्याऐवजी काही लोक असा विचार करतात की -'मी हे करू शकत नाही, पण मला करावे लागेल.' - 'मला करावे लागेल पण मी करू शकत नाही.'

माझा एक मित्र कॅबिनेट सेक्रेटरी ऑफ इंडिया या उच्च पदावरून निवृत्त झाला. एक दिवस त्यानेच सांगितले की कामाच्या अतिरिक्त दडपणाने तो आरोग्याकडे लक्ष देऊ शकत नाही. त्याला मी पर्याय दिला की त्याने जीवन स्पष्टपणे घ्यावे. तो म्हणाला, की त्याच्याकडे दिलेले काम करण्याशिवाय इलाज नाही. तो तत्कालीन प्रधानमंत्र्याला प्रत्येक शक्य प्रयत्नाने समाधानी करू इच्छित होता की स्वतःचे काम करण्यात तो कुशल आहे आणि त्याच्या सेवानिवृत्तीचा वेळ वाढविला जाऊ शकतो. त्याला धास्ती होती की उत्तम कामगिरीच्या अभावाने लोक लवकर त्याचे ढासळते आरोग्य ओळखतील व त्याचा हेतू अर्धवट राहील, तरी पण त्याला मुदतवाढ मिळाली नाही.

असे प्रश्न सोडविण्याकरिता आपण स्वतःच्या हिमतीत वाढ करण्याबरोबर आत्मविश्वाससुद्धा टिकवून धरला पाहिजे. साहस, हिंमत हेच कोणत्याही स्थितीमध्ये समोर पुढे येण्याच्या भीतीला नष्ट करू शकते. अशा प्रकारे आपले वागणे आणि कार्यक्षमतेमध्ये निष्प्रभावी होऊन आणि शारीरिक क्षमतासुद्धा कायम राहील.

सुस्पष्ट चिंतनाद्वारे ओळखा की एखादी संस्था किंवा व्यक्तीचे सहकार्य ध्येय प्राप्तीमध्ये आपल्या मदतीस येऊ शकते. त्यांची यादी बनवा आणि त्यांचे सहकार्य मिळवा. जर आपण पुढे चालून जास्तीत जास्त यश मिळवू इच्छितात तर आपण योग्य वस्तूंना प्राधान्य दिले पाहिजे.

अधिकांश लोक रोज केल्या जाणाऱ्या कामांमुळे तेथेच असतात जेथून त्यांनी सुरुवात केली होती. हे स्वाभाविक आहे पण जोपर्यंत आपण उच्चस्तरीय योजना बनविणार नाहीत तर ते प्राप्त कसे करणार? नवे क्षितिज व संधी आपले ध्येय बनू शकते. ध्येयावर एकाग्र राहा, आपण लवकरच त्यांच्यापर्यंत पोहचाल. जेव्हा आपण चिंतामग्न असता तेंव्हा आपण स्वतःच्या दृष्टिकोनापासून दूर जातो. असा विचार करण्याऐवजी की आपण जेथे आहोत तेथे कसे कायम राहू. आपण असा विचार करा की आपण कोठे जाऊ इच्छिता? हे एक असे ध्येय आहे जे आपले मन व बुद्धी स्वीकारतात की आपण जे काही निश्चित ठरवू जे ते आपण सहज मिळवू शकतो, स्वतःला या वाक्यानेसुद्धा प्रोत्साहन द्या - 'मी हे करू शकतो आणि मी यशस्वीसुद्धा होईल'. जेव्हा कधी आपण स्वतःला भीती व संशयाने ग्रासले जाल तेव्हा स्वतःमध्ये ही भावना रुजवा की आपण एक महत्त्वपूर्ण व्यक्तिमत्त्व आहात जे कधीही पराभूत होऊ शकत नाही. जर तेव्हासुद्धा आपण अपयशी झालो तर ते तात्पुरत्या स्वरूपात घ्या, हेच आपल्याला यशाचा मार्ग दाखवील.

सर्वात अगोदर त्या कार्यक्षेत्राची तपासणी करा जेथे आपण निष्प्रभ झाला आहात. हे पारखून पाहा की आपण अडचणींना बिलकुल वेगळ्या पद्धतीने तोंड देत आहात. जीवनात सगळ्या सफलता कोणतेही काम चांगल्या पद्धतीने केल्यामुळे मिळतात. जर एखाद्या पद्धतीने इच्छित परिणाम प्राप्त झाले नाहीत तर काम करण्याच्या पद्धतीतसुद्धा बदल करणे शक्य आहे.

काम एकाच पद्धतीने केल्यामुळे परिणामसुद्धा सारखेच मिळतात. अशा व्यक्ती वा संस्थांच्या शोधात राहिले तर आपल्या ध्येयापर्यंत पोहचण्यास त्यांची मदत होईल. त्यांचे समर्थन व सहकार्य मिळविण्याचा पुरेपूर प्रयत्न करा. आश्चर्यजनक व अनपेक्षितपणे काम केल्यानंतरच अनपेक्षित परिणाम प्राप्त होतात.

कधी-कधी आपण जे करीत आहात त्या विरुद्ध करणेसुद्धा फलदायी होऊ शकते. कधी-कधी समस्या एकीकडे असते आणि आपण उत्तर दुसरीकडे शोधतो. जर आपण अडचणग्रस्त आहात तर तिचेच उत्तर शोधा. दुसऱ्यासोबत दक्षतेने सामंजस्य ठेवून काम करण्याची विशेषता हीच सफलतेने एकमेव वाहक होऊ शकते.

●●●

पुढाकार कोणी घ्यावा?

यशाच्या शिखराला स्पर्श करणाऱ्या व्यक्तींनी जीवनात चांगले भोजन व व्यायामाला नेहमीच अग्रक्रम दिला आहे. ते नियमित व्यायाम व भोजनाचे सत्य तसेच महत्त्वाकडे दुर्लक्ष करीत नाहीत. त्यांना कल्पना आहे की चांगली, निरोगी जीवन शैली हीच जीवनात चमत्कार घडवू शकते. व्यक्तिगत व व्यावसायिक रूपाने जीवन संघटित करते वेळी आरोग्य व तंदुरुस्तीवर लक्ष ठेवणे अत्यावश्यक आहे. याकरिता आपल्याला स्वतःशी तडजोड करावी लागेल. सकाळी ठरलेल्या वेळेच्या एक तास अगोदर उठून आपण योग, धावणे वा फिरण्यासाठी वेळ काढू शकतात. काही लोक कामाच्या जागेपर्यंत पायी जातात, वा लंच दरम्यान शतपावलीसाठी वेळ काढतात. आरोग्यातील सुधारणांसाठी आपण जे काही कराल ते लाभदायकच असेल. खाण्या-पिण्याच्या चांगल्या सवयी व व्यायामयुक्त जीवनशैली ऊर्जा व उत्पादनाच्या स्तरावर वाढ करते. असे सराव फक्त उच्चस्तरीय लोकांवरच नव्हे तर सर्वांनाच लागू पडतात.

जर आपण अगोदरच अशा जीवनशैलीशी परिचित आहात तर आपण जास्तीत जास्त क्षमतायुक्त कामगिरीच्या मार्गावर आहोत. जर आपण हे करीत नसाल तर लवकरच यशस्वी लोकांच्या मार्गावर चालण्याचा सराव करा. काही लोक नेहमी प्राथमिकतेशी संबंधित अडचणींना घाबरून राहतात. सोप्या भाषेत सांगायचे म्हणजे विशेष जिम्मेदारीऐवजी जरूरी कामांकडे लक्ष देणे. तासन्तास स्वतःचे स्वतःपासून दूर करून वेळ घालविणे, लोकांपासून दूर राहणे, कार्यालयीन कोलाहलामध्ये राहण्याचा अर्थ हा नसतो की आपण आपले इप्सित प्राप्त कराल. प्रत्येकाला प्राधान्य याचा अर्थ होईल की आपल्याजवळ प्रत्येक कामासाठी पुरेसा वेळ आहे. या दरम्यान आपण परिवार, मित्र व संघाकरितासुद्धा वेळ काढू शकतो. परिणामकारक संवादाने या अडचणी सोडविता येतात. उत्पादनावरसुद्धा याचा

प्रत्यक्ष परिणाम दिसून येतो. या अडचणीतून सुटकेसाठी लक्ष असू द्या की योग्य प्रबंधक या विषयी काय पावले उचलतात. स्वतःचे व्यवहार त्यानुसार आखा. यशस्वी व्यक्तींना आदर्श बनवा कारण त्यांचे बोलणे व कृती यात फरक नसतो. आपल्याला स्वतःलाच आढळून येईल की यशस्वी व्यक्ती स्वतःच्या वेळेचे चांगले नियोजन करतात. ते कार्यक्षेत्राच्या योग्य संघटनेने विशेष मुद्यावर लक्ष एकाग्र करू शकतात. ते नेहमीच स्वतःची आणि संघाची माहिती वाढविण्याचा प्रयत्न करतात. यश मिळविण्यासाठी काम व व्यक्तीशी संबंधित प्राथमिकता यावर लक्ष देणे अत्यावश्यक आहे.

यशस्वी लोक कागदी कार्यवाहीला स्वतःवर वरचढ होऊ देत नाहीत. जर आपण सावध नाही राहिलो तर या विषयात मार खाऊ शकतो. यशस्वी व्यक्ती चांगल्या प्रकारे जाणतात की कामं वाढण्यासोबतच कागदांचा ढीगसुद्धा वाढतो. मीसुद्धा दररोज पाच प्रकारच्या व्यर्थ कागदांची दोन रद्दी बकेट भरतो.

प्रामाणिकपणे सांगायचे तर पूर्वी मीसुद्धा कागदांच्या छाननीला प्राधान्य देत नव्हतो. आता मी दररोज पंधरा मिनिटांचा वेळ अवश्य काढतो म्हणजे रद्दी कागदांपासून सुटका मिळवू शकतो. कित्येक वेळा मला थकवासुद्धा जाणवतो. पण कार्यक्षमतेला परिणामापासून वाचवायचे असेल तर हे काम करावेच लागेल. जर मला एखाद्या कागदाची गरज नसेल तर मी तो सांभाळण्यापेक्षा फेकून देणेच चांगले समजतो. अनेक वेळा आपण पत्ता नीट ठेवण्यासाठी कागदपत्रे सांभाळतो परंतु मी स्वतःच्या डिजिटल डायरी वा कॉम्प्युटरमध्ये सगळे पत्ते नोंदवून ठेवतो. वेळेवर बिलं भागविणे आणि जेवढे शक्य आहे तोपर्यंत क्रेडिट कार्डाचा उपयोग करीत नाही. जर एखादा कागद जरुरी असेल तर मी तो कॉम्प्युटरमध्ये स्कॅन करतो आणि जरुरी कागदांची एक फाईल करून त्यात लावतो.

यशस्वी लोक जाणतात की उलटा-पालटीसाठी कागदांचा ढीगसुद्धा कमी दोषाचा नसतो. ते जाणतात की जास्त सामान डोकेदुखी निर्माण करतात. ते थोड्या सामानाची तरफदारी करतात. ते त्या सामानाला एवढे व्यवस्थित ठेवतात की जरूरत पडल्यानंतरच ते सापडेल, म्हणजे ते कामाची व्यवस्था योग्यरीतीने लावू शकतात.

ते स्वतःच्या कामांच्या अस्ताव्यस्ततेचा दोष इतरांना देत नाहीत. ते या त्रासातून सुटकेसाठी आवश्यक पावले उचलतात. ते व्यर्थ झालेल्या जुन्या वस्तूंच्या मोहात

सापडत नाहीत. कागदांच्या ढिगाच्या नकारात्मक प्रभावांना ते चांगल्या प्रकारे ओळखतात.

त्यांना अशा मित्र, कौटुंबिक सदस्य व सहकाऱ्यांना टाळता येते, जे त्यांचे शुभचिंतक नाहीत. ते परिस्थिती व जीवनातील परेशानीवर विचार विनिमय करण्यामध्ये वेळ नष्ट करीत नाहीत. परिवर्तन आणि चांगल्यासाठी काम करण्यामध्ये विश्वास बाळगतात.

बंगलोरमध्ये माझ्या घराजवळ एक नातेवाईक राहात होता, तो सतत स्वतःचे आजार आणि वरिष्ठांविषयी रडगाणे गात असायचा. काही दिवस मी सभ्यपणा सांभाळायचा म्हणून अमरजितचे म्हणणे ऐकायचो. मला आढळून आले की त्याचा दृष्टिकोन माझ्यावरसुद्धा परिणाम करीत आहे. मला जाणवले की मी लवकरच त्याच्या आजाराने पछाडला जाईल. स्वतःची सकारात्मकता कायम ठेवण्यासाठी मी त्याला भेटणे बंद केले. मी स्पष्ट शब्दांत सांगितले – 'जर माझ्याशी बोलण्याची इच्छा असेल तर तक्रारी करण्याऐवजी काही चांगली आनंददायक बोलणी करा.'

मी त्याला त्याच्या आदर्श लोकांच्या जीवनशैलीचे अनुसरण करणे हा सल्ला दिला. हे खरे आहे की आम्ही आपल्या अधिकाऱ्यांच्या वागण्यामुळे प्रभावित होतो. आपण घरात त्याचे वागणे, दृष्टिकोन व व्यक्तिमत्वाचा आंशिक परिणाम होऊ लागतो. या बाबीवर लक्ष द्या आणि जाणून घेण्याचा प्रयत्न करा की ते स्वतःची उदासी, आनंद व दयाळूपणा याद्वारे स्वतःच्या संघात सकारात्मक प्रभावाशी संबंधित व्यक्तींना समाविष्ट करावे किंवा नकारात्मक लोकांना.

यशस्वी व्यक्तींचे प्रत्येक कामामध्ये रचनात्मकतेचे चमक दिसून येते. त्यांच्या योजना एवढ्या परिपक्व असतात की ते ना कुणाची प्रतीक्षा करतात ना तर कोणाला प्रतीक्षा करायला लावतात. असा लोकांचे आपण अनुसरण करावे. लक्षात असू द्या की आपल्यापैकी प्रत्येक जण स्वतःच्या आदर्शाप्रमाणे जीवनातील सर्वात उंच शिखरापर्यंत जाण्याची योग्यता बाळगतो.

●●●

वेळेचा सदुपयोग

जीवन व्यवस्थित चांगल्या रूपात नियोजित करण्यासाठी काही व्यक्तिगत गणना करणे आवश्यक असते. म्हणजे आपण पूर्व नियोजित व नियंत्रितपणे जीवन जगू शकू. आपल्यापैकी ते अधिकांश लोकांना सात ते आठ घंटे झोप आवश्यक आहे आणि गाढ निद्रा येण्यास 15 ते 30 मिनिटांचा वेळ लागतो. मी झोपण्यापूर्वी चांगले व प्रसन्नतादायक साहित्य वाचणे पसंत करतो. म्हणून मी दहा ते साडेदहाच्या दरम्यान अंथरुणावर पडतो म्हणजे अकरा वाजेपर्यंत लाईट बंद करू शकतो. सकाळी सहा वाजता उठून नित्यकर्म आवरून, चहा घेऊन वर्तमानपत्र वाचल्यानंतर फिरायला जातो आणि सव्वा नऊ वाजेपर्यंत परत येतो. स्नान करण्यासाठी जवळपास पंचवीस मिनिटे लागतात. नाश्ता व इतर कामांसाठी जवळजवळ नव्वद मिनिटे लागतात. यासाठी जर मला सात वाजता रेल्वे वा विमान गाठायचे असेल तर मी सकाळी चार वाजता उठण्याचा प्रयत्न करील. म्हणजे मी स्वतःची दिनचर्या पूर्ण करून सहजपणे विमान वा रेल्वे पकडू शकेल. विमान गाठण्यासाठी मला प्रवासाची वीस मिनिटे व सुरक्षा तपासणीच्या औपचारिकतेसाठी एक घंटासुद्धा काढावा लागतो.

जर मी स्वतःचे जीवन अशा प्रकारे नियोजन केले नाही तर मला तणावमुक्त जीवन जगावे लागेल. सर्वात अगोदर मी अकरा वाजताच्या पूर्वी कोणालाही भेटीसाठी वेळ देत नाही. जर आवश्यक असेल तेव्हासुद्धा मी या गोष्टीचे भान ठेवतो की माझ्या उपक्रमांत कोणताही अडथळा येऊ नये. सकाळचे फिरणे संध्याकाळीसुद्धा करणे शक्य असते परंतु बाकी सगळी कामे तर सकाळचीच आहेत. मी प्रवासाच्या वेळेसाठी दहा मिनिटे अतिरिक्त देतो म्हणजे भेटीच्या वेळेपूर्वी पोहचू शकू.

प्रत्येक स्त्री अथवा पुरुष सर्वांसाठी लाभदायक होईल की ते स्वतःची झोप, व्यायाम, स्नान, नाश्ता, वर्तमानपत्र वाचणे व प्रवासाचा वेळ निश्चित करावा. अलीकडील काळात दिल्लीमध्ये खूप उड्डाणपूल बनले आहेत. त्यामुळे मी रहदारी जाम झाल्यामुळे होणारा संभावित विलंबसुद्धा लक्षात ठेवतो. म्हणून भेटीच्या वेळेच्या आधारावर माझ्या उडण्याची वेळ निश्चित होते. प्रत्यक्षात मी सकाळच्या भेटीची वेळ क्वचितच देतो. या विषयात मी पूर्णपणे स्पष्ट आहे की माझ्या आरामदायक दिनचर्येत दोनशे चाळीस मिनिटांचा वेळ होतो. एका चांगल्या दिवसाच्या सुरुवातीसाठी ही दिनचर्या अत्यंत आवश्यक आहे. या वेळेदरम्यान मला कोणत्याही प्रकारचे व्यवधाने नको असतात. प्रत्यक्षात सर्व उपक्रम लक्षात ठेवण्यासाठी मी स्टॉपवॉचचा उपयोग करतो. बहुधा नेहमी माझ्या हातावर दोन घड्याळे असतात. कोणत्याही उपक्रमासाठी मी ठरलेल्या वेळेपेक्षा जास्त वेळ लावीत नाही. यामुळे मला खात्री असते की मी नियोजित वेळेप्रमाणे चालत आहे.

असेसुद्धा मी कोठे तरी जाण्यासाठी तयार आहे आणि अचानक फोनची घंटी वाजते. या वेळी माझ्याकडे वेळही नसतो आणि त्या फोनची मला आवडही नसते. तशा वेळी फोन उचलणे मला फार त्रासदायक वाटते. टेलिफोन नेहमी त्याच वेळी येतात ज्यावेळी आपण ते स्वीकारण्यासाठी तयार नसतो. अशा परेशानीतून सुटकेसाठी सहायकाला फोन घेऊ द्या वा तो 'आन्सरिंग मशीन' वर जाऊ द्या. माझे अधिकांश फोन आन्सरिंग मशीनवर जातात. जर मी फोनजवळ बसून राहिलो तर कॉलर आय.डी.ने कळते की मला फोन कोण करीत आहे. जर ती व्यक्ती माझ्याकरिता विशेष असेल तरच मी तिच्यांशी बोलणे करतो. अधिकांश लोक स्वतःसाठी अनुकूल वेळेत फोन करतात. मीसुद्धा त्यांना स्वतःसाठी अनुकूल परिस्थितीमध्ये उत्तर देतो.

काही लोक चिकटू प्रकारचे असतात, म्हणून एक किंवा दोन मिनिटांची मुख्य बोलणी झाल्यानंतर मी त्यांना सांगतो की माझा एक फोन येत आहे. जर तरीही त्यांनी ऐकले नाही तर मी त्यांना फोनवरच थांबवून ठेवतो. याच तऱ्हेने काही वेळ प्रतीक्षा केल्यानंतर ते स्वतःच फोन ठेवून देतात. मी महिन्यात एक वेळ आपले

गाव जलालाबादला अवश्य जातो. माझ्या अनुपस्थितीमध्ये माझे सर्व फोन आन्सरिंग मशीनवर जातात. वेळ वाचविण्याची ही एक चांगली पद्धत आहे.

माझा स्वतःचा अनुभव तर हेच सांगतो की ज्या कामाला आपल्या अंदाजाप्रमाणे पंचेचाळीस मिनिटे लागणार होता ते नव्वद मिनिटांपूर्वी पूर्ण होत नाही. मागील आठवड्यात एका राज्याच्या राज्यपालासोबत दीड वाजता माझे लंच होते. मी माझी पत्नी सुरिंदरसोबत बँकेत जाण्यासाठीसुद्धा नव्वद मिनिटांचा वेळ ठेवला होता. काही कारणामुळे आम्ही पाऊण वाजण्यापूर्वी घराबाहेर पडू शकलो नाही. मी तिला सांगितले की दुपारच्या निमंत्रणावर वेळेवर पोहचण्यासाठी मला बँकेत जाणे टाळावे लागले. ती म्हणाली की बँकेत जाण्यासाठी चाळीस मिनिटे भरपूर आहेत. दहा-दहा मिनिटे जाण्या-येण्यासाठी आणि बँकेसाठी एकूण वीस मिनिटे पुरेसे आहेत. पण मी तिच्यासोबत नाही गेलो. तिच्या मार्गावर एक उड्डाणपूल तयार होत होता आणि तिला बँकेतून परत येण्यास पंचाहत्तर मिनिटांचा वेळ लागला. मागील रात्री मी कॉम्प्युटरवर माझे इमेल्स तपाशीत होतो. ते उघडल्यानंतर मी एका आवडत्या साईटवर गेलो आणि एक तास त्यातच व्यस्त राहिलो, म्हणून आपण अनपेक्षित घटनांसाठीसुद्धा वेळ वाचवून ठेवाल तर तणाव आपले काहीही नुकसान करू शकत नाही.

लक्षात ठेवण्याच्या पद्धतीसुद्धा परिणामकारक असतात. याकरिता आपण गजराच्या घड्याळाचा उपयोग करू शकता जे आपणास सकाळी उठविण्यासोबत इतर उपक्रमांचा वेळसुद्धा निर्धारित करते. मी दुपारी एक पद्धतसुद्धा उपयोगात आणतो. मी माझ्या उपक्रमांची निर्धारित वेळ स्टॉप वॉचवर निश्चित करतो. हे घड्याळ निःसंशय माझ्या दक्षतेमध्ये वृद्धी करते. असे घड्याळ खरेदी करणे फालतू खर्च मुळीच होत नाही. आपण आपले मनगटी घड्याळ पाच-दहा मिनीटे पुढेसुद्धा ठेवू शकता. तेव्हा आपण उशिरा पोहचण्याची शक्यता कमी होते.

कोणत्याही कामासाठी अगोदरच सज्ज व्हा. मी सकाळी फिरायला जाताना घालावयाचे बूट व कपडे रात्रीच तयार ठेवतो. स्नान करायला जाण्यापूर्वी मी वापरावयाचे कपडे तयार ठेवतो. एखाद्या प्रवासाला जाण्यापूर्वी माझी सुटकेस

दोन दिवस अगोदरच तयार असते, म्हणजे जरूरी सामान सोबतच ठेवता येते.

जर आपण निमंत्रणावरून कोणाकडे जात असाल तर त्यांचा पत्ता चांगल्या प्रकारे समजून घ्या. दिल्ली, मुंबई, कोलकत्ता व चेन्नई अशा मोठ्या शहरांत पत्ता शोधणे सोपे नाही. मी दिल्लीमध्ये मागील तीस वर्षांपासून राहत आहे. जुन्या दिल्लीतील काही रस्त्यांशी मी आज देखील अपरिचित आहे. मागील महिन्यात, मला अशोक विहारजवळ जायचे होते. पत्ता शोधता-शोधता मला या कॉलनीमध्ये तीस मिनीटे लागली जेथे जागोजागी निर्माण कार्य चालू होते. आपल्या देशात पत्ता दर्शविणाऱ्या सूचक पट्ट्यांची उणीव आहे. जर आपण एखाद्या अनोळखी जागी जात असाल तर त्याच्या जवळपासच्या ओळखीच्या खुणा विचारुन नोंदवून ठेवा. या अशा पद्धतीने आपण विनाकारण होणारा त्रास टाळू शकता.

आपल्याला दुसऱ्या रस्त्यांचीसुद्धा माहिती पाहिजे, कारण शक्य आहे की जाम रहदारी, वाईट हवामान, अपघात, निर्माण कार्य किंवा अन्य काही कारणांमुळे मुख्य मार्ग बंद असेल. काही लग्न समारंभ वगैरे नेहमी पूर्ण सडक व्यापतात, त्यामुळे जर आपल्याला दुसरा मार्ग माहीत असेल तर परेशानी होत नाही. एफ.एम.रेडिओवरसुद्धा रहदारी मार्गांची माहिती दिली जाते. कोठेही जाण्यापूर्वी आपण ती ऐकू शकता. कोणत्याही जागी ठरलेल्या वेळेपेक्षा अगोदर जाऊन आपण सहजपणे आराम करू शकता. जर आणखी काही वेळ शिल्लक असेल तर वर्तमानपत्र वाचू शकता. भले आपण गाडीत, कारमध्ये बसलेले असो वा सार्वजनिक वाहनात, दोन्ही जागेवर आपण वाचन करू सकता. एक तणावमुक्त जीवन हीच यशाची किल्ली होऊ शकते.

●●●

स्वतःच्या सकाळचे नियोजन करा

कोणत्याही सामान्य माणसाचे जीवन वृत्तांत-जन्म, भोजन, निद्रा, बालपण, शाळा, खेळ-क्रीडा, उच्च शिक्षण, नौकरी, विवाह, मुले-बाळे, जमीन-जायदाद, मुलांचे संगोपन, सेवानिवृत्ती व शेवटी मृत्यू यांनी बनलेले आहे. परंतु या सर्वांपेक्षा वेगळे बनलेले आहे. हे चालू काळातील मोठेपणाशी संबंधित आहे. जिम बिशोप म्हणतात – 'It is difficult to live in the present, ridiculous to live in the future and impossible to live in the past. Nothing is, as far away, as one minute ago.'

हे सर्व एका सावध दैनंदिनीशी संबंधित आहे. जर आपण एका नियमित दैनंदिनीचे पालन केले नाही तर जीवन एक साधारण घटनेप्रमाणे व्यतीत होईल. सकाळचा वेळ भरपूर कामांशी संबंधित असतो. संपूर्ण नियमनानंतर मलासुद्धा सकाळ संघटित करण्यासाठी त्रास होतो. येथे या विषयाशी संबंधित काही परिणामकारक सल्ले, सूचना देत आहे.-

एक रात्र पूर्वीची तयारी :- एका रात्रीपूर्वीच घालावयाचा पेहराव आणि कपडे आणि बरोबर न्यायचे दस्तावेज यांची तयारी करणे तणाव कमी करू शकते. प्रत्येक रात्री झोपण्यापूर्वी कपडे इस्त्री करा आणि कामाची रूपरेषा तयार करा. मी तर नेहमी वापरले जाणारे कपडेसुद्धा हँगरवर टाकून तयार ठेवतो. जर होणे शक्य असेल तर सकाळी केल्या जाणाऱ्या नाश्त्याविषयीसुद्धा घरात अगोदरच ठरवून घ्या. जर आठवड्याचे बेत ठरविले तर नाश्त्यामध्ये विविधता येऊ शकते. जर आपल्याकडे नौकर नसेल तर नाश्ता बनविण्याची तयारी रात्रीसुद्धा केली जाऊ शकते.

सकाळी किती वाजता उठून तयार होऊ शकता? :- निश्चित ठरवून घ्या की आपल्याला सकाळी तयार होण्यासाठी किती वेळ लागेल? निश्चित केलेल्या वेळेमध्ये अर्धा तास वाढवून घ्या जो हवामान, जाम रहदारी व एखाद्या अन्य कारणामुळे लागू शकतो. यामुळे आपल्याला अंदाज येईल की आपण सकाळी किती वाजता उठले पाहिजे. निश्चित ठरविलेल्या वेळेवर उठायची सवय लावून घ्या, म्हणजे आपण आरामात तयार होऊ शकता. इच्छा असूनही जर वर्तमानपत्र वाचण्यास वेळ नाही मिळाला तर त्याच्या पर्यायी स्वरूपात आपण स्नानगृहात रेडिओवर संगीत अथवा बातम्या ऐकू शकता.

प्रत्यक्षात सन 1965 च्या दरम्यान एक पोलीस सुपरिटेडेंट या रूपात मलासुद्धा संगीताच्या गतिमान, धुंद चालीवर नाचणे आवडत होते. त्याकाळी ऑडिओ-व्हिडिओ सिस्टिम नव्हत्या म्हणून मी ग्रामोफोनच्या काही रेकॉर्ड विकत घेतल्या होत्या. आनंद स्वभावाचा असल्यामुळे मला उदास मूडचे संगीत आवडत नव्हते. कोणताही सिनेमा पाहण्यापूर्वी मी अवश्य माहीत करून घेतो की तो मारामारीपूर्ण अॅक्शनपट आहे की संगीतपूर्ण प्रस्तुती. माझ्या बाथरुममध्ये मी नेहमी भक्ती संगीत किंवा सेल्फ इंप्रूव्हमेंट टेप माझ्या मनःस्थितीनुसार ऐकत होतो.

येथे एक लक्षात ठेवा की जर घरात एक बाथरूम आहे तर तिच्यावर फक्त स्वतःचा ताबा लावू नका. तिच्यावर परिवारातील इतर सदस्यांचासुद्धा पूर्ण हक्क आहे. आपसांत सामंजस्य निर्माण करा की सर्व सदस्य एकमेकांना पूर्ण सहकार्य करतील. माझ्या बाथरुममधील घड्याळ मला तेथे ठरलेल्या वेळेपेक्षा जास्त वेळ थांबू देत नाही. याप्रकारे इतर सदस्यसुद्धा बाथरूम सुखाचा पूर्ण फायदा घेतात.

महिलांनी बाथरुमध्ये तयार होताना स्वतःच्या मेकअपच्या सामानावर एक नजर अवश्य टाकावी की प्रत्यक्षात त्यांना दररोज एवढ्या प्रसाधनांची आवश्यकता आहे का? दररोजच्या प्रसाधनांसाठी कंसिलर, मॉइश्चरायझर, फेस पावडर, ब्लश-ऑन, मस्कारा व लिप ग्लास एवढेच पुरेसे आहेत. या प्रसाधनासाठी पाच मिनिटांपेक्षा जास्त वेळ लागत नाही. अनेक व्यक्ती केसांची स्टाईल बनविण्यामध्ये

भरपूर वेळ घालवितात.

असे चांगले होईल की आपण एक हेअर-स्टॉइल निवडावी हेयर ड्रायरचा उपयोग जास्त वेळ केसांवर करू नये. केस पंख्याखाली वा किंवा ड्रायरने वाळविण्याचे काम मेकअप वा रोबिंगच्या दरम्यान करा. चांगल्या पोषणाने भरपूर नाश्ता टाळू नका. भोजन चांगल्या पद्धतीने चावा म्हणजे पचनास सोपे होईल. यामुळे आपणास पुरेशा प्रमाणात ऊर्जा मिळेल. ज्या दिवशी मला नाश्त्याला उशीर होतो तेव्हा मला थकवा अनुभवाला येतो. आपल्याला माहीत पाहिजे की आपल्या करिता किती नाश्ता करणे आवश्यक आहे. भोजनाचे कमी वा जास्त प्रमाण दोन्ही बाबी पण नुकसानदायक आहेत आणि पुरेशी ऊर्जा देत नाहीत. जास्त वेळाने शिजणारे नाश्त्याचे पदार्थ सुट्टीसाठी शिल्लक ठेवा.

नियमितपणे नाश्त्यामध्ये रस घ्या. काही फळे असावीत. या सल्ल्यांचे पालन करणे आपल्याला निश्चितपणे स्वतःचा दृष्टिकोन व प्रतिमेमध्ये अवश्य परिवर्तन आणू शकतात.

●●●

चांगले भाग्य आणि यश मिळवा

नेहमी अति वाईट स्थितीची कल्पना करण्याऐवजी आनंददायक घटना आणि स्मृतीसुद्धा जागृत ठेवा. सकारात्मक दृष्टिकोन हाच यशस्वी जीवनाची एक प्रणाली, तंत्र, विस्तार व समाधान होऊ शकते. जरी परिस्थिती अतिवाईट व स्थिती भीतीदायक होऊ शकते. आपल्यात त्यांच्यापासून ताबडतोब वेगळे होण्याची प्रवृत्तीसुद्धा असते. जीवन सर्वांना लहान वा मोठी जखमा पोहचवीत असते. आपण एक दृष्टिकोन विकसित केला पाहिजे. ज्यामुळे आपण एकसारखी भावना ठेवू शकू. जर आपण निराशेच्या जागी यश मिळविण्याचे इच्छूक आहोत तर आपणाला जाणून घ्यावे लागेल की कशा पद्धतीने सकारात्मक धारणांशी हस्तक्षेप करणाऱ्या स्थितीला तोंड देता येईल.

बुद्धिमत्तेने भरपूर व्यवहारी पकडीद्वारा आपण आपला दृष्टिकोन उच्च ठेवू शकता. येथे या विषयात काही सूचना प्रस्तुत आहेत-

सुट्टीचा आनंद घ्या:- जेव्हा सगळे काही पूर्वनियोजित पद्धतीने चालू असेल तेव्हासुद्धा कोण जाणे कोठून एक वादळ येऊन आपल्या योजना उद्‌ध्वस्त करते. कित्येक वेळा जेव्हा आपण असहजा व समस्येची अपेक्षा बाळगतो तेव्हा परिस्थिती एकदम बदलून नव्या रूपात समोर येऊन उभ्या राहतात. असे आपल्या चूक व अव्यवहारी आकलनामुळे होते. ज्यामुळे आपला असंमजसपणा आणखीनच वाढत जातो. आपण अचूक निर्णय घेण्यास स्वतःला कमकुवत पाहतो. नालायक ठरवितो. नेहमी आपला विचार सकारात्मक ठेवा. जर एखादी अडचण समोर जरी आली तरी हिंमत, धैर्याने तिचा सामना करा. जेव्हा परिस्थिती आपल्याकडे पाठ करते तेव्हा अडचणी स्वतःच मिटतात. त्यांचे भावनात्मकपणे नाही तर तार्किक विश्लेषण करा. या उडीमुळे आपण अडचणीचा संतुलित दृष्टिकोनाने पाहू शकाल.

आपण संधी किंवा प्रसंग स्वतःची पोहोच व इच्छेनुसार आखू शकाल. काही बाबी वगळता आपण जीवनात काय नाही करू शकत? स्थितीची सुधारणासुद्धा आपल्याच हातात आहे. कधीही भावनात्मकपणे प्रतिक्रिया व्यक्त करू नका. स्वतःला समान मनोदशेपर्यंत येण्याची प्रतीक्षा करा. आपण एक कप चहा वा कॉफी किंवा एखाद्या मजेदार कार्टूनच्या मदतीने अशी मनोदशा मिळवू शकता. जेव्हा केव्हा अशा एखाद्या स्थितीला मी तोंड देतो तेव्हा एखाद्या चांगल्या मित्राचा सल्ला माझ्यासाठी उपकारक ठरतो. आपण सर्व जण हो ला हो करणाऱ्यांनाजवळ करतो म्हणून जर आपला मित्र आपल्या हो ला हो लावतो आणि खरी प्रतिमा दाखवितो तेव्हा त्याचा राग करू नका.

आपला दृष्टिकोन असा असावा की ध्येयावर दृष्टी टिकून राहावी नसता आपले लक्ष भरकटू शकते. हे कार चालविण्यासारखे आहे. जेथे आपण डावी वा उजवीकडे पाहण्याऐवजी दृष्टी समोर ठेवण्याचे प्रयत्न करता. जर कार चालकाने असे नाही केले तर कोणत्याही क्षणी अपघाताची शंका कायम राहते, म्हणून ध्येयावर तीक्ष्ण दृष्टी फक्त आपल्याकरिता सहायक आहे असे नाही तर वरिष्ठ व ग्राहकांनासुद्धा आपल्याकडे आकर्षित करते. जरी स्वतःचे आणि संस्थेचे उद्देश व ध्येयांना अक्षरबद्ध करणे जास्त सार्थक होऊ शकते.

आपल्या ध्येयाविषयी असलेल्या एकाग्रतेतच यशाचे रहस्य दडलेले आहे. सीबीआयचा संचालक म्हणून काम करीत असताना बोफोर्स खटल्याची चौकशी तीन महिन्यांत पूर्ण होईल असे मी एका पत्रकाराला सांगितले होते. मी 28 जानेवारी 1997 रोजी हे आव्हान स्वीकारले. तेव्हा मला हे सर्व अशक्य आहे असे वाटते. कारण अनेक कागदपत्रांची तपासणी करायचे राहिले होते. सैन्य अधिकाऱ्यांचे प्रमुख, माजी मंत्री आणि अनेक अधिकाऱ्यांसह एकूण चाळीस जणांची चौकशी करायची होती. तेव्हा मी केंद्रीकरणाच्या तत्त्वांचा अवलंब केला. एका अतिरिक्त संचालकाच्या अध्यक्षतेखाली मी विशेष तपास पथक स्थापन केले. या पथकाला दैनंदिन कामाचे स्वातंत्र्य दिले. फक्त सोपविलेले काम पूर्ण करण्याची जबाबदारी दिली. या पथकातील सर्व सदस्य आपल्या कामाबाबत जागरुक आहेत की नाही याची मला खात्री वाटत नव्हती.

चौकशीच्या कामात प्रगती होते की नाही याची साप्ताहिक माहिती घेणे मी सुरू केले. त्या सर्वांना प्रोत्साहित करण्यासाठी बैठकीमध्ये मी पथकात काम

करणाऱ्या हवालदारापासून सर्वांना निमंत्रित केले आणि त्याचा अहवाल मागविला. त्याचा परिणाम म्हणून या अतिशय गुंतागुंतीच्या खटल्यातील काही महिती शोधण्यात मला यश आले. 30 एप्रिल 1997 रोजी चौकशी पूर्ण झाली. 12 मे 1997 रोजी या चौकशीचा पाचशे पानी अहवाल केंद्र सरकारला पाठविला. आपल्या ध्येयावर लक्ष एकाग्र केल्यामुळेच आम्ही या अशक्य वाटणाऱ्या कामाला निर्धारित वेळेत पूर्ण करू शकलो.

समस्यांऐवजी त्या सोडविण्यावर भर द्यावा:- त्रासदायक, तणावपूर्ण आणि निराशाजनक परिस्थितीकडे दुर्लक्ष करून चालत नाही. हे सर्व आरडा ओरडा करून आपले लक्ष वेधून घेण्याचा प्रयत्न करीत असतात. असा परिस्थितीशी संघर्ष करताना लोक साधारणपणे फक्त त्याचाच विचार करीत असतात. त्यावरच जास्त लक्ष देतात. कोणाचेच जगणे अडचणीपासून मुक्त नाही. अगदी यशस्वी व्यक्तीलाही या स्थितीतून जावे लागते. सकारात्मक आणि यशावर लक्ष ठेवणारे अडचणींचा फक्त विचार करीत नाहीत तर त्यावर मार्ग काढण्याचा प्रयत्न करतात.

परिस्थिती किती वाईट होईल याचा विचार करण्यात आपला अमूल्य वेळ वाया घालवू नका. त्याऐवजी सर्व काही चांगले झाल्याची कल्पना करा. माझ्या एका जवळच्या नातेवाईकाचे वरिष्ठ खूप वाईट होते. त्यामुळे तो सतत आपल्या कुटुंबातील सदस्यांना आणि मित्रांना आपल्याला कसा त्रास होतो याबद्दलच सांगत असायचा. हीच गोष्ट त्याने मला सांगितली तेव्हा मी त्याला त्याची अडचण लिहून काढायला, त्यावर मार्ग शोधायला आणि त्याप्रमाणे वागायला सांगितले.

आपण स्वतः किंवा आपल्यासोबतच्या इतरांनी सदैव तक्रारी करीत राहण्यापेक्षा सकारात्मक बाबींचा विचार करून त्यावरच लक्ष देण्याचे धोरण प्रोत्साहित करणारे आहे. आपल्या अडचणी आणि त्यावरील उपाय हे सर्व कागदावर मांडल्यानंतरच अडचणीपासून सुटका करून घेणे शक्य आहे. आपल्या प्रगतीच्या लेखी नोंदी ठेवणे खूप महत्त्वाचे आहे. यासाठी मी एक पद्धत स्वीकारली. जेव्हा सर्व समस्या आणि त्यावरील उपाय पथकाच्या वतीने कागदावर लिहिले जातात तेव्हा त्यानुसार केलेल्या कामाच्या मूल्यांकनाचा मी एक तक्ता तयार करतो. त्यावरून निर्धारित वेळेत किती प्रगती झाली हे कळते. मी आणि माझे पथक आपल्या उद्देशापासून किती दूर आहे याचाच मी रोज आधी अंदाज घेत असे.

सर्वोच्च पदावर असलेल्या व्यक्तिलाही प्रोत्साहनाची गरज असते. तुमची

प्रगती करण्यापेक्षा तुम्हाला मागे ओढणाऱ्या लोकांची संख्या किती तरी अधिक असते. स्वतःला प्रोत्साहित करण्यासाठी मीच माझ्या आवाजात ऑडिओ कॅसेट तयार केल्या. सकाळच्या वेळी चालण्याच व्यायाम करताना मी त्या नियमित ऐकतो. सकारात्मक बाबी ऐकल्यामुळे आपल्या अंतरीच्या शक्ती जागृत होतात. त्यांच्या मदतीने आपण नकारात्मक विचारांवर अंकुश ठेवता येतो. दिवसातून एकदा तरी आपल्या व्यवसायाशी किंवा कामाशी संबंधित चांगल्या गोष्टी आठवण्याचा प्रयत्न करा. अशा वेळी आपल्यासमोर असलेल्या सर्व प्रकारच्या अडचणी विसराव्यात. प्रेरणादायी आणि आशादायी आठवणी आपल्याला शांत आणि प्रसन्न ठेवतात. आपला व्यवहार आनंददायी ठरेल. फरक लगेच जाणवेल. मी माझ्या चेहऱ्यावर हसू ठेवण्याचा कायम प्रयत्न करतो. यामुळे इतरांनाही हसण्याची प्रेरणा मिळते, असे मला वाटते.

आपण जे काही करीत असतो त्याच्याशी आपल्या विचाराच्या तारा जुळतात. डोकंही त्याच दिशेने चालायला लागते. आपण काळजी करीत बसलो तर भूतकाळात आपल्यासाठी दुःखकारक ठरलेल्या सर्व घटनांच्या आठवणी मनात ताज्या होतात. यामुळे आपली काळजी आणखी वाढते. त्यामुळे आपल्या विचारांचा मार्ग बदलण्यासाठी जीवनात सकारात्मक बाबींचा समावेश करावा. वेळ नेहमी सारखीच नसते याचा आपण विसर पडू देता कामा नये. कठीण दिवसही निघून जातात. आपली मनःस्थिती काळजी करण्यासारखी असेल तर आपल्या आंतरिक आणि बाह्य अशा दोन्ही प्रकारच्या शक्ती यांचा पुरेपूर वापर करून सकारात्मक दिशेने जाण्याचा प्रयत्न करावा. आपल्या वागण्यात बदल करण्यासाठी आपल्या डोक्याला नेहमी चांगल्या गोष्टींचा खुराक द्यावा. वेगवान विकासाच्या दिशेने धावणाऱ्या पावलांना अशादायी दृष्टिकोनाची संगत मिळणे गरजेचे आहे.

●●●

योग्य नियोजनाचे फायदे

आपण सुखी आनंद राहावे, यशस्वी व्हावे. चांगली धन संपत्ती मिळवावी आणि तणावरहित जीवन जगावे अशी आपली प्रत्येकाची महत्त्वाकांक्षा असते. यातील सर्वात मोठी अडचण म्हणजे आपले किंवा दुसऱ्याकडून आपल्याकडे येणारे नकारात्मक विचार आणि त्यांचा प्रभाव. या भावनेमुळेच आपण राग, भीती, संशय, आत्मविश्वासाचा अभाव आणि उद्दिष्टांत अपयशी अशा स्वरूपात आपली प्रतिमा निर्माण होते. वाईट अनुभवांतून चांगले काही निष्पन्न होणे किंवा चांगल्या अनुभवांतून वाईटाची निर्मिती होणे हा आपल्याला विरोधाभास वाटू शकतो. अत्यंत उपयुक्त अशा छोट्याशा टेलिफोनचेच उदाहरण घेऊ. त्याचा वापर करण्याच्या पद्धतीवरूनच ते उत्पादक की अनुत्पादक हे ठरते. फोन किंवा संवाद साधण्याच्या मोबाईलसारख्या साधनांनी आपल्या जीवनात महत्त्वाचे स्थान निर्माण केले आहे. या साधनांचा वापर न करणारी व्यक्ती अभावानेच आढळू शकते. तुम्ही फोनवर कसे आणि काय बोलता यावरूनच तुमचे व्यक्तिमत्त्व ठरते. अनेक वेळा आपल्याला एखाद्या गंभीर विषयावर बोलावे लागते. अशा प्रकारचा फोन करण्याआधी थोडी पूर्वतयारी करणे चांगले असते. हा फोन आपल्या कामाशी संबंधित असेल तर आवश्यक माहिती मिळविण्यासाठी सर्व प्रश्न एका कागदावर लिहावेत. आपल्यासोबत नेहमी कागद आणि पेन ठेवावा. फोनवर आपण काय बोलणार किंवा प्रश्नाचे उत्तर काय देणार याचा आधीच विचार करून ठेवावा. अनेक मुद्यांवर चर्चा करायची असेल तर कागदावर यादी तयार करावी. फोन

करताना काहीही नोंद करता यावी यासाठी माझ्या फोनजवळ नेहमी कागद आणि पेन पडलेले असते.

ही डायरी माझ्याजवळ फार पूर्वीपासूनच आहे. मी जिल्हा पोलिस अधिकारी असता माझा एक मित्र जिल्ह्याचा उपायुक्त होता. किमान अर्धा तास बोलल्याशिवाय फोन न ठेवण्याची त्याला सवय होती. आपले स्वगत ऐकण्यासाठी दुसऱ्या बाजूने फोनवर कुणी तरी आहे एवढे समाधान त्याच्यासाठी पुरेसे होते. एकदा मी खूप घाईत असताना त्याचा फोन आला. मी माझ्या नोकराकडे फोन देऊन त्याला फक्त हुंकार भरायला सांगितले. अर्ध्या तासानंतर मी नोकराकडून फोन घेतला. मी फोन करणाऱ्याला धन्यवाद दिले (मी त्याचा एकही शब्द ऐकला नव्हता तरी) तो माझ्या नोकराशी बोलत होता याचा त्याला जराही संशय आला नाही. पाच वर्षांनंतर मी त्याला ही घटना सांगितली तरीही त्याने आपली सवय काही सोडली नाही.

एकत्र गोळाबेरीज करा :- तुम्ही पोलिस, अग्निशामक कर्मचारी किंवा डॉक्टर नसाल तर फोनची घंटा वाजल्याबरोबर तो उचलण्याची गरज नसते. साधारणपणे तुम्ही बाथरूममध्ये असताना, जेवत असताना किंवा आराम करीत असतानाच फोन वाजतो. येणाऱ्या फोन्सला उत्तर देण्यासाठी तुम्ही एक वेळ निश्चित करू शकता. फोन करणाऱ्याने आपला निरोप ठेवावा असे माझे आन्सरिंग मशीन सांगते. नंतर मी माझ्या सोयीनुसार त्या फोनला उत्तर देतो. उत्तर देणे गैरसोयीचे व्हावे अशा प्रकारचेही काही फोन असतात. टेली मार्केटिंग करणाऱ्यांचे फोन टाळण्यासाठी मी मोफत असलेल्या फोनच्या सुविधांचा लाभ घेतो.

या सुविधेचा वापर करून तुम्ही फोन करणाऱ्याचा नंबर मिळवू शकता. अशा वेळी आपण फोन करायचा की नाही हे आपल्यावर अवलंबून असते. ही सुविधा प्रत्येक मोबाईल फोनमध्येही असते. सध्याच्या काळात तर फोनमुळे आपल्याला कोणत्याही विषयावर लक्ष केंद्रित करता येत नाही. महत्त्वाचे काम करीत असतानाच

फोन येतो. अशा वेळी माझ्यासाठी आन्सरिंग मशीन उपयुक्त ठरते. तुम्ही त्याशिवाय इतरही उपाययोजना करू शकता.

प्रत्येक ठिकाणासाठी वस्तू आणि प्रत्येक वस्तूसाठी ठिकाण :- आपण खरेदी केलेल्या प्रत्येक वस्तूसाठी घरात जागा असायला हवी. ज्या वस्तूसाठी घरात जागा नाही त्या वस्तूची अवस्था निराधारासारखी होते. अशी वस्तू कधी इथे, कधी तिथे ठेवली जाते किंवा कधी दुसऱ्या वस्तूत हरवून जाते. पुस्तके, संगणक, मासिके, निमंत्रणे, टोस्टर आणि प्रार्थनेची पुस्तके घरात अशीच असतात. वापरल्यानंतर प्रत्येक वस्तू योग्य ठिकाणी ठेवायला हवी. तुम्ही अशी सवय लावून घेतली तर घरातील इतरांना ती वस्तू शोधावी लागणार नाही. असा नियम कुटुंबातील सर्वांसाठी करावा आणि त्याची कडक अंमलबजावणी करावी. माझी मुले मासिके किंवा औषधे इतर ठिकाणी ठेवतात तेव्हा माझीही अशीच अडचण होते. योग्य ठिकाण म्हणून सर्व वस्तू डायनिंग टेबलावर ठेवू नयेत. यामुळे घर तर घाण दिसतेच, पण अनेक वस्तू हरवण्याची शक्यता असते. घरातील प्रेस किंवा फ्लेस्क सारख्या वस्तू कधीही सापडणार नाहीत अशा ठिकाणी ठेवलेल्या असल्यामुळे बाहेरगावी जाताना मला नेहमी नवीन वस्तू विकत घ्याव्या लागतात. थोडीशी सावधगिरी आणि देखभाल करून तुम्ही अशा प्रकाराचा खर्च आणि परेशानीपासून आपला बचाव करू शकता.

वापरण्यासाठी काढलेली वस्तू परत जागच्या जागी ठेवणे चांगले असते. कधी कधी अशा वस्तू मूळ ठिकाणी ठेवण्याऐवजी लगेच टेबल किंवा इतर ठिकाणी ठेवणे सोयीचे वाटले तरी त्यामुळे ती वस्तू आपल्या मूळ ठिकाणापासून दूर जाते. त्यामुळे अव्यवस्था निर्माण होऊन शोधाशोध सुरू होते. त्यामुळे इतरांसमोर आपली वाईट प्रतिमा निर्माण होते. असे वागून आपण अव्यवस्थितपणालाच जन्म देत असतो. प्रत्येक वस्तू योग्य ठिकाणी ठेवल्यामुळे आपली राहण्याची आणि काम

करण्याची जागा व्यवस्थित दिसते.

फोनवरून आपल्याला कोणाला काय सांगायचे आहे याबद्दल आपल्या डोक्यात स्पष्टता असू द्या. त्यामुळे समोरची व्यक्ती प्रभावित होते. स्वतःबाबत नेहमी आदर्श विचार ठेवावेत. आपण सामर्थ्यवान आणि शक्तिशाली आहोत असेच समजावे. लक्षात ठेवा. तुम्ही स्वतःबद्दल जसा विचार करता तसेच तुम्ही बनता. 1961 मध्ये मी तात्कालीन पंतप्रधान पं. नेहरूंना भेटलो तेव्हा माझ्या मनात माध्यमांनी निर्माण केलेली त्यांची प्रतिमा होती.

मी सीबीआयचा संचालक झाल्यावर माध्यमांनी मला खूप मोठे करून टाकले. वास्तवात मी पूर्वीसारखाच साधाभोळा होतो. आपल्या उच्च-नीच मानसिकतेवरच आपला प्रभाव अवलंबून असतो. माझे काही मित्र एखाद्या महत्त्वाच्या व्यक्तीला भेटल्यानंतरही कोरडेच राहतात कारण त्या व्यक्तीबाबत त्यांना काहीच माहिती नसते. नंतर त्या व्यक्तीचे महत्त्व कळाल्यावर त्याच व्यक्तीला भेटण्यासाठी ते उत्सुक असतात. त्यांना ही माहितीच नसेल तर ते त्याची पर्वा करीत नाहीत. आपण जसे असाल तसाच समाजावर त्याचा प्रभाव पडतो. आपल्या अपेक्षांचे असलेले वैशिष्ट्यच आपल्या जीवन आणि कार्याची गुणवत्ता निश्चित करते हे लक्षात ठेवा.

●●●

रहस्याची भांडाफोड

आपले भविष्य ठरविण्यात आपलीच भूमिका खूप महत्त्वाची असते. वास्तवात काही मर्यादेपर्यंत आपणच आपल्या भविष्याचे शिल्पकार असतो. आपले काम, वचन, दृष्टिकोन, व्यवहार, इतरांशी असलेले संबंध असे अनेक घटक आपली नियती घडवीत असतात. आपण रोज जे काही करीत असतो त्याच्या आपल्या भाग्यावर परिणाम होत असतो. आपण मनापासून व्यक्त केलेल्या सर्व इच्छा पूर्ण करू शकतो. यावर बहुतेकांचा विश्वास नसतो. हे खरे वास्तव सत्य आहे. यश आणि विजय आपल्या हातात नसतो असे ते मानतात. असे प्रत्येक वेळी होत नसतं. त्यामुळेच त्यांच्या प्रगतीच्या यशाच्या मार्गात अडचणी येतात. बहुतेक जण आपल्या विचारांमुळे आपल्या जीवनातील आनंद आणि प्रसन्नता गमावून बसतात. स्वतःबाबत उदार दृष्टिकोन ठेवावा आणि वर्तमान काळातील प्रत्येक क्षण जगण्याचा आनंद उपभोगावा. तेव्हाच मग आपल्यावर पश्चात्ताप करीत मागे वळून पाहण्याची वेळ येत नाही.

सॉलोमनने म्हटले आहे - "There is that scattereth, and yet increaseth, and there is that with holdeth more than is meet, but it tendeth to proverty." निरागस आनंद मिळविण्यासाठी आणि कर्तव्यपूर्ती करण्यासाठी आपण दानशूर असायला हवे परंतु पारंपरिक गोष्ट अशी आहे की उदार दानशूर व्यक्तीला मान मिळतो तर कंजूष व्यक्ती नेहमी उपेक्षित राहते. जे स्वतःला मदत करू इच्छितात त्यांना अवश्य सहकार्य करावे. जीवनातील सर्वश्रेष्ठ सुखे मिळविण्याची अपेक्षा प्रत्येकालाच असते. याच गोष्टीची सर्वजण आपसांत चर्चा करीत असतात. ही साधने मिळविण्यासाठीच यशस्वी होण्याचे अनेक प्रयत्न केले जातात. आपल्या उत्पन्नात वाढ झाल्यावरच आपण कार, ए.सी. म्युझिक सिस्टिम, मोठे घर, सुख साधने, स्वीमिंग पूल किंवा खाजगी विमान विकत घेऊ शकतो. ही सर्व साधने तुम्हाला विनासायास मिळाली तर तुम्हाला त्यांचा योग्य प्रकारे उपभोगही घेता येणार नाही.

प्रत्येक जण एखाद्या सुंदर चित्राचा किंवा कलाकृतीचा प्रशंसक असू शकत नाही किंवा चामड्याच्या फर्निचरचा ग्राहक असू शकत नाही हे खरे आहे. दुसऱ्या बाजूला एक सुंदर गाडीत बसायला मिळावे किंवा एक छान घड्याळ आपल्या हाताला असावी. अशी इच्छा असणारे मात्र अनेक जण असू शकतात. या सर्व वस्तू सर्वसाधारण व्यक्तीच्या आवाक्यात असतात. अनेक वेळा काही वस्तू मिळविण्याची आपल्याला तीव्र लालसा असते मात्र काही दिवसांनंतर ती वस्तू आपल्या सामान्य जगण्याचा एक भाग बनते. उदाहरणार्थ 1967 मध्ये आम्ही एक हजार रूपयांना एक फ्रीज खरेदी केला होता. आम्ही त्याला खूप महत्त्वाची वस्तू समजत होतो. इतके की घरातील नोकरांसाठी त्याला हात लावण्यास मनाई केली होती. फक्त मी किंवा माझी पत्नीच त्याला उघडत होतो. 1969 मध्ये आम्ही आमचा पहिला वहिला कृष्णधवल टीव्ही घेतला. आमच्या आनंदाला काही सीमा नव्हती. तो कृष्णधवल टीव्ही अनेक वर्षे आमचे आकर्षण होता. रेडिओपासून टेपरेकॉर्डरपर्यंतचा प्रवास आमच्या कुटुंबासाठी मैलाचा दगड ठरत होता. आता तीन दशकांनंतर या सर्व वस्तू सहज खरेदी करता येतात.

आयुष्यातील महत्त्वाच्या सर्व वस्तू फक्त संपत्तीने खरेदी करता येतात आणि त्यासाठी कठोर परिश्रम करावे लागतात. अर्थात याच धन संपत्तीमुळे आपण आपल्या ऐश्वर्याचा पुरेपूर उपभोग घेऊ शकत नाही, हेही सत्य आहे. आपल्याजवळ संपत्ती तर येते पण वेळ उरत नाही. माझा मित्र राजेश दरमहा दहा लाख रुपये कमावतो पण त्याच्याकडे आपले कुटुंब, मित्र मंडळी आणि सहकारी यांच्यासाठी वेळच नाही. कुणी तरी आपल्या पुढे जाईल. हीच चिंता त्याला सतत सतावते. तो आपल्या कुटुंबासह जेवणासाठी एखाद्या पंचतारांकित हॉटेलात जातो तेव्हा त्याचा मोबाईल सतत वाजत राहतो. त्यामुळे त्याची पत्नी आणि मुलांशी नीट बोलताही येत नाही. आयुष्यातील सर्वश्रेष्ठ सुखे पायाशी असूनही त्याच्या कामाच्या गरजेमुळे त्याला त्याचा उपभोग घेता येत नाही. अर्थात काही वेगळ्या प्रकारच्या लोकांसाठी वेगळ्याच गोष्टी अधिक महत्त्वाच्या असतात.

वैयक्तिक पातळीवर मला ऑर्थर आणि सिडनी हॉल्डनच्या कादंबऱ्या वाचायला खूप आवडतात. त्यांना मी जीवनातील महत्त्वाच्या वस्तू मानतो. 21 महिन्यांच्या 'मन्नत' नावाच्या नातीसोबत वेळ घालविणेही मला आवडते. ती आपल्या मनातील सर्व भावना केवळ 'बा' या एकच शब्दांत व्यक्त करते. हे संपले आहे, तिला झोपायचे आहे. तिला लपायचे आहे किंवा तिच्यासाठी आपण लपावे असा काहीही अर्थ होतो. जेव्हा केव्हा संधी मिळेल तेव्हा सागर किनारी बसायला मला आवडते. कधी 'विंडो शॉपिंग' करतो किंवा कधी फक्त ऊन खातो. इथे असण्याऐवजी आणखी एखाद्या ठिकाणी असतो तर मला खूप आनंद झाला असता असा विचार मी कधीच करीत नाही. आपल्या वर्तमान

काळावर कुणालाही स्वार होऊ देऊ नये हे मी जाणतो.

आधुनिक जीवनात आकर्षणाची इतकी साधने आहेत की प्रत्येक जण त्यातील जास्तीत जास्त साधनांचा उपभोग घेऊ इच्छितो. एक वस्तू मिळाली की तिचा उपभोग घेण्याऐवजी आम्ही लगेच दुसरी मिळविण्याच्या मागे लागतो. अशा वेळी वर्तमानाचा याहून अधिक आनंद देणारे दुसरे काही तरी आहे याचा आम्हाला सोयीस्कर विसर पडतो. गरजू व्यक्तीच्या अपेक्षांना कधीच अंत नसतो. म्युझिक सिस्टिम किंवा हॉलिडे प्लॅन किंवा मजेदार वस्तू असे कोणते ना कोणते आकर्षण रोज आपल्याभोवती पिंगा घालीत असते. चांगले हे वाईटाचा शत्रू आहे त्याचप्रमाणे शेवटी जीवनातील श्रेष्ठ वस्तू सर्वोच्च वस्तू म्हणून आपल्यासमोर येतात. कधीकधी तर सर्वोच्च वस्तूचा उपभोग घेतानाही आपल्याला श्रेष्ठ वस्तूची आठवण येते. खरं तर आपणं आयुष्यातील सर्वोच्च वस्तूंचे मोल ठरवायला हवे पण त्या वस्तू इतक्या मौल्यवान असतात की त्यांची किंमत ठरवणे आपल्या आवाक्याबाहेर असते. त्यांना वापरात आणणे हाच त्यांच्या वापराचा एक सर्वोत्तम मार्ग आहे. आपल्या सभोवर पसरलेल्या सौंदर्याचा आस्वाद घ्यायला शिका. परमेश्वराची सर्वश्रेष्ठ कलाकृती असलेल्या गुलाबाच्या फुलाचा गंध घ्यायला शिका. जास्त प्रमाणात अन्न सेवन करून शरीरावर मेदाचा थर जमा करणे म्हणजे जीवनाचा आनंद घेणे होत नाही. स्वादिष्ट अनाची चव घेण्यासाठी सर्वच आतुर असतात याबद्दल शंका नाही.

जास्त प्रमाणात अन्न सेवन केल्यामुळे आपण आळशी होतो याचा विसर पडू देऊ नका. आपली पचन संस्था व्यवस्थित काम करीत राहावी यासाठी व्यायाम करायला विसरू नका. त्यामुळे तुम्हाला ऊर्जा मिळेल आणि पचनक्षमताही वाढेल.

घरी किंवा सुट्टी घालविण्यासाठी कुठे बाहेर गेल्यावर आरोग्यदायी अन्न सामुग्री आपल्यासोबतच ठेवावी. त्यात आपण फळे, सॅलड आणि कमी कॅलरीच्या इतर अन्न पदार्थांचा समावेश करू शकतो. सेवानिवृत्त झाल्यावर मी घरी राहूनच काम करतो आणि खाण्यासाठी अनेक वेळ फ्रीजवर हल्ला करतो. आमच्या डायनिंग टेबलावर फळे आणि कमी कॅलरीचे बिस्किट्स नेहमी पडलेले असतात. मला उपाशी राहावे लागणार नाही यासाठी मी प्रयत्न करतो. आपल्याला जितकी जास्त भूक लागते तितके खाण्यावर नियंत्रण ठेवणे अवघड असते. बाहेर कुठेही जेवणासाठी जाताना आधी मी आरोग्यदायी जेवण करतो. त्यामुळे तेथे असलेल्या स्वादिष्ट पदार्थांचा मोह होत नाही.

मद्य सेवन करणे यकृत आणि पचन संस्थेसाठी घातक असते. त्यामुळे मी मद्यपान करीत नाही. स्वतःला आरोग्यदायी ठेवण्यासाठी तुम्हीही या सूचनांचे पालन करू शकता. आपले आरोग्य योग्य प्रकारे ठेवणे म्हणजे रोजच्या थकव्यापासून आराम मिळविणे आणि पूर्ण दिवसाचा लाभ घेण्यासाठी खूप मोठी ऊर्जा मिळविणे. ●●●

विसराळूपणापासून बचाव

आपण जसजसे मोठे होतो तसे अनेक गोष्टी सहज विसरायला लागतो. सामाजिक जबाबदाऱ्या, वाढदिवस, लग्नाचा वर्धापददिन यासारख्या तारखाही सहज विसरतो. कपाट किंवा गाडीच्या चाव्या कुठे ठेवल्या तेही आठवत नाही. माझ्याबाबतीत तर असं खूपदा होते. वय वाढल्यामुळे हे विसरणे होते की परिस्थिती सुधारण्यासाठी काही करायला हवे, यावर विचार करणे गरजेचे आहे.

विसरण्याच्या कारणांचा शोध न घेणे हे विसरण्याचे एक मुख्य कारण आहे. असं केल्यानंतरच ही समस्या दूर करण्यासाठी पाऊले उचलता येतात. जीवनात अनेक गोष्टींमुळे तणाव निर्माण होण्याच्या आणि त्यामुळे स्मृतीवर ताण पडण्याच्या काळात आपण सारे जगत आहोत. अनेक विषयांवरील लाखो विचार आपल्या डोक्यात थैमान घालत असतात, त्यामुळे कोणत्याही एका विषयावर मन एकाग्र करणे अवघड होते. याशिवाय राग, निराशा, भीती आणि नकारात्मक विचारही आपल्या तर्क शक्तीवर परिणाम करीत असतात. असा परिस्थितीचा पहिला फटका विचार शक्तीलाच बसतो.

कामाच्या ठिकाणी काही वाईट घडले किंवा साहेबंदनी फटकारले तर आपल्या कामात एकाग्र होण्याऐवजी बहुतेक लोक त्याचाच विचार करण्यात दंग होतात. त्याचा परिणाम म्हणून एकाग्रतेत अडचणी येऊन विस्मृती व्हायला लागते. यासाठी काही सूचना उपयुक्त ठरतील असे मला वाटते.

त्यासाठी तुम्हाला तुमच्या जीवनशैलीत मूलभूत बदल करावे लागतील. दरवेळी शांत रहायला शिका. आपली मानसिकता चांगली नसेल तर परिणामकारक काम करता येत नाही. तणाव व रोजची धावपळ सहन करण्यासाठी दीर्घ श्वास घ्या. हा व्यवहार घाट्याचा नाही. तणावामुळे रक्तदाब आणि उत्तेजना वाढते. दीर्घ श्वास

घेण्यासाठी थोडी मेहनत घ्यावी लागते परंतु त्यामुळे स्मृती सुधारते आणि रोजच्या जगण्यात सहजता येते.

एकाग्रता साधण्यासाठी लक्ष देणे गरजेचे आहे. ही सवय लहानपणीच आत्मसात केली तर खूप चांगले. या बाबीचे सवयीत रूपांतर होत नाही तोपर्यंत त्यासाठी जाणीवपूर्वक प्रयत्न करा. तुम्ही ही पद्धत विकसित केली नाही तर तुम्हाला काय सांगितले आहे तेच तुमच्या लक्षात राहणार नाही. सुरुवातीपासूनच लक्ष केंद्रित किंवा एकाग्र करायला शिका नाही तर इकडे तिकडे भटकणे हेच आयुष्य होते. गेल्या आठवड्यातील वृत्तपत्रांची मुख्य बातमी किंवा रात्रीच्या जेवणातील पदार्थ लक्षात राहत नाहीत परंतु मित्राची पहिली भेट, पहिले प्रेम किंवा मधुचंद्राचे ठिकाण लक्षात राहते. याचा अर्थ इतकाच की ज्या गोष्टी आपल्याला आठवतात त्या आपण विसरत नाही मात्र दैनंदिन जीवनाशी निगडित बाबी विसरल्या जातात.

आवडत नाही ते विसरून जा:- कधी कधी आपण ज्याला आठवू इच्छित नाही त्याला पार विसरून जातो. काही अप्रिय घटना किंवा व्यक्ती विसरायला आपल्याला वेळ लागत नाही. त्यासाठी सर्व चांगल्या गोष्टी लक्षात ठेवणे हीच योग्य पद्धत आहे. न विसरण्यासारख्या गोष्टी विसरू नयेत यासाठी त्यांची एक दुसऱ्याशी सांगड घालावी. वास्तवात पोट किंवा दाताच्या वेदना विसरता येत नाहीत म्हणून लगेच डॉक्टरांकडे जावे लागते. जे काम कराल ते आनंददायी माना. इथे तुम्ही संबंधित वस्तूंना एक दुसऱ्याशी जोडून लक्षात ठेवू शकता.

लगेच आठवण्यासाठी वस्तू जोडून लक्षात ठेवण्याची पद्धत सोपी आहे. उदाहरणार्थ कपडे शिवण्यासाठी बाजारात जायचं असेल तर त्याला ड्रायक्लिनिंग किंवा प्रेसशी जोडता येते. मीही साबण खरेदी करायला जातो तेव्हा टूथब्रश आणि पेस्ट खरेदी करायला विसरत नाही. त्यामुळे काहीही विसरत नाही. वस्तू परस्परांशी जोडण्यासाठी आपण त्यांची प्रतिमाही लक्षात ठेवू शकतो. हे आपल्यासाठी उपयुक्त ठरते.

वास्तवात महत्त्वाच्या आणि परेशान करणाऱ्या वस्तूंना लक्षात ठेवणे खूप सोपे असते. नावे लक्षात ठेवण्याचीही एक सोपी पद्धत आहे. माझ्यासाठी लोकांची नावे लक्षात ठेवणे अवघड आहे. त्यामुळे मी नावांना त्या त्या व्यक्तीच्या वैशिष्ट्यांशी किंवा कपड्यांशी जोडतो. काही व्यक्तींची वैशिष्ट्ये किंवा कपड्यांचा रंग यांना

मी काही पक्ष्यांच्या नावांशी जोडतो. यामुळे जे विसरण्याची शक्यता असते ते चांगलेच माझ्या लक्षात राहते.

पंजाबमध्ये एक 'कक्कड' नावाने ओळखली जाणारी तर दुसरी एक 'गिद्दर' नावाने ओळखली जाणारी जमात आहे. कोंबडा आणि गिधाड या पक्ष्यांची आठवण करून देणाऱ्या या नावांना विसरणे शक्य नाही. आता या लोकांनी आपल्या जमातीची नावे बदलून 'कक्कड' आणि गिरिधर ठेवली असली तरी माझ्या लक्षात ठेवण्यासाठी मी हीच पद्धत वापरतो.

आपल्या स्मरणशक्तीत वाढ करण्यासाठी कल्पनाशक्तीचाही वापर करायला हवा. आपण दीर्घकाळ या पद्धतीचा वापर केला तर त्याचे सवयीत रूपांतर होते. मग कोणत्याही नियोजनाशिवाय त्याचा अगदी सहज अवलंब होतो.

एकदा लोदी गार्डनमध्ये फिरत असताना मी माझ्या गाडीच्या चाव्या विसरल्याचे माझ्या लक्षात आले. शेवटच्या वेळी माझ्या हातात चाव्या कधी व कुठे होत्या हे आठवण्यावर मी लक्ष केंद्रित केले. थोड्या वेळातच मला ते आठवले आणि चाव्या सापडल्या.

मानसिक एकाग्रता, नाव आण चेहऱ्यातील संबंध तसेच अपरिचित वस्तूंना परिचित वस्तूंशी जोडूनच आपण स्मरणशक्तीचा विकास करू शकतो. कोणत्याच प्रकारचा मानसिक आजार नसेल तर वाढत्या वयामुळे विस्मरण व्हायला लागते, असा कधीही विचार करू नका. आपले डोळे नेहमी सक्रिय ठेवा.

खरं तर अनेक गोष्टी आठवण्यासाठी आपण आपल्या मेंदूला जोर लावत नाही. मानसिक एकाग्रतेमुळे अर्ध्या अडचणी दूर होतात. त्यामुळे माझ्याजवळ मी. नेहमी एक कागदाचा तुकडा आणि पेन ठेवतो. विसरलो तरी काळजी नसावी म्हणून कागदावर मी नाव, पत्ता आणि फोन नंबर लिहून ठेवतो. घरी गेल्यानंतर ते सर्व डायरीत लिहून टाकतो.

या सर्व सूचनांचा आणि सल्ल्यांचा अवलंब करून तुम्ही तुमची स्मरणशक्ती योग्य ठेवण्यासाठी प्रयत्न करू शकता.

●●●

विचार करण्यासारखे काही...

व्यक्ती किंवा संस्था गर्भश्रीमंत परिवाराशी संबंधित नसेल तर त्याची सुरुवात शून्यातूनच होत असते. श्री.बी.एस.नेरुला या पंजाबी गृहस्थाने 1973 मध्ये केवळ पाच हजार रूपयांपासून आपल्या व्यवसायाला सुरुवात केली होती. आता ते आठ हजार कोटी पौंड संपत्तीचे मालक असून त्यांचा व्यवसाय इंग्लंड, अमेरिका आणि मध्य पूर्वेत पसरला आहे. ही मजल गाठण्यासाठी त्यांना तब्बल 30 वर्षे लागली. हजारो कर्मचारी असलेला कोणताही व्यवसाय आधी एखाद्या व्यक्तीच्या डोक्यातच आकाराला येत असतो. भारतातील एबोनी डिपार्टमेंटल स्टोअर्सच्या साखळीचे मालक असलेल्या नेरुला यांनीच मला सांगितले की, ही सर्व संपत्ती त्यांनी आपल्या एकट्याच्या बळावर कमावली आहे.

एखादी समिती किंवा लोकांचा गट चांगले विचार किंवा अहवाल सादर करू शकतो पण केवळ एखादीच व्यक्ती त्यात नवीन संधी शोधू शकते.

निर्णय घेण्यास घाबरणाऱ्याही अनेक व्यक्ती आहेत. छोट्या-छोट्या विषयांतही ते योग्य निर्णय घेऊ शकत नाहीत. व्यक्ती-व्यक्तीनुसार आणि विषयांच्या स्वरूपानुसार प्रत्येकाची निर्णयक्षमता बदलत असते. काही व्यक्ती झटपट निर्णय घेतात तर काही व्यक्ती निर्णय घेण्यास इतका विलंब लावतात की बदललेल्या परिस्थितीत त्यांनी घेतलेल्या निर्णयाचे काही महत्त्वच राहत नाही. आधी निर्णय घेण्यास विलंब करून नंतर पश्चात्ताप करणाऱ्यांमधील मी नाही.

तुम्हालाही चांगल्या प्रकारची निर्णय क्षमता विकसित करायची असेल तर खाली सांगितलेल्या उपायांवर लक्ष द्याः-

जिथे निर्णय घ्यायला आहे त्या विषयाशी संबंधित आपल्याला आवश्यक असलेली सर्व माहिती मिळवा. आकडेवारी आणि माहिती आपल्याच सोयीची

असते. हेच झटपट निर्णय घेण्याची क्षमता विकसित करण्याचे सुरुवातीचे मुद्दे आहेत. आवश्यक वाटल्यास या क्षेत्राशी सबंधित असलेल्या किंवा या क्षेत्राची आवड असलेल्या व्यक्तीला गाठून त्याच्याशी विचार विनिमय करावा. दुसरे जे सांगतात ते काळजीपूर्वक ऐका. नको असलेले विचार डोक्यातून काढून टाका. विचार करण्याची नवी पद्धत विकसित करण्यासाठी आणि आव्हान स्वीकारण्यासाठी असे करणे आवश्यक आहे. अनेक वेळा एका समस्येसाठी अनेक पर्याय असतात तेव्हा त्यातील सर्वाधिक सोयीचा पर्याय आपण निवडावा. पुढे जाण्यासाठी कोणत्याही विषयावर चर्चा करण्यास लाजू नये. कधीही आपल्या चारित्र्याशी तडजोड करू नका. त्याचे दीर्घकालीन परिणाम होतात, लोक तुमच्यावर विश्वास ठेवायला लागतात.

नवीन पद्धती आणि प्रकार आत्मसात करण्यासाठी थोडा वेळ द्या. वैयक्तिक स्वरूपात सर्व काही आपल्याकडे असणे शक्य नसते. इतरांशी एकट्याने संघर्ष करण्याऐवजी एका गटाला सोबत घेणे कधीही चांगले. 'Just do it' हे नावच यश आणि प्रगती करण्याच्या एकमेव मार्ग आहे.

कोणत्याही व्यवसायात यशस्वी होण्यासाठी गरजांची पूर्तता होणे आवश्यक असते. गरजा पूर्ण झाल्या की यश आपल्या मागे येते. उदाहरणार्थ, आपल्या काही गरजा भागविण्यासाठी आता पेट्रोल पंपांवर डिपार्डमेंटल स्टोअर्सही सुरु केले आहेत. आपल्या समव्यवसायिकांपेक्षा कमी किमतीत वस्तू विकून ते प्रगती करताहेत. सर्व व्यवसाय याच प्रकारे बहरत असतात. असं झालं नाही तर दुकान बंद करण्याची चिन्हे दिसू लागतात. हे व्यक्ती आणि संस्था दोघांनाही लागू होते. भारतात तुम्हाला अनेक महामार्गांवर मोठे-मोठ्या हॉटेल्स आणि पर्यटन स्थळे विकसित झालेली दिसतात. साधारण जेवण आणि विश्रांतीसाठी ते प्रवाशांना आमंत्रित करताना दिसतात. या गरजा भागविल्यामुळेच ते बहरताना दिसतात. चांगल्या दर्जाचे प्रदर्शन होण्यासाठी नेतृत्व क्षमता आणि नवीन विचार स्वीकारण्याची क्षमता आवश्यक असते हे लक्षात ठेवा. नेतृत्त्व क्षमतेवरच व्यवसायाचा दर्जा अवलंबून असतो.

व्यवसायाचा विस्तार आणि विकास त्या सेवा पुरवणाऱ्या व्यक्तींच्या संख्येवर अवलंबून असतो. उदाहरणार्थ, मोठ्या शहरांतील मध्यवर्ती ठिकाणी असलेल्या स्टोअर्समध्ये लोक मोठ्या संख्येने जातात. त्यामुळे तिथे एका वेळी पाचशे ग्राहकांना

सेवा देण्याची आणि पार्किंगची क्षमता असायला हवी. तसेच भविष्यात आणखी जास्त ग्राहकांना आकर्षित करण्याची योजना तयार करायला हवी.

चांगले नेते दुसऱ्यांचे अनुभव ऐकूनही खूप काही शिकतात. खऱ्या नेत्यांच्या योजनांना जाहीर सभेत चर्चेचा विषय केले तरी ते घाबरत नाहीत. लोकांनी खुल्या मनाने आपले विचार व्यक्त करावेत यासाठी ते प्रोत्साहित करतात. कोणतीही संस्था आपण निर्माण केलेल्या वातावरणामुळेच बहरते किंवा नाश पावते. कुशल नेता स्वागतावर विश्वास ठेवत नाही. चांगले नेते कधीच केवळ आपल्या विचारांवर ठाम राहत नाहीत. ते तोंडपुंज्या लोकांच्या सांगण्यात येणार नाहीत याचेही त्यांना भान ठेवावे लागते. वास्तवात त्यांना खूपच दक्ष आणि जागृत राहावे लागते.

आपल्या साहेबांच्या शारीरिक हाव-भावांना ओळखून त्यांना आनंद ठेवणे अनेक लोकांसाठी साधी-सोपी बाब असते. सर्वसाधारण पदाधिकारी आपल्या खालच्या लोकांना आपल्या नेत्याच्या विनम्रतेचे विश्लेषण करून सांगतात. कोणते विचार स्वतंत्रपणाने व्यक्त केले आहेत आणि कोणते केवळ अडचणी निर्माण करण्यासाठी आहेत, हे ओळखणे तसे अवघड नसते. सुमारे दोन कोटी प्रवासी रोज रेल्वेत प्रवास करतात तरी त्यांनी कधी भूमिगत बाजारपेठे उभी करण्याचा विचार केला नाही. लंडन, पॅरिस आणि न्यूयॉर्क या शहरांत आपल्या ग्राहकांसाठी उभे केलेले बाजार पाहू शकता. इथे लोकांना सामान आणि सेवा मिळतात आणि प्रवासी सहजतेने खरेदी-विक्री करू शकतात.

दुसरीकडे आपल्या देशात अनेक पेट्रोल पंपांवर स्टोअर्सची सुविधा उपलब्ध असल्यामुळे गाडीची सर्व्हिस करण्यासाठी वाट पाहत थांबलेले ग्राहक खरेदी करतात. ज्याच्याकडे गाडी असते ती व्यक्ती अशा प्रकारच्या वस्तू खरेदी करण्याची क्षमता बाळगून असते. त्यामुळे हा व्यवहार खूपच फायदेशीर स्वरूपाचा आहे. गरजा आणि त्यांची पूर्तता होणे या बाबी खूप महत्त्वाच्या आहेत. खरं तर संधी नेहमी आपल्या आसपासच असते. आपल्याला फक्त तिच्यापर्यंत पोहचायचे असते. अनेक परंपरावादी व्यक्ती बदलाच्या भीतीने नवीन विचार स्वीकारायला तयारच होत नाहीत. जोपर्यंत आपण पाहिले पाऊल उचलत नाही तोपर्यंत चालणे फक्त अवघडच नाही तर अशक्य आहे हे लक्षात ठेवा.

●●●

सत्य ऐकण्याचा सराव

सकारात्मक असणारी व्यक्ती आयुष्यात येणाऱ्या आव्हानांचा सामना करण्यासाठी नेहमी उत्साही असते. जीवनात प्रेममय आणि दानशूर पद्धतीचा अवलंब करा. 12 ते 16 जानेवारी 2004 च्या दरम्यान मी काठमांडूला होतो. रात्री एक वाजता तेथे गडद अंधार पसरला. बहुतेक वीज गेली असावी. बाहेर फक्त 1 अंश सेल्सियस तापमान होते तरी इलेक्ट्रिक पांघरुणामुळे मी उबदार अंथरुणात आरामशीर पडून राहिलो. काही वेळानंतर मला भूक लागली. सर्व फोन बंद होते आणि हॉटेलच्या कर्मचाऱ्यांशी संपर्क साधणे अवघड होते. मी अंदाजाने माचीस आणि मेणबत्ती शोधून लावली. त्या प्रकाशात मी रात्री मागवलेले टोस्ट खाल्ले. हे टोस्ट मी झोपण्यापूर्वीच मागवले होते पण ते खाण्यापूर्वीच मला झोप लागली होती. मी उठलो तेव्हाही वीज आली नव्हती. हात-तोंड धुऊन मेणबत्तीच्याच प्रकाशात मी लिहायला बसलो. अशा परिस्थितीत आरडा ओरडा करण्याऐवजी मी त्या परिस्थितीचा लाभ करून घेतला.

अनेक वेळा परिस्थिती किंवा लोक आपल्याला अनुकूल नसतात तेव्हा ते या परिस्थितीला अधिक दुःखदायक बनवितात. आहे त्या परिस्थितीला स्वीकारणे हा एक सर्वोत्तम मार्ग आहे. जेव्हा संबंध विकसित करण्याचा प्रश्न निर्माण होतो तेव्हा सर्व प्रकारच्या शक्यता लक्षात घ्यायला हव्यात तरच आपल्या अपेक्षेनुसार संबंधांचे समाधान मिळू शकते. आपण जशा प्रकारे विचार करू तशाच प्रकारे आपले इतरांशी संबंध निर्माण होतात. आपली शैली जीवनात एक मुख्य भूमिका पार पाडीत असते. दर दहा-पंधरा दिवसांनी थोडा वेळ काढून उर्वरित महिने किंवा वर्षांसाठी एखादी योजना निश्चित करावी. हे काम आपण महिना अखेरीस किंवा कोणत्याही दिवशी करू शकतो. आपल्या वैयक्तिक संबंधांसाठीही हीच पद्धत अंमलात आणावी. त्यामुळे आपल्या जगण्यात आणि संबंधात काय बदल झाले

याचा शोध घ्यावा या विषयात आपण काय करावे किंवा काय करू नये असा प्रश्न आपण आपल्यालाच अधून-मधून विचारायला हवा.

जीवनात अडचणी किंवा समस्या निर्माण झाल्यानंतर त्यावर मात करण्यासाठी नवनवीन उपाय शोधून काढावेत. जीवनातील प्रत्येक क्षणी आपण उत्साहित राहावे आणि नव्या शक्यता तसेच संधीसाठी मनाची कवाडे उघडी ठेवावीत. त्याचे आश्चर्यकारक परिणाम समोर येतात. यशाच्या बाबतीतली सर्वात मोठी अडचण म्हणजे चित्रपटातल्या प्रमाणे सर्वांना भौतिक सुख-साधने हवी असतात. आपल्या सर्वश्रेष्ठ कर्तव्यामुळेच खरे यश मिळते. आपली शक्ती आणि क्षमतांचा पुरेपूर वापर करूनच हे शक्य आहे. आपल्याला यश मिळालेल्या सर्व क्षेत्रांची एक यादी तयार .करा. त्यामुळे आपल्या मनाला आनंद आणि समाधान मिळते. आपल्या यशाचे मोजमाप करणारी पट्टी आपल्याजवळ असायलाच हवी. एक ध्येय साध्य झाल्यानंतर पुढचे ध्येय साध्य करण्यासाठी योजना तयार करून त्यावर काम सुरु करावे. अधिकाधिक प्रगती करीत राहणे हेच आपले ध्येय असायला हवे.

माझे स्वर्गवासी वडील श्री.महंत करतार सिंह 1 ऑगस्ट 1947 रोजी पाकिस्तानातून भारतात आले. तिथे ते घरमालक असल्यामुळे त्यांना कष्ट करण्याची सवय नव्हती की पैशा अडक्याची कमी नव्हती. आपली आई, पत्नी आणि तीन मुलांसह (ज्यात एक मी आणि माझ्या दोन बहिणी सरला व मंजित होती.) ते येथे आले. वडिलांनी गवत कापणारे मजूर म्हणून काम केले. मीही त्यांना जनावरे चारण्याच्या आणि धुण्याच्या कामात मदत केली.

त्यांनी जे काही केले ते अभिमानाने केले. परिणामी श्रीमंत नसूनही श्रीमंत व्यक्ती त्यांना मान सन्मान देत. तरीही त्यांनी कधी कुणाचे उपकार घेतले नाहीत. दुसऱ्यांना मदत करण्यात त्यांना आनंद वाटायचा. ते आपली सायकल किंवा स्कूटर घेऊन बाहेर पडत तेव्हा कुणा तरी गरजू व्यक्तीला सोबत घेत असत. त्यामुळे लोक त्यांचा आदर करीत असत. अत्यंत समाधानाने सर्वश्रेष्ठ प्रतीचे जीवन ते जगले. आपण स्वतःला कधीही नीच किंवा नालायक समजायचे नाही. हा धडा मी त्यांच्याकडूनच शिकलो.

येणारे दिवस किंवा वेळ कशी असेल याची प्रतिमा आपल्याला मनात तयार करता यायला हवी. नेहमी आनंद राहण्याचा प्रयत्न करावा. कितीही अडचणी किंवा समस्या आल्या तरी त्याची उजळ बाजूच बघावी. चांगले किंवा वाईट याची

निवड आपल्याच हातात असते. दैवाने आपल्यासाठी काय वाढून ठेवले आहे याची आपल्याला माहिती नसते. तरीही आपल्या जीवनात घडणाऱ्या प्रत्येक बाबीवर आपण क्षणोक्षणी नियंत्रण ठेवू शकतो आणि त्यावर प्रतिक्रिया व्यक्त करू शकतो, हे सत्य आपण स्वीकारायलाच हवे. अनेक वेळा काही लोक काम अवघड जाते म्हणून मध्येच सोडून देतात. अशा दृष्टिकोनाने ते आयुष्यात अपयशी होतात. यश मिळविणे हेही एक आव्हान आहे हे लक्षात ठेवा. आपणही आपली स्वप्ने साकार करण्यासाठी कष्ट आणि त्यागातून यशाची निवड करू शकतो. आपली स्वप्ने आणि आनंद सांडू देऊ नये. त्यासाठी इतरांवर आरोप करण्याची किंवा इतरांना जबाबदार धरण्याची प्रवृत्ती सोडून द्यावी. एक माणूस म्हणून आपल्या शिरावर असलेल्या कामांच्या जबाबदारी घ्यायला शिकावे. आपल्या चुकांसाठी इतरांना जबाबदार धरणे हा सर्वात मोठा पळपुटेपणा आहे.

दुसऱ्यांना दोष दिला म्हणून आपणही दोषी ठरतोच की. आपल्या जगण्याला आपणच जबाबदार आहोत. हे स्वीकारण्याने आपल्या स्वाभिमानात वाढ होते. माझा एक गुरुबक्ष नावाचा मित्र आहे. त्याच्याकडे चांगले घर, उत्तम उत्पन्न, सुंदर पत्नी, आज्ञाधारक मुले आणि योग्य सामाजिक जीवन असे सर्व काही असूनही तो नेहमी असमाधानी असतो. एके दिवशी मी त्याला त्याच्या नकारात्मकतेचे आणि असमाधानी राहण्याचे कारण विचारले. त्याने सांगितले की तो दरवर्षी युरोप सहल आणि मर्सिडीज गाडीचे नवीन मॉडेल घेण्याची तजवीज करू शकत नव्हता. तुझ्याकडे जे आहे त्यावरच सर्व लक्ष केंद्रित करण्याचा मी त्याला सल्ला दिला. तू आपणच विणलेल्या कोषात गुरफटला आहेस हे मी त्याला सांगितले. माझ्या सात वर्षे जुन्या असलेल्या गाडीबाबत पूर्ण समाधानी असल्याचे मी त्याला स्पष्ट सांगितले. त्याने मिळविलेल्या वस्तूंवर तो लक्ष केंद्रित करू शकेल आणि त्यापासून आनंद मिळविण्याचा प्रयत्न करू शकेल म्हणून मी त्याला थोडे बाहेर फिरून येण्याचा सल्ला दिला. हेच जीवनातील समाधानाचे रहस्य आहे.

सत्याचे नेहमीच स्वागत होते असे नाही. बहुतेक वेळा आपल्या किंवा आपल्या जवळच्या नातेवाईकांबद्दल सत्य ऐकायला आपण तयार नसतो. जे सांगितले ते ऐकल्याने आणि स्वीकारल्याने आपण आपल्यातील आणि आपल्या जवळच्या लोकांतील असलेल्या कमतरतेवर नियंत्रण मिळवू शकतो.

-: समाप्त :-